ஜோன் ஆஃப் ஆர்க்

ஜோன் ஆஃப் ஆர்க்

ரஞ்சனி நாராயணன்

கிழக்கு

ஜோன் ஆஃப் ஆர்க்
Joan of Arc

Ranjani Narayanan ©

First Edition: December 2018
200 Pages

ISBN 978-93-86737-55-7
Kizhakku 1110

Kizhakku Pathippagam
177/103, First Floor, Ambal's Building, Lloyds Road,
Royapettah, Chennai - 600 014. Ph: +91-44-4200-9603
Email : support@nhm.in Website : www.nhm.in

kizhakkupathippagam kizhakku_nhm

Cover Image: Wikimedia Commons ©

Kizhakku Pathippagam is an imprint of New Horizon Media Private Limited

சமர்ப்பணம்

2016 ஆம் ஆண்டு மறைந்த
எனது சகோதரி திருமதி ரமாமணிக்கு
இந்தப் புத்தகத்தைச்
சமர்ப்பிக்கிறேன்.

உள்ளடக்கம்

முகவுரை

மனிதகுலத்தின் பாதி ஜனத்தொகை பெண்களாலேயே ஆக்கப் பட்டிருக்கிறது என்பது எல்லோருக்கும் தெரிந்ததுதான். இருந்தும், சில தலைமுறைகளுக்கு முன்வரை, சமுதாயத்தில் பெண்கள் ஆற்றிய பங்கு அதிகமாகப் பேசப்படவில்லை. அதோடு ஆரம்பகால உலக வரலாற்றில் பெண்கள் ஆற்றிய பங்கு பற்றியும் அதிகம் எழுதப்படவில்லை. போர்களில் ஆண்களின் பங்கு மட்டுமே அதிகம் பேசப்பட்டது. ஆனால் போர்க்காலங்களில் ஆண்கள், வீட்டுப் பொறுப்பை ஏற்கமுடியாததால் அந்தச் சமயங்களில் பெண்கள் வீட்டின் தலைமைப் பொறுப்பை ஏற்றதுடன் கல்வி, பொருளாதாரம், வேலைத்திறன் ஆகியவற்றில் தங்களை முன்னிறுத்தி வெளியுலகிலும் தங்கள் தடங்களைப் பதித்தனர். அந்தப் போர்க்காலங்கள் பெண்களின் வாழ்வில் பெரும் மாற்றங்களையும் நிறைய வாய்ப்புகளையும் கொண்டு வந்தது.

அந்தக் காலத்தோடு ஒப்பிடும்போது இப்போது நிலைமை மாறியிருக்கிறது என்று சொல்லவேண்டும். கொஞ்சம் கொஞ்சமாக பெண்களின் பங்கு பொதுமக்களாலும், அறிஞர்களாலும் பொது வெளியில் பேசப்பட்டு, அங்கீகாரம் பெற்றுவருகிறது. பெண்களின் உரிமைகள், அவர்கள் எதிர்கொள்ளும் பிரச்னைகள் இவற்றை ஆராயவும், படிக்கவும், பெண்களின் எழுத்துக்களைப் பாதுகாக்கவும் பல அமைப்புகள் தோன்றியுள்ளன.

பெண் வரலாற்று அறிஞர்களது முயற்சிகளின் வாயிலாக பல பெண்களின் வாழ்க்கை வரலாறுகள் எழுதப்படுகின்றன. இவற்றின் மூலம் ஒட்டுமொத்தப் பெண்களின் சமுதாயப் பங்குபற்றி நம்மால் அறிந்துகொள்ளமுடிகிறது. கூடவே ஒவ்வொரு பெண்ணின் தனிப்பட்ட வாழ்க்கையைப்பற்றிய புத்தகங்கள் வாசகர்களுக்கு

அவர்களது தொலைநோக்குப் பார்வையையும், அப்பெண்கள் சந்தித்து வெற்றிகண்ட தடங்கல்களைப்பற்றியும் தெரிவிக்கின்றன. இந்தப் பெண்கள் எல்லோரும் தங்கள் சொந்த வாழ்க்கையுடனும், வெளியுலக வாழ்க்கையுடனும் சமரசம் செய்துகொண்டதாலேயே அவர்களால் முன்னேற முடிந்து முன்னுதாரணங்களாகவும் வாழ முடிந்தது என்பதை நாம் நினைவில் கொள்ளவேண்டும்.

பெண்கள் சமுதாயச் சிற்பிகள். தங்கள் குழந்தைகளை வளர்த்து ஆளாக்கும் பொறுப்பை ஏற்றுக்கொள்வதோடு சமுதாய நன்மதிப்பு களை, சமுதாயப் பொறுப்புக்களை ஒரு தலைமுறையிலிருந்து அடுத்த தலைமுறைக்குக் கொண்டு செல்வதோடு நில்லாமல், சமுதாயத்தைச் சீர்குலையாமல் கட்டிக்காக்கவும் செய்கிறார்கள். சில அசாதாரணப் பெண்கள் தங்கள் எல்லைகளைத் தாண்டி பல சாதனைகளைச் செய்திருக்கிறார்கள். இப்போதும் செய்து வருகிறார்கள். எதிர்காலத்திலும் இந்தமாதிரியான முன்னுதாரணப் பெண்களை நாம் சந்திக்கக்கூடும் என்பதில் ஐயம் இல்லை.

பெண்களைப் பற்றிய ஒரு விஷயத்தை நாம் எக்காலத்திலும் நினைவில் நிறுத்தவேண்டும். அதாவது அசாதாரணமான பெண்கள் மட்டுமல்ல; பெயர்களே வெளியில் தெரியாத சாதாரணமான பெண்களும்கூட சாதனையாளர்கள்தான். தங்களது குடும்பத்திற் காகவும், தங்களைச் சுற்றியிருந்தவர்களுக்காகவும் வாழ்ந்தவர்கள். பாடல் பெறாத தலைவிகள் அவர்கள் என்பதை நாம் மறக்கக் கூடாது. அவர்கள் வாழ்ந்த காலத்தில் அவர்கள் சமூகத்திற்காக ஆற்றிய பங்கை நாம் மறக்க முடியாதபடிச் செய்தவர்கள்.

இதனால்தான் அபிகெயில் ஆடம்ஸ் என்ற அமெரிக்காவின் ஆரம்பகாலப் பெண்ணுரிமைவாதி 'பெண்களை நினைவில் வைத்துக்கொள்ளுங்கள்' என்கிறார். இவர் அமெரிக்காவின் இரண்டாவது ஜனாதிபதி ஜான் ஆடம்ஸின் மனைவி. 'அக்கறையும், கவனமும் பெண்களுக்குக் கொடுக்கப்படவில்லை என்றால் நாங்கள் புரட்சிக்காரர்கள் ஆகிவிடுவோம். எங்களுக்கு பிரதிநிதித்துவம் இல்லாத, எங்களை வாயடைக்கச் செய்யும் எந்த நீதிநெறிகளும் எங்களைக் கட்டுப்படுத்தாது. அதனால் அவர்களிடம் பரந்த மனப்பான்மையுடன் நடந்துகொள்ளுங்கள். அவர்களுக்கு நல்லாதரவு கொடுங்கள்' என்கிறார்.

பெண்களை மிகவும் பலவீனமானவர்களாகவே நம் சமுதாயம் பார்க்கிறது. 'பெண்ணைப்போல அழாதே!', 'பெண்ணைப்போல வெட்கப்படாதே!', 'பெண்ணா நீ? இப்படி பயப்படுகிறாயே?'

என்று மனித உணர்வுகளைக்கூட பாலியல் சார்ந்து வகைப் படுத்துகிறது இந்தச் சமுதாயம். அழுவதும் வெட்கப்படுவதும் பயப்படுவதும் இருபாலருக்கும் பொதுவான உணர்வுகள்தான் இல்லையா? இந்தச் சூழ்நிலையில் ஒரு பெண் தன்னை நிலைநிறுத்திக்கொள்வது என்பது கடினமான ஒன்றுதான்.

சாதனைப் பெண்களின் வாழ்க்கை வரலாறுகள் அவர்கள் இந்தச் சமுதாயத்தை எதிர்கொண்ட விதத்தை நமக்குத் தெரிவிக்கின்றன. அவர்களது போராட்டங்களைப் பேசுகின்றன. எத்தனை கடினமான சூழலில் அவர்கள் சாதனை படைத்தார்கள் என்று அறியும்போது நமக்கும் ஓர் உத்வேகம் வருகிறது. நம்மாலும் சாதனை புரிய முடியும் என்ற நம்பிக்கை ஏற்படுத்துகிறது.

வாழ்க்கை வரலாறு அந்த நபரின் புகழ் பாடுபவையாக, அவர்களது வெற்றிகளை மட்டுமே பேசுபவையாக இல்லாமல், அவரது பலவீனங்களையும் காட்டுபவையாக இருக்கவேண்டும். அப்போது தான் நாம் அவர்களை கதாநாயகர்களாக ஏற்றுக்கொள்ளும் அதே சமயம் குற்றங்குறைகளுடன் கூடிய சாதாரண மனிதர்களாகவும் அறியமுடிகிறது. அதனாலேயே அவர்களுடன் நம்மையும் இனம் காண முடிகிறது. சாதாரணமானவர்களாலும், அசாதாரணங்களைச் செய்யமுடியும் என்று புரிகிறது.

ஜோன் ஆஃப் ஆர்க் என்ற பதின்மவயதுச் சிறுமியின் வாழ்க்கை வரலாற்றைக் கூறும் இந்தப் புத்தகத்திலும், அவளது பலம், பலவீனம் இரண்டும் வெளிப்படுகின்றன.

பிரான்ஸ் நாட்டில் நடந்த ஒரு போரை தலைமை தாங்கி நடத்தியவள் இந்த ஜோன் என்னும் ஜோன் ஆஃப் ஆர்க். இதன் மூலம் சாதாரணப் பெண்ணாக இருந்த அவள் அசாதாரணப் பெண்ணாக மாறி அவளது மரணத்திற்குப் பின் கிறிஸ்துவ தேவாலயத்தால் புனிதர் பட்டமும் சூட்டப் பெற்றாள். உலகம் போற்றும் அளவிற்கு உயர்ந்தாள். அவளது வாழ்க்கை வரலாறுதான் இந்தப் புத்தகம்.

'வாழ்க்கை வரலாறு என்பது ஒரு பன்முகக் கண்ணாடி', என்கிறார் அமெரிக்க உளவியலாளர் திருமதி மார்டினா ஹார்னர். 'அது ஒரு தனிப்பட்ட மனிதரின் வாழ்க்கையைப் பெரிதுபடுத்திக் காட்டும் பூதக்கண்ணாடியாக இருப்பதுடன், அவரது வாழ்க்கையை மிக நெருக்கமாக ஆராயவும் செய்கிறது. அதேசமயம் அவர் வாழ்ந்த அந்தக் காலத்திய உலகை பரந்த கோணத்தில் அறிந்துகொள்ள

உதவும் கண்ணாடியாகவும் இருக்கிறது. நாம் தனிப்பட்ட ஒருவரது வாழ்க்கையைப் படிக்க ஆரம்பித்தாலும் முடிவில் அவர் வாழ்ந்த காலகட்டத்தில் இருந்த சமூக, பொருளாதார நிலை பற்றியும் அறிந்து கொள்கிறோம். இதனாலேயே வாழ்க்கை வரலாற்று நூல்கள் குறிப்பாகப் பெண்களின் வாழ்க்கை வரலாற்றைச் சொல்லும் நூல்கள் நமது கவனத்தை வெகுவாகக் கவருகின்றன' என்கிறார் மார்டினா.

அந்தவகையில் 'ஜோன் ஆஃப் ஆர்க்' என்ற இளம்பெண்ணின் வாழ்க்கை வரலாற்றைக் கூறும் இந்தப் புத்தகம் எல்லோரையும் கவரும் என்பது நிச்சயம்.

இந்தப் பெரும் வாய்ப்பைக் கொடுத்த கிழக்குப் பதிப்பகத்தின் ஆசிரியர் திரு மருதன் அவர்களுக்கும் கிழக்குப் பதிப்பகத்தாருக்கும் என் மனமார்ந்த நன்றி.

1. யார் இந்த ஜோன்?

தொம்ரேமி என்ற சிறிய கிராமத்தில் வாழ்ந்து வந்த விவசாயத் தம்பதிகளுக்கு மகளாகப் பிறந்தவள் ஜோன். ஜோனின் தந்தை ஜாக் டார்க் (Jacques Darc) *1375* ஆம் ஆண்டு பாதிரியாரின் ஆளுமைக்கு உட்பட்ட பகுதியான சபெண்ட் (Ceffonds) என்ற இடத்தில் பிறந்தார். அவரது திருமணம் நடந்த சமயத்தில் அவர் தொம்ரேமிக்கு வந்தார். அவரது மனைவி இஸபெல் ரோமி அருகிலிருந்த ஊதொன் என்கிற கிராமத்தைச் சேர்ந்தவர்.

ஜாக் தனது கிராமத்தில் ஒரு கௌரவமான பதவியுடன் சுமாரான செல்வத்துடன் வாழ்ந்து வந்தார். அவர் தனது நாட்டுப்புற வீட்டை *1419* ஆம் ஆண்டு ஓர் உள்ளூர் ஏலத்தில் வாங்கியிருக்கிறார். *1423* ஆம் வருடத்திய ஆவணம் ஒன்று அவர் அந்தக் கிராமத்தின் மேயராக இருந்தார் என்று குறிப்பிடுகிறது. வரிகள் வசூலிப்பது அவரது அலுவல்களில் ஒன்று. அவர் அந்தக் கிராமத்திலிருந்த கௌரவம் மிக்க ஏழு மனிதர்களில் ஒருவராகவும் சட்டம் சம்பந்தப்பட்ட விஷயங்களில் தன்னுடைய கிராமத்தின் பிரதிநிதியாகவும் இருந்திருக்கிறார்.

ஜோனின் அம்மா ரோம் நகருக்கு புனித யாத்திரை சென்று நிறைவு செய்தவர் என்பதைக் குறிக்கும் வகையில் ரோமி என்று அழைக்கப் பட்டார். அவர் மூலம் ஜோனிற்கும் இந்தப் பெயர் வந்தது. இஸபெல்லுக்கும் அவரது கணவர் ஜாக்குக்கும் உன்னதக் குடிமக்கள் என்ற பட்டம் *1429* ஆம் ஆண்டு கிடைத்தது.

இவர்களது மகள் ஜோன் பல பெயர்களில் அறியப்படுகிறாள். அவளது ராணுவ சேவையின்போது அவள் பணிப்பெண் ஜோன்

என்று அறியப்பட்டாள். 'லோரைனின் பணிப்பெண்' என்றும், சிலசமயங்களில் 'கன்னிப்பெண்' என்றும் குறிப்பிடப்பட்டாள். இந்த 'கன்னிப்பெண்' என்னும் புனைப்பெயர் அவளது தூய்மைக்குச் சான்றாக வழங்கப்படுகிறது. 'கடவுளை சந்தோஷப் படுத்த எத்தனை நாட்கள் முடியுமோ அத்தனை நாட்கள் நான் எனது கற்பு நெறியைக் காப்பேன்' என்று ஜோன் தனது 13 வயதில் சபதம் செய்தாள். இந்த இடத்தில் மெய்ட் என்ற வார்த்தைக்கு நாம் கன்னிப்பெண் என்று அர்த்தம்கொள்ளலாம்.

லோரைன் என்பது அவளது கிராமம் அமைந்திருந்த பிரெஞ்சு நாட்டுப் பகுதி. பெரும்பாலும் விவசாயக் குடும்பங்களைக் கொண்ட தொம்ரேமி கிராமம், மியூஸ் நதியின் கரையில் வட பிரான்சில் அமைந்திருந்தது. பிரான்ஸ் நாட்டின் பண்டைய புராணங்களில், அந்த நாட்டை பின்னொரு நாளில் காப்பாற்றப் போகும் கன்னிப்பெண் பிறக்கப் போகும் ஊர் லோரைன் என்று குறிப்பிட்டிருப்பதாகச் சொல்லப்படுகிறது.

ஆர்க் என்பது அவளது பிறந்த ஊர் அல்ல. அவளது குடும்பப் பெயரான டார்க் என்பதன் ஆங்கில ஆக்கமே ஆர்க் என்பது. அந்தப் பெயரை அவள் பயன்படுத்தியதே இல்லை. பதிலாக தன்னை அவள் 'ஜோன் என்னும் பணிப்பெண்' என்று அழைத்துக் கொள்வதையே விரும்பினாள். அவளது இறுதி விசாரணையில் அவளது குடும்பப்பெயர் கேட்கப்பட்டபோது, அப்படி ஒரு பெயர் தனக்குத் தெரியாது என்றாள். பிற்பாடு தனது குடும்பப்பெயர் டார்க் என்றும் ரோமி என்றும் கூறினாள். அவள் வாழ்ந்த இடத்தில் இளம்பெண்கள் தங்களது அம்மாவின் குடும்பப்பெயரை வைத்துக் கொள்வது வழக்கம். அதனால் ரோமி என்று சொன்னாள் என்று கொள்ளலாம்.

ஜோனுக்கு மூன்று சகோதரர்கள் - ஜாக், ஜோன் மற்றும் பியர். ஒரு தங்கை காதரீன். பியர் ஜோனைத் தொடர்ந்து பிரான்ஸ் வந்தார். ஜோன் தனது விசாரணையின்போது பிரெஞ்சு நகரங்களைக் குறிப்பிடும்போது அவற்றின் பெயர்களை தனித்தனியே சொல்லாமல் பிரான்ஸ் என்றே குறிப்பிட்டாள். பியர், ஜோனுடன் சேர்ந்து ஆர்லியனில் போர் புரிந்தார். ஒரே வீட்டில் அவளுடன் வாழ்ந்து வந்தார். பின்னாளில் அவர் ரீம்ஸ் நகருக்கு அவளுடன் துணையாகப் போனார். அவருக்கும் குடும்பத்தின் மற்ற உறுப்பினர் களுக்கும் 'உன்னத குடிமக்கள்' என்ற விருது 1429 இல் கொடுக்கப் பட்டது. அவரும் ஜோனுடன் காம்பியனில் (Compiegne) சிறை பிடிக்கப்பட்டார்.

தொம்ரேமி என்ற சிறிய கிராமத்தில் பிறந்த ஜோன் எந்த வழக்கில் மாட்டிக்கொண்டாள்? ஏன் சிறை பிடிக்கப்பட்டாள் என்றெல்லாம் கேள்விகள் எழுகின்றன அல்லவா? விடைகளைத் தெரிந்து கொள்வதற்கு முன் ஜோன் பிறந்தபோது பிரான்ஸ் நாட்டின் நிலையை அறிய நாம் ஆங்கில, பிரான்ஸ் நாடுகளுக்கிடையே நடந்த நூறு வருடப் போர் பற்றி முதலில் தெரிந்துகொள்ள வேண்டும். நூறு வருடங்கள் போர் நடந்ததா என்றால் இல்லை என்றே சொல்லவேண்டும். விட்டுவிட்டு நடந்துவந்த இந்தப் போர்கள் நூறு ஆண்டுகளுக்கு அழிவை ஏற்படுத்திக்கொண்டிருந்தன. அதனாலேயே இந்தப் போர்களை நூறு வருடப் போர் என்று சொல்கிறார்கள்!

1066 ஆம் வருடம் பிரான்ஸ் நாட்டின் வெற்றித் திருமகன் என்று அழைக்கப்பட்ட நார்மண்டி டியூக் வில்லியம் இங்கிலாந்தை ஆக்கிரமித்து அதன் அரியணையை வெற்றிகொண்டார். அப்போது ஆரம்பித்ததுதான் ஆங்கில - பிரான்ஸ் நாடுகளுக்கிடையேயான நிலப்பிரபுத்துவ போர்கள்.

சின்னச் சின்னதாக இந்தப் போர்கள் வேறு வேறு இடங்களில் நடைபெற்று வந்தன என்றாலும் 1337 ஆம் வருடம் ஆரம்பிக்கப் பட்ட போர் பழைய விரோதங்களை மறுபடி தூண்டியது. 1396 ஆம் வருடம் ஏற்பட்ட அமைதி ஒப்பந்தம் நடுவில் இந்தப் போர்களை நிறுத்தி வைத்திருந்தது. ஆனாலும் போர்கள் அவ்வப்போது நடந்து கொண்டே இருந்தன. 1337 ஆம் வருடத்திலிருந்து 1453ஆம் ஆண்டு வரை நடந்த போர் நூறு ஆண்டுப் போர் என்று அழைக்கப்பட்டது. முக்கியமான பெரும் போர் பேரழிவை ஏற்படுத்தவில்லை எனினும், அதன் பின்விளைவுகள் எதற்கும் உதவாத, நாட்டை பலவீனமாக்கும் அழிவுகளை நூறு ஆண்டுகள் ஏற்படுத்திக் கொண்டிருந்தன. ஒரு பெரும் தீ என்று சொல்வதைவிட சிறு சிறு தீ ஆங்காங்கே மூட்டப்பட்டு அணைக்கப்படாமலேயே தொடர்ந்து புகைந்துகொண்டே இருந்தது. இதன் விளைவாக மற்ற இடங்களில் இந்தத் தீ பரவவும் செய்தது. காற்றில் விஷப்புகை பரவிய வண்ணம் இருந்தது. இதனால் வளமான வாழ்விடங்கள் அழிந்த வண்ணம் இருந்தன.

1411 ஆம் வருடம் ஜோனின் நாட்டில் ஓர் உள்நாட்டுப்போர் மூண்டது. பிரான்ஸ் நாட்டு மேட்டுக் குடிமக்கள் பர்கண்டியர்கள், ஆர்மன்யாக்காரர்கள் என்று இரண்டு பிரிவாகப் பிரிந்தனர். இரண்டு குழுக்களும் தங்களுக்கு உதவி செய்ய பல்வேறு ஆங்கில

பிரபுக்களை நாடினர். ஆனால் ஆங்கில அரசர் 5 ஆம் ஹென்றி நார்மண்டியில் புகுந்தபோது பிரான்ஸ் நாட்டைக் காப்பாற்ற இவர்கள் இருவரும் சேர்ந்துகொள்ள, ஆங்கில, பிரான்ஸ் நாடுகளுக்கிடையே போர் மூண்டது. உள்நாட்டுப் போர்களால் ஏற்பட்ட சேதம் ஒருபுறம்; நாடு முழுவதும் பெரும் கொள்ளை நோய் பரவி அதனால் ஏற்பட்ட சேதங்கள் இன்னொருபுறம் என்று பிரான்ஸ் நாடு தத்தளித்துக் கொண்டிருந்த சமயம் அது. 'கருமை மரணம்' என்று சிலசமயம் அழைக்கப்படும் இந்த நோய் பிரான்ஸ் நாட்டின் பாதி மக்கள் தொகையை அழித்துவிட்டிருந்தது. இந்த நிலையில்தான் ஆங்கில பிரான்ஸ் நாடுகளுக்கிடையே போர் தொடங்கியது.

போர்களும், கொள்ளை நோயும் பிரான்ஸ் நாட்டை தாக்கிக் கொண்டிருந்தபோதும் தொம்ரேமியில் ஜோனின் குழந்தைப் பருவம் மகிழ்ச்சிகரமாகவே இருந்தது. சிறுமி ஜோன் தனது தோழர்களுடன் விளையாடிக்கொண்டும், வீட்டில் பெற்றோர் களுடனும், உடன்பிறந்தவர்களுடனும் வேலை செய்துகொண்டும் இருந்தாள். அவளது வீடு இன்றைய நிலையில் நோக்கினால் சுமாரானது என்றே சொல்லலாம். 600 ஆண்டுகள் ஒரு வீடு தாக்குப் பிடிக்குமா என்று தோன்றினாலும், தொம்ரேமியில் இரு தளங்களுடன், சரிந்த கூரையுடன் இன்றளவும் உள்ள கல்வீட்டில்தான் ஜோன் பிறந்தாள் என்று பல சரித்திரப் புத்தகங்கள் காட்டுகின்றன. வீட்டைச் சுற்றிலும் தோட்டம், தோட்டத்துடன் இணைந்த கால்நடைத் தொழுவம் என்று அமைந்திருந்த வீடு அது. அந்த வீட்டின் தரை களிமண்ணால் ஆனது. மாலைவேளைகளில் கணப்பு அடுப்பின் அருகே உட்கார்ந்து ஜோன் பொழுதைக் கழித்திருக்கலாம்.

கிராமத்திலிருக்கும் மற்ற இளம் பெண்களைப் போல ஆட்டு ரோமத்தை நூலாகத் திரிக்கவும், வீட்டு வேலைகள் செய்யவும். பழகியிருந்தாள் ஜோன். தனது தாயாரிடமிருந்து கத்தோலிக்க இறைப் பாடல்களைப் பாடப் பழகியிருந்தாள். ஆல்பர்ட் பிக்லோ பெயின் எழுதிய 'தி கேர்ல் இன் த ஒயிட் ஆர்மர்: தி ட்ரூ ஸ்டோரி ஆஃப் ஜோன் ஆஃப் ஆர்க்' என்ற புத்தகத்தில் ஜோனின் குழந்தைப்பருவ தோழி மாங்கே, 'ஜோன் நல்லவள்; எளிமை யானவள்; இனிமையானவள்' என்று அவளைப் பற்றிச் சொல்வதாக ஆசிரியர் எழுதியிருக்கிறார்.

பெயின் தனது புத்தகத்தில் அவளை மிகவும் இரக்கமுள்ளவள் என்கிறார். ஏழைகளிடம் மிகவும் பரிவுடன் நடந்து கொண்டாள்.

தன் வீட்டிற்கு வருபவர்களுக்குத் தனது படுக்கையைக் கொடுத்து விட்டு கணப்பு அடுப்பின் அருகே படுத்துக்கொள்வாள் ஜோன். குழந்தையாக இருக்கும்போதிலிருந்தே தனது தந்தையிடமிருந்து தனக்குக் கிடைக்கும் பணத்தை ஏழைகளுக்குத் தானமாகக் கொடுப்பாள்.

சிறுவயதிலிருந்தே ஜோன் தன் தாயைப்போலவே கத்தோலிக்க நம்பிக்கைகளை மிகவும் விசுவாசத்துடன் கடைப்பிடித்து வந்தாள். அடிக்கடி தேவாலயத்திற்குச் செல்வாள். இதற்காக பிறரது கிண்டலுக்கும் ஆளானாள். பழிபாவங்களை ஒப்புக்கொள்ளும் புனிதச் சடங்கிற்கும் தவறாமல் சென்றுவருவாள். அந்த நாட்களில் பெரும்பாலானவர்களுக்கு அவர்களுக்கென்றே பிரத்யேகமாக ஒரு 'வாக்குமூலம் பெறுபவர்' இருந்தார்.

ஜோனின் வாக்குமூலம் பெறுபவரின் பெயர் கியல் ப்ரன்ட் ஜோனுடைய உயர்ந்த பக்தியைப் பார்த்து வியந்துபோய், 'ஜோன் போல இந்தக் கிராமத்தில் யாருமே இல்லை. அவளை விடச் சிறந்த கத்தோலிக்கர் எனது வட்டாரத்தில் இல்லை' என்று சொல்வாராம். பிரான்சிஸ் ஜியைஸ் தனது 'ஜோன் ஆஃப் ஆர்க்: தி லெஜென்ட் அண்ட் தி ரியாலிட்டி' என்ற புத்தகத்தில் இவற்றைக் குறிப்பிடுகிறார்.

தொம்ரேமி போன்ற ஒரு சிறிய கிராமத்தில் பிறந்த பெண் எப்படி இரு நாடுகளுக்கிடையே நடந்த போரில் பங்கு பெற்றாள்? மேலும் பார்ப்போம்.

2. அஜின்கூர் யுத்தம்

ஆங்கிலேயர்களுக்கும், பிரெஞ்சுக்காரர்களுக்கும் நடந்த நூறு ஆண்டுப் போரினிடையே '25 அக்டோபர் 1415' அன்று நடந்த 'அஜின்கூர் யுத்தம்' மிகவும் முக்கியத்துவம் வாய்ந்தது. ஆங்கிலேயர்கள் இந்தப் போரில் பெற்ற மகத்தான வெற்றி பலப்பல வருடங்கள் பேசப்பட்டன. பல நூற்றாண்டுகள் கழிந்தும்கூட என்று சொல்லவேண்டும். அந்த அஜின்கூர் யுத்தம் பற்றி விரிவாகப் பார்க்கும் முன்பாக, அப்போர் குறித்த சில சுவாரஸ்யமான தகவல்களைப் பார்க்கலாம்:

- **ஐந்தாம் ஹென்றி இந்த யுத்தத்திற்காக தனது மணிமுடி, நகைகளை அடமானம் வைத்தான்!**

1415 ஆம் ஆண்டு ஐந்தாம் ஹென்றி தனது 11,000 படைவீரர்களுடன் சௌதாம்டன் நகரிலிருந்து பிரான்ஸில் இருக்கும் நார்மண்டிக்குப் புறப்பட்டான். அவனது குறிக்கோள் பிரான்ஸ் நாட்டில் தான் இழந்த உரிமையை மீண்டும் நிலைநாட்ட வேண்டும். நீண்ட காலமாக ஆங்கில அரசர்கள் கோரி வரும் பிரான்ஸ் நாட்டின் அரியணையை சொந்தமாக்கிக்கொள்ள வேண்டும்.

இந்தப் படையெடுப்புக்கு காலாட்படையுடன் கூட கப்பற்படையும், மற்றும் நிறைய பொருள்களும் தேவைப்பட்டன. அதற்காக அவன் தனது நாட்டின் நாடாளுமன்றத்தைக் கூட்டி நிறைய புதிய வரிகள் விதிக்குமாறு கட்டாயப்படுத்தி ஒப்புக்கொள்ள வைத்தான். பெரிய செல்வந்தர்களிடமும், பெரிய பெரிய நகரங்களிடமும் பெருந்தொகையைக் கடன்களாக

வாங்கினான். லண்டன் மாநகரம் மட்டும் அவனுக்கு ஐந்து மில்லியன் டாலர்கள் கடன் கொடுத்தது. அப்படி வாங்கிய பணத்தை நிச்சயம் திருப்பித் தந்துவிடுவேன் என்று அவர்களிடம் உறுதி மொழி கொடுத்ததுடன் நில்லாது தன்னை ஆதரிப்பவர் களுக்கு அரச கருவூலத்திலிருந்து நகைகளைக் கொடுத்தான். 'புசன் டி ஆர்' எனப்படும் தங்கக் கழுத்தணியையும், சிவப்புக் கற்கள் மற்றும் வைரக் கற்கள் பதித்த இரண்டாம் ரிச்சர்ட் அரசனுக்குச் சொந்தமான கிரீடம் போன்றவற்றையும் கொடுத்தான்.

- **மன்னர் ஹென்றி தனது படைவீரர்களை யுத்தத்திற்கு முதல் நாள் மௌனம் காக்கச் சொன்னான்!**

அஜின்கூர் யுத்தமானது நோயால் பாதிக்கப்பட்டிருந்த, மனத்தளவில் சோர்ந்திருந்த 6000 - 9000 வரை இருந்த ஆங்கிலப்படை வீரர்களுக்கும் 12,000 முதல் 36,000வரை இருந்த மிகப்பெரிய பிரான்ஸ் படை வீரர்களுக்கும் இடையில் நடந்தது. அந்த மிகப்பெரிய பிரான்ஸ் நாட்டுப் படை தங்கள் மீது பதுங்கிப் பாயும் என்று பயத்தில் ஐந்தாம் ஹென்றி தனது வீரர்களிடையே ஓர் ஒழுங்குமுறையை எதிர்பார்த்து யுத்தத்திற்கு முதல் நாள் அதாவது அக்டோபர் 24 ஆம் தேதி இரவு கடுமையான மௌனத்தை மேற்கொள்ளவேண்டும் என்று வற்புறுத்தினான். இந்த ஆணையை மீறும் படைத்தலைவர்கள் எவராயினும் அவர்களது குதிரைகளும், சேணங்களும் பறிக்கப்படும் என்றும், அடிமட்ட வீரர்களின் வலது காது துண்டிக்கப்படும் என்ற கடுமையான எச்சரிக்கையையும் விடுத்தான்.

- **ஆங்கிலப்படையில் பெரும்பாலும் வில்லாளிகள் மிகுந்திருந்தனர். அவர்களால் இந்த யுத்தம் வெற்றிப் பெற்றது.**

ஏறக்குறைய 8,000 வீரர்கள் இருந்த ஆங்கிலப்படையில் ஆயிரம் அல்லது இரண்டாயிரம் பேர்கள் மட்டுமே ஆயுதம் தரித்த காலாட்படைகள் மற்றும் கனத்த கவசம் தரித்த மாவீரர்கள். மீதம் இருந்தவர்கள் ஆங்கில மற்றும் வேல்ஸ் நாட்டைச் சேர்ந்த சுமார் 6 அடி 6 அங்குல நீண்ட வில்லை கையிலேந்திய வில்லாளிகள். வில் மட்டுமில்லாமல் அதில் வைத்து நாண் ஏற்றப்பட்ட அம்புகளும் குறி தவறாமல் சென்று எதிரிகளின் கவசத்தை துளைக்கக் கூடியவையாக இருந்தன.

எதிரிகளை வீழ்த்த தனது படையின் முன்பக்கத்தில் மரத்தினால் செய்யப்பட கூர்மையான கழிகளை நட்டு அவற்றின் பின்னால்

இவர்களை நிற்கச் செய்தான் ஹென்றி அரசன். பிரெஞ்சுக் காலாட்படைகள் வந்து தாக்கியபோது இந்த வில்லாளிகள் சரமாரியாக அம்புமாரிப் பொழிய ஆரம்பித்தனர். இவர்கள் விட்ட அம்புகள் சூரியனை மறைத்து போர்க்களத்தை இருளில் மூழ்க அடித்தன. அலைஅலையாக வந்த பிரெஞ்சுக் குதிரைப் படைகள் மரக்கழிகளின் மேல் தடுக்கி விழ பின்னால் வந்தவர்கள் முன்னால் விழுந்தவர்களின் மேல் விழ ஒரே களேபரம்! போதாக்குறைக்கு ஆங்கில வில்லாளிகள் விட்ட அம்புகள் சர்சர்ரென்று பிரெஞ்சுப் படையினரின் மார்புக் கவசத்தை ஊடுருவி அவர்களது உடலுக்குள் பாய்ந்தன. இப்படியாக 6000 முதல் 10,000 பிரெஞ்சுப் படை வீரர்கள் படுகொலை செய்யப்பட்டனர். ஆங்கிலேயர்களின் தரப்பில் சில நூறுபேர்களே கொல்லப்பட்டனர்.

- **தங்களின் எதிரியான ஹென்றி அரசனை பிரெஞ்சு மாவீரர்கள் சிலர் கொல்ல வேண்டும் என்று திட்டமிட்டிருந்தனர்.**

பர்கண்டியன் வரலாற்று அறிஞர்கள் சிலரின் கூற்றுப்படி பிரெஞ்சு மாவீரர்கள் 18 பேர்கள் சேர்ந்து போர்க்களத்தில் ஹென்றி அரசனைக் கொன்று, அவனது கிரீடத்தை அவன் தலையிலிருந்து தட்டி விடத் திட்டமிட்டனர். இந்தக் கூட்டணியில் ஒரேயொருவரைத் தவிர மற்ற மாவீரர்கள் போரில் கொல்லப்பட்டனர். மீதமிருந்த அந்த ஒருவர் ஹென்றி அரசனை நெருங்கி அவனது தலையை தனது கோடாரியால் அடித்தார். அரசன் தலைக்கவசம் அணிந்திருந்த படியால் அவனது கிரீடத்தின் ஒரு பகுதி உடைந்து விழுந்தது. இந்த ஒருமுறை மட்டுமல்ல, இன்னொருமுறையும் அவன் சாவிலிருந்து தப்பித்தான். அவனது தம்பி ஹம்ப்ரி யுத்தக் களத்தில் அடிவயிற்றில் அடிபட்டு கீழே விழுந்தான். தனது தம்பியைப் பத்திரமான ஓரிடத்திற்குக் கொண்டு செல்லும்வரை ஹென்றி அவனைக் காவல் காத்தான். அப்போது அவனைக் கொல்ல வந்த அத்தனை பிரெஞ்சு வீரர்களையும் அவன் ஒருவனாகவே சுற்றிச் சுற்றி வந்து விரட்டி அடித்தான்.

- **தங்களிடம் சிக்கி கைதிகளான பிரெஞ்சு வீரர்களை ஆங்கிலேயர்கள் படுகொலை செய்தனர்.**

பிரெஞ்சுப் படைகளின் படுதோல்விக்குப் பின், பிரெஞ்சுக்காரர்கள் இரண்டாவது முறையாக ஆங்கிலேயர்களுடன் மோதத் தயாராகி வருகிறார்கள் என்று ஒரு வதந்தி கிளம்பியது. அது நடக்கவில்லை என்றாலும், ஹென்றி அரசனுக்கு இது ஒரு பெரும் கவலையாக மாறியது. யுத்த தர்மத்தை மீறி தங்களிடம் கைதியாகப்

பிடிபட்டிருக்கும் வீரர்களைக் கொன்றுவிடச் சொன்னான். சில சிற்றரசர்களையும், மரியாதைக்குரிய சிலரையும் விட்டுவிட்டு மற்றவர்கள் படுகொலை செய்யப்பட்டனர். இப்படி இறந்தவர்களின் எண்ணிக்கை இரண்டாயிரத்திற்கு மேல் இருக்கும். ஒரு சிறையில் 12 பேர் அடைக்கப்பட்டிருந்த அறையை அப்படியே தீக்கிரை யாக்கினர். அந்தக் காலத்தில் இது பெரியதாகப் பேசப்படவில்லை. பிரெஞ்சு வரலாற்றாசிரியர்களும் இதனை ஹென்றி அரசன் செய்த குற்றமாக எழுதவில்லை; என்றாலும் இடைக்காலப் போர் வரலாற்றில் போர்க்குற்றம் என்ற பெயரில் நடைபெற்ற வன்முறை களுக்கு இவை முன் உதாரணங்கள் என்று சொல்லலாம்.

- **ஆங்கிலேயர்கள் இந்த அஜின்கூர் யுத்தத்தில் வெற்றி பெற்றிருந்தாலும், நூறு வருடப் போரில் தோல்வி அடைந்தனர் என்றே சரித்திரம் பேசுகிறது.**

ஆங்கிலேயர்களுக்கும், பிரெஞ்சுக்காரர்களுக்கும் இடையே நடந்த நூறு வருடப் போரில் இந்த அஜின்கூர் யுத்தம் மிகவும் முக்கியமானது. ஆங்கிலேயர்களுக்குக் கிடைத்த மகத்தான வெற்றி இது. இந்த யுத்தம் முடிந்தபிறகு பிரிட்டன் சென்ற ஆங்கிலேயர்கள் 1417 ஆம் ஆண்டு வரை பிரான்ஸ் நாட்டிற்குள் வரவில்லை. 1417 ஆம் ஆண்டு பிரான்ஸ் நாட்டிற்கு வந்த ஹென்றி அரசன் தன்னை பிரான்ஸின் 6ஆம் சார்லஸ் அரசரின் வாரிசாக அறிவித்து அவருடன் கூட ஓர் ஒப்பந்தமும் செய்து கொண்டான். ஆயினும் முடிசூட்டிக் கொள்வதற்கு முன் இறந்து போனான். இதற்குப் பிறகு வந்த பல பத்தாண்டுகளில் பிரெஞ்சுக்காரர்கள் 7ஆம் சார்லஸ் மன்னன் தலைமையிலும், ஜோன் ஆஃப் ஆர்க் என்ற பதின்ம வயதுப் பெண்ணின் தலைமையிலும் ஆங்கிலேயர்களின் வசம் இருந்த பிரெஞ்சுப் பகுதிகளான பாரிஸ், நார்மண்டி முதலான முக்கியப் பகுதிகளை மீட்டனர். கடைசியாக 1453 ஆம் ஆண்டு காஸ்டிலான் போரில் தோற்கடிக்கப்பட்ட சமயத்தில் ஆங்கிலேயர்கள், தங்கள் வசம் இருந்த பெரும்பாலான பிரெஞ்சுப் பகுதிகளையும் இழந்திருந்தனர். நூறு ஆண்டுப் போர் 1453 ஆம் ஆண்டு முடிவுக்கு வந்தது.

- **பிற்காலத்தில் ஷேக்ஸ்பியர் இந்த அஜின்கூர் யுத்தத்தை தனது 'ஹென்றி தி ஃபிஃப்த்' என்ற நாடகம் மூலம் பிரபலமாக்கினார்.**

அஜின்கூர் யுத்தத்தின் வெற்றி ஆங்கிலேயர்களுக்கு நூறு வருடப் போரில் வெற்றியைப் பெற்றுத் தரவில்லை எனினும் ஆங்கில நாட்டிற்கு அழியாத பெருமையைக் கொண்டு வந்தது. தேசப்பற்று

மிக்க கவிதைகளிலும், பாடல்களிலும் இந்த வெற்றி கொண்டாடப் பெற்றது. இந்த அஜின்கூர் யுத்தத்தில் ஆங்கில அரசன் பெற்ற வெற்றியினால் கவரப்பட்ட ஷேக்ஸ்பியர் பிற்காலத்தில் அஜின்கூர் யுத்தகளத்தை கதைக்களமாகக் கொண்டு 'ஹென்றி த ஃபிப்த்' என்ற பெயரில் ஒரு நாடகம் எழுதும் அளவிற்கு இந்த யுத்தம் அதிகம் பேசப்பட்டு வந்தது. யுத்தத்தில் வெற்றி கண்ட ஐந்தாம் ஹென்றி அரசனையும் அவனது வீரர்களை 'ஹென்றியும் அவனது வீரச் சகோதரர்களும்' என்று தனது நாடகத்தில் குறிப்பிடுகிறார் அவர்.

ஷேக்ஸ்பியர் எழுதிய உணர்ச்சிமிகு வசனங்களினால் ஐந்தாம் ஹென்றியும், அஜின்கூர் யுத்தமும் சாகாவரம் பெற்றனர். யுத்தத்தன்று ஐந்தாம் ஹென்றியின் புனித க்ரிஸ்பின் நினைவு நாள் பேச்சும், அதில் அவன் தனது வீரர்களைக் குறிப்பிட்ட 'we happy few, we band of brothers' என்ற சொற்களும் மிகவும் பிரபலமடைந்தன. முதலாம் உலகப்போரின் இருண்ட நாட்களின்போது மக்களை பொங்கியெழச் செய்ய போர் முழக்கமாக இந்த வசனங்கள் பயன்படுத்தப்பட்டன. இரண்டாம் உலகப்போரின் போது வின்ஸ்டன் சர்ச்சில் இந்த நாடகத்தைத் திரைப்படமாக எடுக்குமாறு லாரென்ஸ் ஒலிவியரைக் கேட்டுக்கொண்டார்.

அஜின்கூர் யுத்தம் எப்படி நிகழ்ந்தது என்று அறிவதற்கு முன் பிரான்ஸ் நாட்டு நிலைமையைச் சற்று பார்ப்போம்:

1415 ஆண்டு கோடையில் இங்கிலாந்தின் 5ஆம் ஹென்றி ஆங்கிலக் கால்வாயைத் தாண்டி, உடைந்திருந்த பிரான்ஸ் சாம்ராஜ்யத்தினுள் ஊடுருவி அது தன்னுடையது என்று அறிவிக்க ஒரு நல்ல தருணத்தைத் தேர்ந்தெடுத்தான். பிரான்ஸ் தேசத்து இளவரசர்களின் எதிர்ப்பை அவன் ரொம்பவும் குறைத்து மதிப்பிட்டிருந்தான். அவனது இந்தச் செயலுக்கும் ஒரு காரணம் இருந்தது. இரண்டாகப் பிரிந்த பிரான்ஸ் நாட்டு பர்கண்டியர்களும், ஆர்மன்யாக்காரர்களும் ஒருவரையொருவர் அடக்க அவ்வப்போது ஆங்கில அரசின் உதவியை நாடினர். ஆங்கில ராணுவம் கடலுக்கு அந்தப் பக்கம் இருக்கும்வரை, அவர்களால் தங்களுக்கு எந்தவித ஆபத்தும் இல்லாதவரை இப்படிச் செய்தவர்கள், ஆங்கில அரசன் ஐந்தாம் ஹென்றி தங்கள் நாட்டில் நுழைந்தவுடன் ஒன்று சேர்ந்து அவனை எதிர்க்கத் தயாரானார்கள்.

அஜின்கூர் யுத்தம் நடப்பதற்கு இரண்டு மாதங்களுக்கு முன் ஆங்கில அரசன் ஐந்தாம் ஹென்றி தனது 11,000 படை வீரர்களுடன் ஆங்கிலக் கால்வாயைக் கடந்து பிரான்ஸ் நாட்டிற்குள் புகுந்தான். ஸீன்

நதியின் முகத்துவாரத்திற்கு தன் படைகளுடன் சென்று நார்மண்டியில் இருக்கும் ஹார்ப்ளேர் துறைமுக நகரை முற்றுகை இட்டான் 28 வயதே ஆன ஹென்றி அரசன் அந்த நகரம் சில நாட்களில் தனக்கு அடிபணிந்து விடும் என்று நினைத்தான். ஆனால் அந்த நகரத்தைப் பிடிக்க 5 வாரங்கள் ஆயிற்று. கொடுமையான அந்த நாட்களில் ஆங்கில வீரர்கள் போரில் கொல்லப்பட்டனர். மேலும் பலர் ரத்த பேதிக்கு ஆளாகி இறந்தனர். நோயால் வாடும் வீரர்களும், இறந்து கொண்டிருக்கும் வீரர்களும் தாய்நாடு திரும்ப கப்பல்களுக்காக அங்கு காத்துக் கொண்டிருந்தனர்.

ஹார்ப்ளேரிலிருந்த மீதமிருந்த படைகளுடன் காலே நகருக்குச் சென்று விடலாம் என்று நினைத்துக் கொண்டு தன் படைகளை நடத்திக் கொண்டு புறப்பட்டான் ஹென்றி. அந்த 200 மைல்கள் தூரத்தை 16 நாட்களில் கடந்து விடலாம் என்று கிளம்பிய போதுதான் அஜின்கூர் கிராமத்தில் 20,000 பேர் அடங்கிய பிரெஞ்சுப் படைகளால் வழி மறிக்கப்பட்டான். ஏற்கெனவே நடந்த போரினால் சோர்வுற்றிருந்த ஆங்கில வீரர்கள் தங்களைவிட அதிக எண்ணிக்கையில் இருக்கும் பிரான்ஸ் நாட்டுப் படைகளைக் கண்டு அஞ்சினர். ஒருவழியாக யுத்தம் தொடங்கியபோது ஆங்கில வீரர்கள் மிகவும் சோர்ந்து போயிருந்தனர். ரத்தபேதி காரணமாக பலர் பட்டினியாக இருந்தனர். மொத்தத்தில் மிகவும் மோசமான நிலையில் தான் பிரான்ஸ் படைகளை எதிர்கொண்டனர்.

யுத்தகளமானது இரண்டு காடுகளுக்கு நடுவே 1000 சதுர அடியில் அமைந்திருந்தது. இது ஹென்றியின் படைகளுக்கு சாதகமாக அமைந்தது. அதிக தூரம் எதிரிகளைத் துரத்திக்கொண்டு ஓடவேண்டாம் என்று நினைத்த ஹென்றி அதற்குத் தகுந்தாற்போல் தனது படைகளின் வியூகத்தை அமைத்தான். கூர்மையான மரக்கழிகளை படைவீரர்களின் முன் நடச்செய்தான். அதற்குப் பின்னால் தனது வில்லாளிகளை நிறுத்தினான். அக்டோபர் மாதம் 25 ஆம் தேதி காலை 11மணிக்கு யுத்தம் ஆரம்பமானது. கனமான ஆயுதங்களைத் தாங்கிய பிரெஞ்சுப் படை ஆங்கிலேயர்களை நோக்கி மெல்ல மெல்ல முன்னேறியது.

பிரான்ஸ் வீரர்களும் ஹார்ப்ளேர் யுத்தத்தினால் களைத்திருந்ததுடன் தங்களது துறைமுக நகர் பறிபோன அதிர்ச்சியில் இருந்தனர். கூடவே அவர்களுக்கு இன்னொரு துரதிர்ஷ்டமும் சேர்ந்து கொண்டது. தங்கள் நாட்டினுள் நுழைந்த எதிரியை அவர்கள் துணிகரமாக எதிர்த்து போரிடத் தயாரான போது அவர்களது அரசன் அவர்களை வழி நடத்திச் செல்ல முன்வரவில்லை.

காரணம் இதுதான்: அறுபது ஆண்டுகளுக்கு முன் பாய்டியர்ஸ் அருகே இன்னொரு போர் நடந்திருந்தது. அப்போது ஆங்கிலேயர் களை எதிர்த்தவர் இப்போதைய அரசனின் தாத்தா. எதிரியை திசை திருப்ப ஒரே மாதிரி உடை அணிந்த 19 பேர் அடங்கிய குழு இருந்தும் அரசனின் தாத்தா ஆங்கிலேயர்களால் சிறை பிடிக்கப்பட்டார். அவரை மீட்க நான்கு வருடங்கள் ஆனது. அந்த இடைவெளியில் நடந்த அரசியல் நெருக்கடியில் அரசு நிலைகுலைந்தது. அதனால் அடுத்த வாரிசான அவரது மகன் பிரான்ஸ் ராணுவத்தை தலைமை தாங்கிச் செல்ல மறுத்து, ஒரு பாதுகாப்பான தூரத்தில் நின்று கொண்டு ராணுவ நடவடிக்கைகளை இயக்கினான்.

அதைப்போல தூரத்தில் நின்றுகொண்டு ராணுவத்தை இயக்கும் வாய்ப்புகூட இப்போதைய அரசர் ஆறாம் சார்லஸ்க்கு இல்லாமல் போயிற்று. அதற்கும் ஒரு காரணம் இருந்தது: 1392 ஆம் ஆண்டு ஆகஸ்ட் மாதம் ஒருநாள் கொளுத்தும் வெயிலில் குதிரை மேல் தனது படைகளுடன் சென்று கொண்டிருந்தார் அரசர். அப்போது நடந்த ஒரு வன்முறைச் சம்பவத்தால் அவரது புத்தி பேதலித்தது. அவரது கண்ணெதிரே அவரது 5 பணியாளர்கள் கொல்லப்பட்டனர். இந்தப் படுகொலைகளைக் கண்ட அவர் கண்கள் சொருகி கீழே விழுந்தார். அவரது உடைவாள் உடைந்தது. அவரது உடல் இந்தத் தாக்குதலிலிருந்து மீண்டாலும் மனம் தெளியவில்லை.

வருடங்கள் ஆக ஆக அவர் அமைதியாகவும், தெளிவான பகுத்தறிவுடனும் செயல்பட்டார். ஆனாலும் முன் அறிகுறிகள் எதுவுமில்லாமல் அவரது சித்தம் பிரமை பிடித்து தடுமாறியது. அந்தச் சமயங்களில் அவர் தனது மனைவி மக்களை அந்நியர்கள் என்று நினைத்தார். தான் அரசர் அல்ல என்றும் தனது பெயர் சார்லஸ் இல்லை என்றும் தான் கண்ணாடியால் செய்யப்பட ஒரு பொருள்; எந்த நிமிடத்திலும் சுக்குநூறாக உடைந்து விடுவோம் என்றும் நினைத்தார். தனது வழுக்கையை மறைக்க தனது கூந்தலை முன்பக்கமாக வாரியிருந்த இந்த அரசனின் அகலமான விழிகளில் எப்போதும் பதட்டமும் கூச்சமும் குடிகொண்டிருந்தன.

அதனால் அவரால் தன் மக்களை போருக்குத் தலைமை தாங்கி அழைத்துச் செல்லமுடியவில்லை. ஆனாலும் இன்னமும் இந்த மனிதர் பிரான்ஸ் நாட்டின் மிகப் பிடித்தமான அரசராக இருந்தார். அதிர்ஷ்டவசமாக அவருக்காக வீரர்களை போர்க்களத்திற்குத் தலைமை தாங்கி அழைத்துச் செல்ல பல இளவரசர்கள் இருந்தனர் - அவரது மூத்த மகன் 18 வயதான லூயியைத் தவிர.

பருமனான உடலமைப்புடன், மிடுக்கான கண்கவரும் ஆடைகள் தரித்திருக்கும் அவனுக்கு அரசியல் ஞானம் மிக மிகக் குறைவு. எந்தவகையில் பார்த்தாலும் வீரன் அல்லாதவன் இவன். அரசின் எதிர்கால வாரிசு, மிகவும் பொக்கிஷம் போன்றவனாதலால் இவனை இழக்க விரும்பவில்லை அரசு. இவனது மாமா 75 வயதான பெர்ரியின் டியூக் ஆயுதம் ஏந்திப் போரிட முடியாத வயதை எட்டியிருந்தாலும் படையின் ஆலோசகராக இருந்தார். இவனது ஒன்றுவிட்ட சகோதரன் பர்கண்டியின் அரசன் போருக்குத் தலைமை தாங்க முன்வரவில்லை காரணங்கள் மிகவும் வருத்தப்பட வைப்பவை.

மன்னரிடம் இல்லாத போர்த் திறமைகள் 44 வயதான ஜான் பர்கண்டியிடம் அபரிமிதமாக இருந்தன. முன்பு நடந்த போர் ஒன்றில் இவன் ஆற்றிய பங்கு இவனுக்கு 'அஞ்சாத ஜான்' என்ற பெயரை வாங்கித் தந்திருந்தது. துவக்கத்தில் நடந்த போரில் அவனைத் தலைமை தாங்கும்படி அழைத்திருந்தனர். ஆனால் சொந்தக் காரணங்கள் அல்லாத அரசியல் ரீதியான காரணங்கள் அதைக் கடினமாக்கின. இவனது தந்தை வயதான அரசர் 1404 ஆம் ஆண்டு சாகும்வரை பிரான்ஸ் அரசில் ஆதிக்கம் செலுத்தி வந்தார். இவன் அப்போது சிறுவன். ஆதலால் இவனது தந்தையின் சகோதரர் பர்கண்டியின் பிலிப் எல்லா பொறுப்புக்களையும் விருதுகளையும் கைப்பற்றினார்.

பிலிப் அரசர் இறந்தபோது வாரிசு பட்டம் அவரது வலது கையாக இருந்த தனக்குக் கிடைக்குமென்று ஜான் நினைத்தான். ஆனால் அரசரின் பேராசை பிடித்த சகோதரன் ஆர்லியன் அரசர் லூயி அரசு அதிகாரத்தை அவரிடமிருந்து பறிக்கத் தீர்மானித்து ஜானை ஒதுக்கினான்.

மூன்று வருடங்கள் ஆர்லியன் மற்றும் பர்கண்டி சகோதரர் களிடையே இந்தப் பகை புகைந்து கொண்டிருந்தது. ஆர்லியனின் லூயி தனது சின்னமாக பயமுறுத்தும் மர குண்டாந்தடியை வைத்துக் கொண்டான். இதற்கு பதிலாக பர்கண்டியின் ஜான் தனது சின்னமாக தச்சுத் தொழிலாளியின் ஆயுதமான, மரத்தை சீவப் பயன்படும் இழைப்புளியை வைத்துக்கொண்டான். ஆர்லியன் பிரபு வைத்திருக்கும் குண்டாந்தடியை இது சீராகச் சீவிவிடும் என்று மிகுந்த தற்பெருமையுடன் சொல்லிக்கொண்டான்.

நாட்கள் செல்லச்செல்ல இவனது ஆயுதம் எங்கெங்கும் தென்படத் துவங்கியது. ஆடையின்மேல் கைவேலைப்பாடுகளாக

தைக்கப்பட்டது; இவனது கவசத்தின் மேல் செதுக்கப்பட்டது. தங்கம், வெள்ளி இவற்றில் வைரத்துடன் வைத்து இழைக்கப்பட்டு தனது பணியாளர்களுக்கும், ஆதரவாளர்களுக்கும் விநியோகித்தான். ஆர்லியன் அரசின் கட்டுப்பாடுகளை, அவர்கள் விதித்த வரிகளை எதிர்த்தான். உள்நாட்டுப் போர் ஏற்பட்டுவிடும் அபாயகரமான வேளையில் ஓர் அமைதி உடன்படிக்கை ஏற்படுத்தப்பட்டது. இதனால் யாருக்கும் எந்தவித நன்மையும் ஏற்படவில்லை. யாரையும் திருப்திப்படுத்தவும் இல்லை.

இதுவரை தனது எதிரிகளை பயமுறுத்த தனது ஆயுதத்தை உருவகமாக மட்டுமே பயன்படுத்தி வந்த ஜான், 1407 ஆம் ஆண்டு அந்த உருவகப் பயன்பாட்டை மீறி உண்மையாகப் பயன்படுத்தத் தீர்மானித்தான். 23 ஆம் தேதி நவம்பர் மாதம் ஆர்லியனின் லூயி தன்னுடைய ராணியைப் பார்த்துவிட்டு வாயல் டே டெம்பிள் வழியே திரும்பிக்கொண்டிருந்தார். அவரது பணியாட்களால் ஏந்தி வரப்பட்ட விளக்குகள் ஒளியை கொடுத்துக்கொண்டிருந்தாலும் நிழல்கள் அடர்த்தியாக இருந்த அந்த வேளையில் எதிரிகள் இவர்கள் மேல் பாய்ந்து தாக்கத் தொடங்கினார்கள். என்ன நடக்கிறது என்று அவர்கள் உணரும் முன்பே. அடிகள் மழையைப் போல பொழியத் தொடங்கியது. தன்னை அவர் காத்துக்கொள்ள முயலும் முன்னரே அரசரின் இடது கை துண்டிக்கப்பட்டது. சிலநொடிகளில் அவரது மண்டை பிளக்கப்பட்டு மூளை தரையில் சிதறியது. இந்தச் செய்தி அரசவையை எட்டும்போது பர்கண்டியின் அரசனுக்கு இது ஓர் அதிர்ச்சியாக இருக்கவில்லை.

லூயியின் மனைவியும் இளம் மகன்களும் அவரது கொலைக்குப் பழிவாங்கவேண்டும் என்று நிர்பந்தித்தார்கள். பர்கண்டியின் ஜான் கொலைக்கு பொறுப்பேற்றான். அவனது சார்பில் அரசரின் முன்னிலையில் பாரிஸ் பல்கலைக்கழகத்தின் இறையியலாளர் ஜோன் பேட்டி அவன் எழுதிய தற்காப்புக் கடிதத்தைப் படித்தார். நுணுக்கமாகவும் குதர்க்கமாகவும் எழுதப்பட்ட அதிர்ச்சி தரும் இந்தக் கடிதத்தில் ஜான் சொல்லியிருந்தான்: 'இந்தக் கொலை நியாயமானது மட்டுமில்லாமல் மெச்சத்தகுந்ததும்கூட. ஏனெனில் ஆர்லியன் பிரபு கொடுங்கோலன்; துரோகி!' ஆனாலும் பர்கண்டியின் பக்கம் இருந்த ராணுவ பலம் அவனுக்கு பாரிஸ் மக்களின் ஆதரவைப் பெற்றுத் தந்தது. உடைந்து போயிருந்த ராணுவத்தினரின் மன்னிப்பும் அவனுக்குக் கிடைத்தது. 1409 ஆம் ஆண்டின் முடிவில் அரசர் ஆறாம் சார்லஸ், அரசி இஸாபா, பாரிஸில் இருந்த அரசு எல்லாவற்றின் மேலும் தனது அதிகாரத்தைப் பரப்பினான் பர்கண்டியின் ஜான்.

ஆனால் 1410 ஆம் ஆண்டு அவனது அரசுக்கு இன்னொரு எதிர்ப்பு உருவானது. ஆர்லியனின் புது அரசன் 15 வயது சார்லஸ் ஜானின் ஆட்சிக்கு எதிராகப் பேசினான். அவனுக்கு பெர்ரி அரசரின் ராணுவ ஆதரவும், மற்ற பிரபுக்களின் ஆதரவும், தனது மாமனாரான வலிமை மிக்க ஆர்மன்யாக் அரசரின் ஆதரவும் இருந்ததால் பர்கண்டி அரசனுக்கு எதிராக போர்க்கொடி உயர்த்தினான். ஆர்மன்யாக் அரசர் இந்த பர்கண்டி எதிர்ப்புக் கூட்டணிக்குத் தன் பெயரையும் கொடுத்திருந்தார்.

ஒருகாலத்தில் அஞ்சாநெஞ்சன் என்றழைக்கப்பட்ட ஜான் இப்போது பயந்து போயிருந்தான். தன் எதிரிக்குத் தான் கொடுத்த ரத்தம் சிந்தும் முடிவு தனக்கும் வந்துவிடுமோ என்ற அச்சம் மனதில் ஏற்பட்டது. பயத்தில் நடுங்கினான். பாரிஸ் நகரில் அனைவரும் வியக்கும்படியாக மாளிகை ஒன்றைக் கட்டினான். தன் எதிரிகள் எளிதில் தன்னை அணுகமுடியாதபடி தன்னுடைய ஆயுதத்தால் அதை அலங்கரித்து அதன் உச்சியில் ஒவ்வொரு இரவும் மெய்க்காப்பாளர்களின் வெகு ஜாக்கிரதையான கண்காணிப்பில் உறங்கினான்.

1411 ஆம் ஆண்டு கோடையில் போர்க்களத்தில் ராணுவங்கள் நிறுத்தப்பட்டன. பர்கண்டியன், ஆர்மன்யாக் என்ற பதங்கள் பயத்துடனும், வெறுப்புடனும் உச்சரிக்கப்பட்டன. ஒவ்வொருவரும் அடுத்தவரை துரோகி என்று அழைத்தனர். அநீதி, மிருகத்தனம் போன்ற இழிந்த குற்றச்சாட்டுக்களை ஒருவர் மேல் ஒருவர் வீசிக்கொண்டனர். போர் தொடங்கியது. விசித்திரமான போர் அது. சிறிது காலம் போர் நடக்கும். அதைத் தொடர்ந்து ஒரு போர் நிறுத்த உடன்படிக்கை ஏற்படும். மறுபடி போர், மறுபடி உடன்படிக்கை என்று மாறி மாறி நடந்தன. 1413 ஆம் ஆண்டு ஒருவழியாக பர்கண்டியின் ஜான் தலைநகரிலிருந்து பதவி இறக்கப்பட்டான். போரை நிறுத்தாமலேயே ஆர்மன்யாக் பிரபுக்கள் அரசுரிமையைக் கைப்பற்றினர்.

பிரான்ஸ் நாடு இப்படி உடைந்து இருக்கும் இந்த நிலைமையில் தான் ஆங்கில அரசன் ஐந்தாம் ஹென்றி பிரான்ஸ் நாட்டிற்குள் நுழைந்து ஹார்ப்ளேர் துறைமுகத்தைக் கைப்பற்றினான். நார்மண்டியை அடைந்த அவன் தனது நாட்டிற்குத் திரும்பலாம் என்று நினைத்தான். ஆனால் விதி வேறுவிதமாக இருந்தது. வெற்றித் திருமகள் அவனை நோக்கிப் புன்னகைக்கும்போது அவளைத் தழுவாமல் எப்படி அவன் நாட்டிற்குத் திரும்ப முடியும்?

ஹார்ப்ளேர் துறைமுகத்தைப் பறிகொடுத்த பிரான்ஸ் நாட்டு அரசர்கள் லூயி மற்றும் சார்லஸ் இருவரும் ஹென்றியை எதிர்கொள்ள நார்மண்டியின் தலைநகரை அடைந்தனர். அவர்களது ராணுவம் போர்க்களத்தில் புகுந்து சோம் நதிக்கரையோரமாக நகர்ந்து வந்த ஆங்கில ராணுவத்தை எதிர்க்கத் தயாராக இருந்தது. ராணுவத்தில் பல பிரபுக்களும், கவுண்டி அரசர்களும், ராணுவத்தின் உயர் அதிகாரிகளும் இருந்தனர். பர்கண்டி அரசனும் தனது படைகளை இந்தக் கூட்டணிக்கு அனுப்பியிருந்தான். ஆனால் ஏற்கெனவே இருந்த பகைமை காரணமாக அவன் நேரில் வரவேண்டாம் என்று அரசவை ஆலோசகர்கள் கேட்டுக்கொண்டனர். அவனது சார்பில் அவனது தம்பிகள் போரிடத் தயாராக இருந்தனர். இதுபோலவே பர்கண்டியின் நிரந்தரப் பகைவன் ஆர்லியனின் சார்லஸ்க்கும் நேரில் வரவேண்டாம் என்று சொல்லப்பட்டது. அரசன் இல்லாத நிலையில், தலைமை தாங்கிச் செல்ல யாருமில்லாத நிலையில் ஒரு போர்!

முதல் நாள் பெய்த மழையில் யுத்த களம் சேறும் சகதியுமாக இருந்தது. இந்தப் பின்னணியில் இளம் காலைப்பொழுதில் யுத்தம் செய்து சோர்வடைந்திருந்த பிரான்ஸ் நாட்டு வீரர்கள் கடவுளின் நோக்கத்தில் நம்பிக்கை வைத்து அஜின்கூர் யுத்தக்களத்தில் போருக்குத் தயாராகிக் கொண்டிருந்தனர். இவர்களைவிட ஆங்கில வீரர்கள் அதிகம் பாதிக்கப்பட்டிருந்ததும் இவர்களுக்குத் தெரிந்திருந்தது. வயல்வெளிக்கு அந்தப் பக்கம் இருந்த அவர்கள் முதல்நாள் இரவு ஏனோ மிகவும் அமைதியாக இருந்தனர் என்று இவர்கள் நினைத்துக் கொண்டனர்.

நிலைகுலைந்திருந்த ஆங்கில ராணுவத்தைவிட தாங்கள் எண்ணிக்கையில் அதிகம் என்று அறிந்திருந்த இந்த வீரர்களுக்கு புகழும் பெருமையும் தங்களுடையது; வெற்றி நிச்சயம் என்று தெரிந்திருந்தது. வீரர்கள் அணிவகுத்து நின்றபோது பிரபுக்களும் மற்றவர்களும் இந்தத் தருணத்தைப் பயன்படுத்தி, தங்களுடைய பழைய பகைமையை மறந்து ஒருவரையொருவர் தழுவிக்கொண்டு அமைதி முத்தங்களைப் பரிமாறிக்கொண்டு தங்கள் முன் நிற்கும் பெரிய எதிரியை எதிர்க்கத் தயாராயினர். இந்தச் சமரசத்தில் பர்கண்டிப் பிரபு சேர்ந்து கொள்ளவில்லை. மனிதர்களும் குதிரைகளும் நெருக்கியடித்துக் கொண்டு முன்னிலையில் நின்றனர். கவசம் தரித்திருந்த பெருங்கூட்டம் ஆங்கில ராணுவத்தை அடக்கத் தயாராக இருந்தது.

சூரியன் மேலே ஏறினான். ஆங்கில முகாமிலிருந்து ஒரு சத்தம் கேட்டது. அவர்களது பதாகைகள் அசைய ஆரம்பித்தன. இதுதான் எதிர்பார்த்திருந்த நேரம். பிரான்ஸ் வீரர்கள் போரிட ஆரம்பித்தனர். ஆங்கிலப் படையில் இருந்தவர்கள் எல்லோரும் வில்லாளிகள். பிரெஞ்சுப் படையில் காலாட்களும், குதிரை வீரர்களுமாக இருந்தனர். வில்லாளிகள் பின்னால் வந்தனர். ஹென்றி தனது படைவீரர்களை பிரெஞ்சுப் படைகளின் மிகச் சமீபமாகக் கொண்டு சென்று அத்தனை வில்லாளிகளையும் ஒரே சமயத்தில் அம்புகளை எறியச் செய்தான்.

சண்டை நடந்த இடம் புதிதாக உழப்பட்டிருந்த ஒரு வயல்வெளி. முதல் நாள் இரவு பெய்த மழையில் நிலம் சேறாக இருந்தது. பிரெஞ்சு வீரர்களின் குதிரைகள் அந்தச் சேற்றில் நடக்க மிகவும் அவதிப்பட்டன. மேலும் பிரெஞ்சுக்காரர்களுக்கு அவர்கள் அணிந்திருந்த கனமான கவசமே எதிரியாயிற்று. ஆங்கிலேயர்களின் அம்புமாரி போர்க்களத்தை இருளச் செய்தது என்றால் முதல் நாள் இரவு பெய்த மழையும், பிரெஞ்சுக்காரர்கள் அணிந்திருந்த கனமான கவசமும் அவர்களை முன்னேற விடாமல் அடித்தன. முழங்கால் புதையும் அளவிற்கு இருந்த சேற்றில் அவர்களை அழுத்தும் கனமான கவசம் அவர்களை இடறி விழச் செய்தது.

ஆங்கில வீரர்கள் பொழிந்த அம்பு மழையால் திடீரென வானம் கருத்தது. ஆங்கில வில்லாளிகள் சர்சர்ரென்று விட்ட கூர்மையான அம்புகள் பிரான்ஸ் வீரர்களின் மார்புக் கவசங்களையும் முகமூடிகளையும் கிழித்து சதைக்குள்ளும், எலும்புகளுக்குள்ளும் புகுந்தன. குதிரைகள் கால்களால் உதைக்கப்பட்டு அம்பெறிந்த வீரர்களை நோக்கித் திருப்பப்பட்டன. அலைஅலையாக அடுத்தடுத்து வந்த பிரான்ஸ் வீரர்கள் தங்கள் பாதையில் கூரான மரக்கழிகள் நடப்பட்டு இருந்ததை தாமதமாகக் கவனித்தனர். அவற்றின் மேல் விழுந்து அவற்றால் துளைக்கப்பட்டு செத்து வீழ்ந்தனர். பின்னால் வந்தவர்கள் முன்னால் இருந்தவர்களின் மேல் விழ, அவர்களைத் தடுக்க முடியாமல் இவர்கள் பயத்தில் அங்குமிங்கும் ஓடி ஒருவர்மேல் ஒருவர் விழுந்து குதிரை குளம்புகளின் அடியில் நசுங்கி இறந்தனர். வன்முறைக் கொலைகள் நடந்த வண்ணமிருந்தன.

இறப்பவர்களும், உயிருடன் இருப்பவர்களும் ஒருவர் மேல் ஒருவர் விழுந்தனர். மூச்சடைத்து மண் தரையில் வீழ்ந்து ஒரு குப்பலாகக் கிடந்தனர். யாரும் அதிலிருந்து எழுந்திருக்க முடியாது. இரண்டு மணி நேரத்திற்கும் மேலாக கால்களைக் கவ்வும் சேற்றில்

திண்டாடினர். கூடவே ஆங்கிலப் படையினரால் கழுத்து நெறிக்கப்பட்டு, குத்தப்பட்டு, வெட்டப்பட்டு விழுந்தனர்.

வீரர்களை வீறுகொண்டு போர் புரியுமாறு பிரெஞ்சு பிரபுக்கள் விடுத்த வேண்டுகோள் கொலைகளினால் எழுந்த சத்தத்தின் நடுவே மங்கலாக ஒலித்தது. மீட்பு என்பது எட்டாக்கை ஆயிற்று. ஆனால் ப்ராபன்ட் பிரபு மிக வேகமாக சேனைகளுக்கு நடுவில் புகுந்து போர்க்களத்திற்கு வந்தார். கைகலப்பின் நடுவே மாட்டிக்கொண்ட அவர் சில நிமிடங்களில் வெட்டி சாய்க்கப்பட்டார்.

போர் நின்றபிறகு மலைபோல இறந்துகிடந்தவர்களின் உடல்களின் இடையே ப்ராபன்ட் பிரபுவின் உடல் உருவழிந்த நிலையில் அவரது சகோதரன் நெவேர்ஸ் பிரபு, ஆலேன்கான், பார் பிரபுக்களின் உடல்களுடன் தோண்டி எடுக்கப்பட்டது. ஆங்கிலேயரிடம் உயிருடன் ஆனால் தங்களுடைய சுதந்திரத்தை இழந்து போர்போர்ன் பிரபு, கவுண்டி பிரபுக்கள் ரிச்மாண்ட், வெண்டோம், மற்றும் யூவ், மார்ஷல் பூஷ்லிகோ, இளம் ஆர்லியன் பிரபு சார்லஸ் ஆகியோர் பிடிபட்டனர். இந்தப் பிரபல கைதிகள் வெளுத்த முகத்துடனும், அதிர்ச்சியுடனும் வடக்கிலுள்ள காலி துறைமுகத்திற்குக் கொண்டு போகப்பட்டு அங்கிருந்து லண்டனுக்குச் செல்ல தங்களது நீண்ட பயணத்தை ஆரம்பித்தனர். தூதர்கள் தங்களது குதிரைகளை தெற்கு நோக்கித் திருப்பி ரூவானில் இருக்கும் அரசருக்கு இந்த மோசமான செய்தியை அறிவிக்கப் புறப்பட்டனர்.

துயரம் நிறைந்த, பாழ்படுத்தப்பட்ட க்ரிஸ்பின் நினைவு நாள் அது. அஜின்கூர் ரத்தப் போர்க்களத்தில் பிரான்ஸ் நாடு உடைந்து கிடந்தது.

3. கடவுள் பேசினார்!

‘கடவுள் பேசியிருந்தார்’. இதுதான் அஜின்கூர் வெற்றிக்குப் பின் ஆங்கிலேயர்கள் சொன்னது. அந்தச் சூழ்நிலையில் பிரெஞ்சுக்காரர் களால் விவாதம் செய்யமுடியவில்லை. அல்லது அவர்கள் தங்களுக்குள் இதைப்பற்றி அதிகமாக விவாதித்துக் கொள்வதில் மும்முரமாக இருந்திருக்கவில்லை என்றும் சொல்லலாம்.

ஆங்கிலேயர்களுக்கு அது ஒரு சாதாரண நிகழ்வு. பிரான்ஸ் அரசக் கிரீடத்திற்கு அவர்களது அரசன் உரிமை கொண்டாடியது சரியே. அதை சூட்டிக்கொண்டதும் சரியே என்று அஜின்கூர் போரின் மகத்தான வெற்றியால் முழுமையாக நிரூபணம் செய்யப்பட்டு விட்டது. மிகக் குறைந்த அளவிலான ஆங்கில வீரர்களால் பிரான்ஸ் நாட்டின் மிகப்பெரிய படையையும், சக்தி வாய்ந்த வீரர்களையும் எதிர்த்துப் போராடி வெற்றிபெற முடிந்தது. ஆங்கில ரத்தம் மிகவும் குறைவாக நிலத்தில் சிந்தியபோது பிரான்ஸ் தரப்பில் மரணங்கள் மிகுந்திருந்தது. இதை இறைவனின் விருப்பம் என்று சொல்வதைத் தவிர வேறு எப்படி விவரிக்க முடியும்?

இது சுவர்க்கத்திலிருந்து வந்த ஆணை. ‘கொடியவன் கோலியாத் மேல் டேவிட் கண்ட வெற்றி இது’ என்று ஆங்கில அரசவை பாதிரியார் இப்போது மனப்பூர்வமாக தன்னுடைய குறிப்பில் எழுதினார். இவர் ஆங்கில வீரர்களுக்கு யுத்த நெறிமுறைகளைக் கற்பித்தவர். ராணுவத்தில் கட்டாயமாகச் சேர்க்கப்பட்ட இவரைப் போன்ற எழுத்தர்கள் ஆங்கில அணிவகுப்பின் பின்னால் உட்கார்ந்து கொண்டு, போர் உச்சத்தில் நடைபெற்றுக் கொண்டிருக்கும்போது விரைவில் ஏதாவது அற்புதம் கண்ணெதிரில்

நடக்கவேண்டுமென்றும் இறைவனைப் பிரார்த்தித்த வண்ணம் இருந்தனர். கூடவே யுத்தம் பற்றிய குறிப்புகளையும் எழுதி வந்தனர்.

'இதுவரை இந்த வெற்றியானது தங்களது பெருமையாலும், வலிமையாலும் வந்தது என்று எங்கள் மக்கள் சொல்லுகிறார்கள்; அல்ல. இது கடவுள் கொடுத்த வெற்றி. எல்லா வெற்றிகளும் கடவுளுடையதே. கடவுள் எங்களது நன்றி கெட்ட தன்மையினால் கோபம் அடைந்து வேறு சமயங்களில் எங்களிடமிருந்து விலகாதிருக் கட்டும். கடவுளுடைய கைகள் எப்போதும் வெற்றிகரமானவையே' என்று பெயர் தெரியாத ஒரு பாதிரியார் மிகுந்த உணர்ச்சியுடன் இந்தப் போர் குறித்து தனது குறிப்பில் எழுதினர்.

இந்த வெற்றியின் மூலம் ஆங்கில அரசன் ஒரு நியாயமான யுத்தம் நடத்தினான் என்பது தெளிவாகிறது. தனது மூதாதை மூன்றாவது எட்வர்ட்டின் அம்மா பிரான்ஸ் நாட்டைச் சேர்ந்தவர்; அதனால் தனக்கு பிரான்ஸ் நாட்டின் அரசுரிமைக்கு சொந்தம் கொண்டாட பாத்தியதை இருக்கிறது. இதை ஒப்புக்கொள்ளுமாறு பிரெஞ்சு மக்களுக்கு ஒவ்வொருமுறையும் வாய்ப்புக் கொடுத்தான்.

பழைய ஏற்பாட்டில் சொல்லியிருக்கும் நியாயமான யுத்தம் என்பதின் நீதி நெறிமுறைகளை தான் கடைபிடித்ததாக ஹார்ப்ளேர் துறைமுகத்தின் வெளியே நின்றபடி பொறுமையாக விளக்கினான்: தான் அமைதிக்காக வந்திருப்பதாகவும், கதவுகளைத் திறந்து அவனை வரவேற்று அவனது அதிகாரத்திற்குக் கட்டுப்படுவதுதான் அவர்களின் கடமை என்றான். அவர்கள் பிடிவாதமாக மறுத்தால் நீதி என்னும் வாளை எடுத்துக்கொண்டு அவர்களது புரட்சியைத் தண்டிப்பதைத்தவிர அவனுக்கு வேறு வழியில்லை என்றான்.

'இப்படிச் செய்து நமது மேன்மைமிகு அரசன், கடவுளால் உண்மையாக தேர்ந்தெடுக்கப்பட்டவன்; கடவுளுக்கு உகந்த வீரன் என்பதை நிரூபித்தான்' என்று இந்த நிகழ்வை பதிவு செய்த பாதிரியார் எழுதினர். அரசன் ராணுவத்திற்குத் தலைமை தாங்கி வீரர்களுக்கு கடுமையான உத்தரவு பிறப்பித்தான். அதனால் வீரர்கள் தன்னடக்கத்துடன், பணியார்வம் மிக்கவர்களாக கொள்ளை யடிப்பதிலோ, பழி வாங்குவதிலோ, வன்முறையிலோ ஈடுபடாமல் இருந்தனர்.

ஜெர்மனியின் கான்ஸ்டன்ஸ் நகரில் நடைபெற்ற தேவாலயத்தின் ஆலோசனை சபை கூட்டத்தில் சர்வதேச பார்வையாளர்களுக்கு அரசனின் செயல்களை நியாயப்படுத்திக் காட்ட அரசவை

பாதிரியாரால் 'ஐந்தாம் ஹென்றியின் செயல்கள்' என்று சொல்லப் பட்ட இந்த விளக்கம் உதவியது. அரசன் ஹென்றியின் தெய்வீக அருள் பெற்ற செயல்திட்டத்திற்கு உதவவும், ஆதரவு அளிக்கவும் ஓர் உள்நாட்டு சபை அமைக்கப்பட்டது. பிரான்சில் அரசனது எதிர்கால பிரச்சாரங்களுக்கு தேவையான பணத்திற்காக வரிகளை விதிக்க பெருநகரங்கள் மற்றும் மாநிலங்களின் பிரதிநிதிகள், ஆங்கில தேவாலயத்தின் கூடுதல் சபை ஆகியவை ஒப்புதல் கொடுத்தன.

பாராளுமன்றம் 1416 ஆண்டு மார்ச் மாதம் கூடியபோது இங்கிலாந்தின் அதிபர் வின்செஸ்டர் பிஷப் தனது அறிமுக உரையில் குறிப்பிட்டார்: 'கடவுள் ஏற்கெனவே இரண்டுமுறை பேசியிருக்கிறார்: முதல்முறை 1340 ஆம் ஆண்டு பிரான்ஸ் நாட்டுக் கப்பல்களை தோற்கடித்து ஆங்கிலேய அரசு பெற்ற மிகப்பெரிய கடற்படை வெற்றியின்போது; இரண்டாம்முறை 1356 ஆம் ஆண்டு பிரான்ஸ் அரசர்களை பாய்டியர்ஸில் சிறைபிடித்தபோது; மூன்றாவது முறையாக இப்போது அஜின்கூர் யுத்த கொலைக்களத்தில்'. அரசவை பாதிரியார் தனது குறிப்பில் எழுதினர்: 'கடவுளே! ஏன் இந்தப் பிடிவாதக்கார, துர்க்குண மக்கள் தேவ வார்த்தைகளுக்குக் கட்டுப்பட மறுத்தனர்? எத்தனை, எத்தனை பயங்கரங்கள்! கீழ்ப்படியாததால்தானே இந்த பழிக்குப்பழி வாங்கும் படலம் நடந்து முடிந்திருக்கிறது?'

ஆனால், சுவர்க்கத்தின் தீர்ப்பு இத்தனை சாதாரணமாக பேசப்பட்டது சிலருக்கு எரிச்சலைக் கொடுத்தது. பிடிவாதக்கார, துர்க்குணமுள்ள பிரான்ஸ் மக்களும் கடவுள் பேசியிருக்கிறார் என்பதை ஒப்புக் கொண்டனர். என்ன பேசினார் என்பது நிச்சயமாக அவர்களுக்குத் தெரியவில்லை. ஆங்கிலேயர்கள் கூறும் காரணம் நியாயமில்லை. ஆங்கில அரசனுக்கு பிரான்ஸ் நாட்டு அரசுரிமைக்கு பாத்தியதை இல்லை. ஏனெனில் தாய்வழி உரிமை எந்த கிறிஸ்துவ நாட்டிலும் ஏற்றுக்கொள்ளப்படுவதில்லை. மேலும் பிரெஞ்சு மக்களுக்கு அவனது குடிமக்களாக வாழ விருப்பமுமில்லை. அதனால் அவன் வெற்றிகொள்ள நினைத்துச் செய்தது தேவையில்லாத ஆக்கிரமிப்பு; அவன் செய்யப் போவதாகச் சொன்னது கொடுங்கோல் ஆட்சி. ஆங்கில அரசன் அகமகிழ்ந்து சொல்லும் அளவிற்கு கடவுளின் தீர்ப்பு இருந்திருந்தால் இரண்டு அரசுகளுக்கிடையேயான பகை இத்தனை நீண்ட நாட்களுக்கு நீடித்திருக்காது. இரண்டு பக்கங்களிலும் மாறி மாறி வெற்றியும் கிடைத்திருக்காது. அதனால் அஜின்கூர் யுத்தத்தில் தெரிய வந்தது என்னவென்றால் கடவுள்

ஆங்கில அரசின் அநியாயமான கோரிக்கைகளை ஆதரிக்கவில்லை. பதிலாக ஆங்கில அரசின் நியாயமற்ற கூற்றுக்களை கருவியாகக் கொண்டு பிரான்ஸ் நாட்டை அதனுடைய பாவங்களுக்காகக் கடவுள் தண்டித்தார் என்பது தான்.

பாவங்கள்தான் இந்தத் தோல்விக்குக் காரணம் என்பது தெளிவாகத் தெரிந்தாலும், என்ன பாவம், யார் அதைச் செய்தார்கள் என்ற கேள்விகளுக்கு விடை ஒப்புக்கொள்ளும்படி இல்லை. புனிதர்கள் கிரிஸ்பின், கிரிஸ்பியன் இருவரின் புனித நாள் அன்று ஏன் இப்படி ஒரு தோல்விக்கு பிரான்ஸ் நாடு ஆளாகவேண்டும்? கிறிஸ்துவர்களின் முதன்மை நாடு என்று சொல்லும் அளவிற்கு பிரான்ஸ் நாட்டில் கிறிஸ்துவ நம்பிக்கைகளை வேரூன்றச் செய்த புனிதர்கள் அவர்கள். அந்தப் புனிதர்கள் பிரெஞ்சுக்காரர்களை படுகொலையில் தள்ளியதற்குக் காரணம் என்ன? எத்தனை யோசித்தும் விடை கிடைக்கவில்லை.

‘ஒருவேளை அஜின்கூர் யுத்தத்திற்கு ஒரு வருடத்திற்கு முன் பர்கண்டியர்களுக்கும், ஆர்மன்யாக்குகளுக்கும் இடையே நடந்த உள்நாட்டுப்போரில் இந்த புனிதர்களின் ஊரான ஷாஸ்வான் தரைமட்ட மாக்கப்பட்டு கொள்ளையடிக்கப்பட்டதனால் இருக்கலாமோ?’ என்று 25 ஆண்டுகளுக்குப் பின் தாமஸ் பாசின் என்ற வரலாற்றுப் பதிவாளர் ஒரு யோசனையை முன்வைக்கிறார். ‘ஒவ்வொருவரும் அவரவர் களுக்குள்ளேயே யோசித்துக்கொள்ளலாம்’ என்கிறார் மிகவும் வருத்தத்துடன். ‘நிஜத்தை ஒப்புக்கொண்டு, ரகசியமான தெய்வீக விருப்பத்தை யார் ஊகிக்க விரும்புகிறார்களோ அவர்களிடம் விவாதங்களை விட்டுவிடலாம்’ என்கிறார் இவர்.

நிறைய ஊகங்கள் இருந்தன. 1415 இல் நடந்தவைகளை பாரிஸிற்கு வெளியே புனித டெனிஸ் மடாலயத்திலிருந்து வரிசைப்படுத்திய துறவி எழுதினர்: ‘இந்த விஷயத்தை மிகவும் ஜாக்கிரதையுடன் இறைவனின் விருப்பம் என்ற கோணத்தில் அணுகியவர்களிடத்தில் விட்டுவிடலாம். அவர்களிடம் முடிவை விட்டுவிடலாம். ராஜ்ஜியம் அழிந்ததற்குக் காரணம் பிரெஞ்சு கனவான்களா என்பதை அவர்கள் முடிவு செய்யட்டும்.’ ஆனால் அவரால் அப்போதைக்கு மட்டுமே கட்டுப்பாடாக இருக்க முடிந்தது. பிறகு இடி விழுந்ததுபோல ஒரு தீர்ப்பை தானாக மனம் திறந்து சொன்னார்.

‘மிகச் சிறந்தவர்கள் நல்லவர்களாக இருக்கவில்லை. பிரான்ஸ் நாட்டிலிருந்த கனவான்கள் சொகுசு வாழ்க்கைக்கும், ஆடம்பரத்திற்கும், மாய வாழ்விற்கும், தீயொழுக்கத்திற்கும் அடிமையாகிவிட்டனர்.

சமயத்தில் ஈடுபாடற்ற அவர்கள் புனித அன்னையின் தேவாலயத்தை இழிவாகப் பேசினர். அவர்கள் ஒருவரையொருவர் வெறுத்து தூஷித்துக்கொண்டனர். அதை ஒத்திருந்தது தேவாலயத்தைப் பற்றிய அந்த தூஷணைகள். சுருக்கமாகச் சொல்ல வேண்டு மென்றால், பிரான்ஸ் நாட்டில் இருக்கும் ஆகச் சிறந்த கனவான்கள் செய்த இந்தக் குற்றங்களும் இதனைவிட மோசமான குற்றங்களும் தான் கடவுளின் கோபத்தைத் தூண்டிவிட்டுவிட்டன. தங்கள் எதிரிகளைத் தோற்கடிக்க முடியாமல். ஏன் அவர்களை எதிர்த்து நிற்கக்கூட முடியாமல் அவர்களது வலிமைகளை கடவுள் பறித்து விட்டார்' என்று எழுதினார் புனித டெனிஸ் மடாலயத்திலிருந்து இந்த வரலாற்றுப் பதிவை பதிவு செய்த துறவி.

தெய்வக்குற்றம்தான் என்றாலும்கூட சில கேள்விகள் மிஞ்சி நிற்கின்றன. பிரான்ஸ் நாட்டிலிருக்கும் பாவம் செய்த கனவான்கள் எல்லோரும் கடவுளின் பார்வையில் ஒரே மாதிரியான குற்றம் செய்தவர்களா, இல்லை சிலர் கூடுதலான கண்டனத்துக் குரியவர்களா? தாங்கள் செய்த ஒரு குற்றம் மற்ற எல்லாக் குற்றங் களையும் விட மோசமானது; அதனாலேயே சுவர்க்கத்தின் கருணை தங்கள் மேல் விழவில்லை என்று ஆர்மன்யாக் ஆதரவாளர்களுக்குத் தெரியும்: அதுதான் பர்கண்டி பிரபு, தனது ஒன்றுவிட்ட சகோதரன் ஆர்லியன் லூயியை படுகொலை செய்தது. இந்த இயற்கைக்கு ஒவ்வாத செயல், உள்நாட்டுப் போரை தூண்டியதுடன், ஆங்கில அரசின் ஆக்கிரமிப்புக்கும் வழி வகுத்தது.

ஆங்கில அரசன் ஹென்றி தனது தந்தையின் அரியணையை மரபுரிமையாகப் பெறுவதற்கு முன்பும், பின்பும் பர்கண்டியின் ஜான் அவனுடன் தொடர்பு வைத்துக்கொண்டிருந்தான் என்பதை ஆர்மன்யாக் ஆதரவாளர்கள் அறிவார்கள். இப்போது பர்கண்டி பிரபு போர்க்களத்திற்கு வராததற்குக் காரணம் அவன் ஆங்கில அரசுடன் செய்து கொண்டிருந்த ஒரு ரகசிய ஒப்பந்தம். அதாவது அவர்களது ஆக்கிரமிப்பை அவன் எதிர்க்கமாட்டான் என்கிற சதி ஒப்பந்தம். போர்க்களத்தில் அவன் இல்லாத நிலைக்கு இதுதான் காரணம் என்று தெளிவாகத் தெரிகிறது. ஜோனியுனால் டெஸஸின் என்கிற ஆர்மன்யாக் வரலாற்றுப் பதிவாளர் எழுதுகிறார்: 'இந்தப் போரின் பயங்கரமான விளைவுகள் பற்றியோ, அவனது மக்களைக் கொன்று குவித்தது பற்றியோ அவனுக்குத் துளிக்கூட கோபம் இல்லை என்று பொதுவாகப் பேசிக்கொண்டனர்'.

இன்னொருபக்கம் பர்கண்டியர்கள் நிறைந்திருக்கும் பகுதியான ஆட்ரா பகுதியில் இருக்கும் பியர் டி பெனன் என்ற எழுத்தாளர்

இதை மறுக்கிறார். 'பிரான்ஸின் தோல்வியைக் கேட்டு ஜான் பிரபுவிற்கு மிகுந்த கோபம் உண்டாயிற்று' என்கிறார். ராஜ்ஜியத்திலிருந்து அவனுக்கு உரிமையுள்ள பகுதியை அவன் எடுத்துக்கொண்டான். அவனுக்கு அஜின்கூர் யுத்தகளத்தில் சண்டையிட வேண்டும் என்கிற விருப்பம் இருந்தது. ஆனால் அரசரால் அவனுக்கு அனுமதி மறுக்கப்பட்டது. அதனால் அவன் வரவில்லை. அதேபோல அவனது இரண்டு சகோதரர்கள் ப்ராபன்ட் பிரபு அன்டனி, மற்றும் நெவெஸ் பிரபு பிலிப் இருவரும் மரணமடைந்தது அவனை நிலைகுலையச் செய்தது. பர்கண்டியர் களின் கண்களுக்குத் தெரிந்தது இதுதான்: ரத்தக்களத்தில் தங்கள் மானத்தை இழந்து உயிர் பிழைத்தவர்கள் ஆர்மன்யாக் கூட்டமைப்பைச் சேர்ந்தவர்கள்; அதிலும் முக்கியமான ஆங்கிலேய கைதி ஆர்லியனின் பிரபு இளம் சார்லஸ்.

போரில் தனது எதிரிகளான ஆர்மன்யாக் ஏற்படுத்திய பேரழிவுகளை ஆராய்ந்த ஜான் தனது பாதுகாப்பான இடத்தில் உட்கார்ந்துகொண்டு தன் முன்னால் இப்போது இருக்கும் வாய்ப்புகளையும், முரண்பாடுகளையும் எண்ணிப் பார்த்தான்.

பிரான்ஸ் நாட்டின் மிகச் சிறந்த இளவரசன் அவன். பர்கண்டியின் பிரதேசங்கள் அவனது அரசியல் எல்லையைத் தாண்டி விரிந்திருந்தது. பர்கண்டியின் பிரபு ஆன அவன் பிரான்ஸ் நாட்டு அரசரின் கட்டுப்பாட்டில் சேவை செய்யவும், கீழ்ப்படியவும் உறுதி எடுத்தவன். ஆனால் பர்கண்டியின் இளவரசனாக இருந்தபோதிலும், அவனது எல்லைக்குக் கிழக்கில் இருந்த, பிரான்ஸ் நாட்டிற்கு வெளியே இருந்த பகுதிகளை தன் கட்டுப்பாட்டில் வைத்திருந்ததால் அவன் ரோமப் பேரரசிற்கு கடன்பட்டிருந்தான். அவனது தாய் வழியில் ப்ளாண்டர்ஸ் மற்றும் ஆட்ரா பகுதிகளையும் பெற்றிருந்தான். அதனால் அவன் மேற்கு ஐரோப்பாவின் கடற்கரைப் பகுதிகளான நெதர்லாண்ட்ஸ் முதலிய இடங்களில் தவிர்க்கமுடியாத ஒரு சக்தியாக இருந்தான்.

இதனால் அவனது மகத்தான உருவமானது பிரான்ஸ் நாட்டு அரசியல் வானில் இரண்டு பிரிவான அதிகாரங்களுடன் தோற்றமளித்தது. அவனது ஒரு கால் அவனது ராஜ்ஜியத்தின் உள்ளேயும், இன்னொரு கால் அதன் வெளியேயுமாக இருந்தது. இந்த அதிகாரங்களின் காரணங்களால் சில அரசியல் திருக்கு முறுக்கு செயல்களைச் செய்யவேண்டி வந்தது. சற்றுப் பின்னால் பார்ப்போம்: அதாவது கி.பி.1406 ஆம் ஆண்டு பிரான்ஸ் அரசரின் ராணுவத்தில் உயர்

அதிகாரியாக இருந்தபோது கலே துறைமுகப்பகுதியில் ஆங்கிலப் படையின் மேல் தாக்கவேண்டிவந்தது. போருக்குத் தயாராக அவன் தனது கவசங்களை அணிந்துகொண்டிருந்தபோது அவனது தூதர்கள் ஆங்கிலேயருடன் பேச்சு வார்த்தைகள் நடத்திக் கொண்டிருந்தனர். அதாவது அவனே தலைமை தாங்கி படையை நடத்திச் சென்றபோதும், அவனது டச்சு கோட்டை பிரெஞ்சு தாக்குதலுக்கு எந்தவிதமான ஆதரவும் கொடுக்காது என்று ஆங்கிலேயர்களுக்கு உறுதி செய்து கொடுத்துக்கொண்டிருந்தனர்.

ஆர்மன்யாக்காரர்கள் நினைப்பதுபோல நிச்சயமாக இது பச்சைத் துரோகமோ, அல்லது இரட்டை வேடமோ இல்லை. ப்ளாண்டர்ஸ் அரசனாக அவனுக்கு ஒரு கடமை இருந்தது. செல்வம் மிகுந்த டச்சு நகரங்களான கென்ட், ப்ரூயிஷ் மற்றும் ஈபர் முதலியவற்றின் பொருளாதார ஆதாரங்களைக் காப்பதும் அவனுக்கு அரசியல் கட்டாயமாக இருந்தது. தரமான டச்சுத் துணிகளைத் தயாரிக்க அவர்களுக்குத் தேவையான கம்பளிகளை இங்கிலாந்திலிருந்து தருவிக்க அவன் ஆங்கிலேயர்களுடன் நல்லுறவை வளர்க்க வேண்டியிருந்தது. இங்கிலாந்திற்கும் ப்ளாண்டர்ஸுக்கும் இடைப் பட்ட நீர்ப்பகுதியில் வியாபாரப் போக்குவரத்தையும் பாதுகாக்க வேண்டியிருந்தது.

அதற்காக அவன் வேறு எந்த பிரான்ஸ் இளவரசனையும்விடக் குறைந்தவன் அல்லன். 1406 ஆம் ஆண்டு காலிஸில் ஆங்கிலப் படைகளின் மேல் நடத்தப்பட வேண்டிய தாக்குதல் கடைசி நிமிடத்தில் பணப்பற்றாக்குறை காரணமாக ரத்து செய்யப்பட்ட போது அவனுக்கு ஏற்பட்ட கோபம் யாராலும் குறை சொல்ல முடியாதது. இதன் காரணமாக பர்கண்டி பிரபு மிகவும் வருத்தமும், கோபமும் அடைந்திருந்தான். யாராலும் அவனை சமாதானப்படுத்த முடியாது போயிற்று. அதேபோல 1415இல் அஜின்கூர் போர் படுகொலைகளுக்குப் பின்னால் அவன்மீது சொல்லப்பட்ட மறைமுக குற்றச்சாட்டுகளுக்குப் பிறகு ஆங்கில ஆக்கிரமிப்பிற்கு அவன் எந்தவிதத்திலும் இடம் கொடுக்கவில்லை.

அதற்கு பதிலாக போர் முடிந்த பல வாரங்கள், மாதங்கள் அவனது பார்வையெல்லாம் அவனது கைக்கெட்டாமல் போய்க்கொண்டிருக்கும் ஒரு விலையுயர்ந்த பொருளின் மேல் இருந்தது: அதுதான் பிரான்ஸ் நாட்டின் அரியணை. தனது சகோதரர்களையும், தனது ஆட்களையும் இழந்து மிகவும் துயரத்தில் இருந்த அவன் 1415 ஆம் ஆண்டு நவம்பரில் பாரிஸை நோக்கி வந்தான். (இந்த நிகழ்வுகள்

பெயரில்லாத ஒருவராலும், ஒரு பர்கண்டி ஆதரவாளரான பாரிஸ்காரர் ஒருவராலும் பதியப்பட்டன) ஆனால் அரசரை நெருங்க முடியாமல் 'ஆர்மன்யாக் துரோகி'களால் தடுத்து நிறுத்தப்பட்டான். நகரின் கதவுகள் அவனை வரவிடாமல் சாத்தப்பட்டன.

டிசம்பரில் இளம் லூயியின் இறப்பு அவனது நம்பிக்கைகளைக் குலைத்தது. இளைஞன் லூயி சுகபோகங்களில் மூழ்குபவன், சோம்பேறி என்று பெயர் பெற்றிருந்தாலும், ஒரு வருடத்திற்கு முன் பர்கண்டியர்கள், ஆர்மன்யாக்காரர்கள் என்று நாட்டின் அமைதிக்கு ஊறுவிளைவிக்கும் வண்ணம் பேசுவதையும், அவதூறுகளைச் சொல்வதையும் இரண்டு பக்கத்திலும் தடை செய்யவேண்டும் என்று முயன்றான். இரண்டு பக்கத்திற்கும் இடையே ஒரு நிரந்தரமான ஒப்பந்தத்தைச் செய்யவேண்டும் என்று முயற்சி செய்தவன் அவன். பர்கண்டி பிரபுவின் மகளை மணந்திருந்தான்.

லூயி இறந்தவுடன் ஆர்மன்யாக் சிற்றரசன் தன்னைத்தானே பிரான்ஸ் நாட்டின் பாதுகாவலனாக நியமித்துக்கொண்டான். 'ஞானமும், தொலைநோக்குப் பார்வையும் உள்ளவன் இவன்' என்று புனித டெனிஸ் பாதிரியார் எழுதினர். ஆனால் பாரிஸ்கார எழுத்தாளர் 'நீரோவைப் போலக் கொடியவன்' என்று எழுதினர். 1416 ஆம் ஆண்டு முதலாமவர் அதிர்ச்சியுடன் எழுதினார்: 'எல்லோரும் மறுத்தும் அவன் இப்போது பிரான்ஸ் நாட்டின் முழு பொறுப்பையும் ஏற்றிருக்கிறான் மன்னர் இன்னும் உடல்நலம் குன்றியே இருக்கிறார்' என்று.

அரசின்மீது ஆர்மன்யாக்காரர்களின் பிடி இறுகவே, பர்கண்டி பிரபு பின்வாங்கினான். தனது ஆதிக்கம் அதிகமுள்ள ப்ளாண்டர்ஸ் மற்றும் ஆட்ரா பகுதிகளுக்குச் சென்றான். அவனது ஹெஸ்டின் கோட்டை அரஸ்ஸிலிருந்து 30 மைல் தூரத்தில் இருந்தது. ஆங்கிலேயர்கள் அவனது சகோதரர்களைக் கொன்ற இடமும் ஆர்மன்யாக்காரர்கள் பிரான்ஸ் நாட்டை ஆங்கிலேயர்களிடமிருந்து காப்பாற்றத் தவறிய இடம் என்று அவன் கருதிய இடமும் ஆன அஜின்கூர், அவனது கோட்டையிலிருந்து 7 மைல் தூரத்தில் இருந்தது. ஹெச்டின் கோட்டை வெறும் கோட்டையோ, அல்லது பிரபுவின் வீடோ மட்டுமல்ல; அது ஒரு பொழுதுபோக்கு இடமாகவும் இருந்தது. அங்கிருந்த அதிசயங்கள் இடைக்காலப் பிற்பகுதியில் தோன்றப்போகும் மெய்நிகர் பதிப்பு போல இருந்தன. அங்கு தனித்துவமான தானே இயங்கும் பொறிகள் பல அமைக்கப்பட்டு வருபவர்களை மகிழ்வித்தன.

சிலைகளின் வழியே பீச்சி அடிக்கும் நீர்; பார்ப்பவரின் உருவத்தை வேறு வேறு விதமாக சிதைத்துக் காட்டும் கண்ணாடிகள்; மணியை இழுத்தால் இழுத்தவரை மாவால் மூடிவிடும் இயந்திரம், கதவைத் தாண்டிச் செல்பவரை தலையில் அடிக்கும் இயந்திரம் என்று பலவித இயந்திரங்கள். ஜன்னல் போன்ற அமைப்பைத் திறக்க முயன்றால் அதனுள்ளிருந்து ஒரு தானியங்கி வந்து நீரை அடிக்கும். ஓர் இயந்திரம் அங்கிருப்பவர்களை அரசரின் கட்டளை வெளியேறுங்கள் என்று சொல்லும். வெளியேறுபவர்கள் அடிபடுவார்கள். உள்ளே இருப்பவர்கள் தண்ணீரில் முக்கப்படுவார்கள். இப்படி பல மன மகிழ்வு கொடுக்கும் இயந்திரங்கள் அங்கு அமைக்கப்பட்டிருந்தன. இந்த அதிசயங்கள் எல்லாம் நூற்றாண்டுகளாக இங்கு அமைக்கப்பட்டிருந்தன.

வாழ்க்கையும் இப்படித்தான் ஏற்றமும் இறக்கமுமாக இருக்கும் என்று நினைத்திருந்தான் பர்கண்டி ஜான்; 1416 ஆம் ஆண்டு இலையுதிர்காலம் வரை. கான்ஸ்டன்ஸில் இருந்த தேவாலய ஆலோசனை சபை, அரண்மனையில் இருக்கும் கண்ணாடி பதிக்கப்பட்ட ஆலோசனை சபைபோல மாறியிருந்தது. ஐரோப்பாவின் எல்லா இறையியல், அரசியல் பிரச்னைகளும் இந்த ஆலோசனை சபையில் எதிரொலித்தன. முக்கியமாக போப்பின் அதிகாரத்தில் ஏற்பட்ட பிளவை சரி செய்ய இந்த சபை முயன்றபோது அது வெளிவேஷமாக, ஏறுமாறாக, நகைப்பிற்கு இடமாகக் கருதப்பட்டது.

பிரான்ஸ் இரு பிளவாக இருப்பது கவலைக்குரிய விஷயம். இந்த சபையில் இதுபற்றி ஆலோசிக்கலாம் என்று இருபிரிவினரையும் கூப்பிட்டு அனுப்பினார்கள் இந்த சபையின் அதிகாரிகள். ஆர்மன்யாக் அரசால் அனுப்பப்பட்ட பிரதிநிதிகள் தங்களது சத்ருக்களான ஆங்கிலேயர்கள் பிரான்ஸ் நாட்டு உரிமையைக் கோருவதை மறுத்தனர். அதேசமயம் அவர்கள் தங்கள் பிரான்ஸ் நாட்டு எதிரியான பர்கண்டியின் ஜான் மீது கடும் சொற்களால் குற்றம் சுமத்தினர்.

பாரிஸ் பல்கலைக்கழக அதிபர், பிரபல இறையியல் வல்லுநர் ஜோன் கர்சன், ஜோன் பெடி இருவரும் ஆர்லியன் பிரபுவின் கொலையை நியாயப்படுத்த பர்கண்டியர்கள் முன்வைத்த வாதங்களை எதிர்த்தனர். இப்போது தேவாலயத்தின் முழு அதிகாரத்துடன் பர்கண்டி பிரபு கண்டிக்கப்பட வேண்டும் என்றார்கள். ஆனால் பர்கண்டியின் அரசன் அவனது சொந்த பிரதிநிதி குழுவை அனுப்பிவைத்தான். அதற்கு தலைமைப் பொறுப்பேற்றவர் அரேயின் பாதிரியார். அவருடன் அவருக்கு ஆதரவாக பாரிஸில்

பயிற்சி பெற்ற இறையியல் நிபுணர் பியர் கோகன் வந்திருந்தார். கர்சன் உணர்ச்சிப் பூர்வமான ஆர்மன்யாக்காரர் என்றால் பியர் கோகன் உணர்ச்சிப்பூர்வமான பர்கண்டிய விசுவாசி. ஒவ்வொரு வாதத்தையும் பலவிதமான கொந்தளிப்பான எதிர்வாதங்களுடன் முன் வைத்தார். கூடவே லஞ்சம், மறைமுக மிரட்டுதல் இவற்றையும் சேர்த்து எதிர் வழக்காடினார்.

இந்த ஆலோசனையின் விளைவாக, ஜான் பிரபு 1416 ஆண்டு இங்கிலாந்தின் ஹென்றியுடன் ஓர் ஒப்பந்தம் செய்துகொண்டான். அதன்படி இருவரும் வடக்குப் பிரதேசங்களான பிகார்டி, ப்ளாண்டர்மற்றும் ஆட்ரா பகுதிகளில் ஒருவரையொருவர் எதிர்ப்பதில்லை என்றும் ஆங்கிலேயர் வசம் இருந்த கலேயில் இருவரும் நேருக்கு நேர் சந்திப்பது என்றும் முடிவு செய்து கொண்டனர். சூழ்நிலை மிகவும் நுட்பமாகவும், நம்பிக்கையின்மை அதிகமாகவும் இருந்ததால் ஜானின் பாதுகாப்பிற்கு மிகவும் விரிவான ஏற்பாடுகள் செய்யப்பட்டன.

அக்டோபர் 5 ஆம் தேதி அவன் தனது நகரமான செயின்ட்-ஓமரிலிருந்து கிளம்பி கலேவிற்கு அருகில் இருந்த, எய் நதி ஒரு சிறு ஓடையாகக் கடலில் பாயும் இடமாகிய கிரேவ்லைன்ஸுக்கு வந்து சேர்ந்தான். அவனது வேலையாட்களும், கவசம் தாங்கிய பாதுகாப்பாளர்களும் சூழ, நதியின் ஒரு பக்கத்தில் அவன் தன்னிடத்தை அடைந்தான். இன்னொரு பக்கம் இதே போன்ற ஏற்பாடுகளுடன் ஆங்கில அரசரின் கடைசி தம்பி க்லௌஸ்டர் பிரபு வந்து நின்றான். ஒரு நொடிக்குப் பிறகு இருவரும் முன்னேறி வந்து தங்கள் குதிரைகளை பக்கத்துப் பக்கத்தில் தண்ணீரின் நடுவே நிறுத்தினர். இருவரும் கைகுலுக்கினர். சமாதான முத்தத்தைப் பரிமாறிக்கொண்டனர். க்லௌஸ்டரின் ஹம்ப்ரி ஆடம்பரமாக உபசரிக்கப்பட்ட ஒரு பிணைக்கைதியாக செயின்ட்- ஓமருக்குப் போனான். பர்கண்டியின் ஜான் கலேவிற்கு அரசரைச் சந்திக்கச் சென்றான்.

அக்டோபர் 13 ஆம் தேதி ஜான் வெற்றிகரமாக பேச்சு வார்த்தைகளையும், ஒரு வாரத்திற்கு ஆங்கிலேயர்களின் உபசரிப்பையும் எந்தவிதமான ஆபத்துக்களும் இல்லாமல் பெற்றுக் கொண்டு திரும்பினான். அரசர் ஹென்றி, ஜானுடன் அந்தரங்க பேச்சு வார்த்தைகள் நடத்தினார். இந்தப் பேச்சு வார்த்தை மூலம் தனக்கு தெய்வீக சக்தி அருளியிருக்கும் பிரான்ஸ் அரசுரிமையை விட்டுக் கொடுக்கும்படி ஜானை சம்மதிக்க வைக்கலாம் என்று நினைத்திருந்தார். அது பெரிய ஏமாற்றத்தில் முடிந்து போயிற்று.

ஹென்றியின் பாதிரியார் எழுதினர்: 'இந்தப் புதிரான பேச்சுகளும், பரிமாற்றங்களும் எந்த ஒரு முன்னேற்றத்தையும் கொண்டு வரவில்லை; இதுநாள்வரை பர்கண்டி பிரபு நம் அரசரை குழப்பமான, தெளிவில்லாத நிலையில் வைத்திருந்தான். அதுவே இப்போதும் தொடர்ந்தது. எல்லா பிரெஞ்சுக்காரர்களையும்போல இவனும் இரட்டை வேடம் போட்டான் - வெளியில் ஒரு முகமும், உள்ளே இன்னொரு முகமுமாக'.

அரசவை பாதிரியார் சொன்னது போல இல்லையென்றாலும், ஜானின் பிரான்ஸ் அடையாளம் பிரச்னையாகத்தான் இருந்தது. அவனுடைய பிரெஞ்சு எதிரிகளுக்கு எதிராக ஒரு வலிமைமிக்க கூட்டு சேர்வது ஆவலைத் தூண்டுவதாக இருந்தது. ஆங்கில-டச்சு வியாபாரத்தைக் காப்பதும் அவசியம். ஆங்கிலேயருடனான ராணுவக்கூட்டணி ஆர்மன்யாக்காரர்கள் இவன் துரோகி என்று கூறுவதை நிரூபிக்கும். அரசு அவனுடையது; அவன் மட்டுமே அரசரையும், நாட்டையும் காக்கும் உரிமையுள்ள பாதுகாவலன் என்ற அவனது கூற்றை அது ஒரேவழியாக முடித்துவிடும். அதனால் அவன் தனக்கு சாதகமாக ஒரு கூட்டணியை அமைக்க முயன்றான்.

புதிய சிற்றரசனான 18 வயது ஜோன் டோரைனை நாடினான். அவன் ஜானின் மருமகள் ஜாக்குலினை மணந்திருந்தான். அவள் செல்வம் மிகுந்த, மிகவும் முக்கியத்துவ வாய்ந்த ஹைனட், ஹாலந்து, ஜோலாந்து ஆகிய கடற்கரை பகுதிகளின் வாரிசு. இருவரும் அவளது தந்தையின் அரசவையில் வாழ்ந்து வந்தனர். கலேயில் நவம்பர் 1416 ஆம் ஆண்டு நடந்த ஆங்கில சந்திப்பு எந்த முடிவும் எடுக்கப்படாமல் முடிவடைந்தது. தொடர்ந்து ஹைனட்டில் இன்னொரு சந்திப்பை ஏற்பாடு செய்தான். இந்த முறை நிச்சயமான ஓர் ஒப்பந்தம் ஏற்பட்டது.

பர்கண்டி பிரபுவும், ஹைனட் அரசனும் ஒன்று சேர்ந்து ஜோன் சிற்றரசனை பாரிஸ் அரசின் தலைமையில் அமர்த்தினார்கள். சிற்றரசனுக்குத் துணையாக அவனது மனைவியின் மாமாவான ஜான் அவனது பக்கத்தில் இருப்பான்.

அது ஒரு நல்ல திட்டமாக இருந்தது. ஆனால் 1417 ஆண்டு ஏப்ரல், மே மாதங்களில் இளம் சிற்றரசன், அவனது மாமனார் ஹைனட்டின் அரசன் ஆகியோர் அடுத்தடுத்து இறந்து போகவே இந்தத் திட்டம் நீடிக்கவில்லை. மறுபடியும் ஒரு புதிய வாரிசு பதவி ஏற்கும்படி ஆயிற்று. இந்த முறை அரசரின் கடைசி மகன் 14 வயது சார்லஸ் அரசனாக பதவி ஏற்றான். ஆனால் அவன் அவனது தந்தையுடன்

பாரிஸில் ஆர்மன்யாக் படையின் நடுவில் இருந்தான். அவனது இறந்துபோன சகோதரர்களைப்போல அவன் பர்கண்டி வம்சத்துடன் திருமண உறவில் இணைந்திருக்கவில்லை. நேர்மாறாக அஞ்சே சிற்றரசரும், சிசிலியின் அரச பதவிக்கு தேர்ந்தெடுக்கப்பட்ட வருமான லூயியின் மகளுடன் அவனுக்கு நிச்சயதார்த்தம் நடந்திருந்தது. 1417 ஆண்டு சாகும்வரை லூயி ஆர்மன்யாக்குடன் நேசஉறவு வைத்துக்கொண்டிருந்ததுடன் பர்கண்டியுடன் தனிப்பட்ட விரோதமும் கொண்டிருந்தார். அதுவுமில்லாமல் சார்லஸ் கடந்த நாலு வருடங்களாக டியூக் லூயி, மற்றும் அவரது மனைவி யோலாண்டேவின் பாதுகாப்பில் இருந்தான்.

இருந்தும் ஜான் ஏற்கெனவே உள்ள குழுக்களைப் பிரித்து மறு குழுவாக்கம் செய்வதில் வல்லவன். அப்பொழுதும் அதைச் செய்தான். அவனது ஹெஸ்டின் கோட்டையிலிருந்து ஒரு பகிரங்கக் கடிதம் எழுதி பல நகல்கள் எடுத்து ஒவ்வொன்றிலும் தன் கையெழுத்தைப் போட்டு பிரான்ஸ் நாட்டு மக்களுக்கு அனுப்பினான். அந்தக் கடிதத்தில் அவன் இப்படி எழுதியிருந்தான்: ‘ஆர்மன்யாக்காரர்கள் துரோகிகள், நாசகாரர்கள், கடற்கொள்ளை யர்கள், விஷமிகள். அரசனின் பிள்ளைகள் லூயி மற்றும் ஜோன் இவர்களைக் கொன்றவர்கள். அஜின்கூர் யுத்தத்தில் ஆங்கிலேயர் களின் வெற்றிக்கு பின்புலத்தில் இவர்களது சூழ்ச்சித் திட்டங்கள் இருந்தன. எளிமையாகச் சொல்ல வேண்டுமென்றால் பிரான்ஸ் நாட்டை அழிப்பதற்காகவே அவர்கள் தங்களைச் சமர்ப்பித்தவர்கள். ஆனால் ஜான் அப்படியல்ல. பிரான்ஸ் நாட்டின் அரசனையும், குடிமக்களையும் காப்பாற்றுவதை ஒரு புனிதமான, விசுவாசமான, முக்கியமான வேலையாகக் கொண்டவன். தன் இறுதி மூச்சுவரை அதற்காக பாடுபடுவதற்காகவே வாழ்பவன். மக்களுக்கு இன்னும் அவனது குறிக்கோள்கள் போதுமான அளவு தெளிவாக இல்லை யென்றால் அவன் எல்லா வரிகளையும் ஒழித்துவிடுவான்’. இதைப் பார்க்கும்போது இது ஒப்பந்தத்திற்கு வழி வகுக்கும் என்று தோன்ற வில்லை. போருக்கு வழி தேடுகிறான் என்பது புலனாகிறது.

வசந்தகாலம் போய் கோடைக்காலம் வந்தது. கோடைக்காலம் முடிந்து இலையுதிர்காலம் வந்தபோது பர்கண்டி படைகள் பாரிஸ் நகரைச் சுற்றியிருந்த சின்ன ஊர்களிலும், நகரங்களிலும் நுழைந்தன. சில ஊர்மக்கள் அவர்களாகவே வழிவிட்டனர். சிலர் மறுத்து முடியாமல் போய் வழிவிட்டனர். அக்டோபர் மாதம் பர்கண்டியரின் பிடி இறுகியது. டியூக் மற்றும் அவனது படைகள் தலைநகரிலிருந்து பத்து மைல் தூரத்தில் இருந்தனர். உணவுப்

பொருட்களின் இருப்பு குறைந்து, விலைகள் ஏறத்தொடங்கின. 'பாரிஸ் நகரம் மிகவும் அல்லல்பட்டுக் கொண்டிருக்கிறது' என்று உள்ளூர் பத்திரிக்கைக்காரர் எழுதினார்.

பிரான்ஸ் நாட்டின் மேல் தனது பிடியை வலிமைப்படுத்த ஆர்மன்யாக் பிரபு தனது ஆதரவாளர்கள் அரச பரம்பரையைச் சார்ந்த ஒருவரின் தலைமையின் கீழ் கூடுதல் நன்றாக இருக்கும் என்று எண்ணி, அரச வாரிசான சார்லஸை ராஜ்ஜியத்தின் தளபதியாக நியமித்தான். சார்லஸின் தாய் ராணி இஸாபா தனது மதியிழந்த கணவருக்கு பதிலாக அரசாள விரும்பினாள். இறந்துபோன ஆர்லியன் டியூக்குடன் அவளுக்கு நெருங்கிய தோழமை இருந்தது. ஒரு பெண்ணின் கைக்கு அதிகாரம் கிடைக்கும்போது உண்டாகும் முணுமுணுப்புகள், வதந்திகள் இப்போதும் மறைமுகமாக எழுந்தன. அப்போதிலிருந்து அவள் தனது கணவருக்கும், மகன்களுக்கும் ஏற்றதான நடுநிலைமையில் இருக்க விரும்பினாள். ஆனால் இது தாக்குதலுக்கு ஆளான ஆர்மன்யாக் படைகளிடையே பகைமையை வளர்த்தது.

1417 ஆம் ஆண்டு ஏப்ரல் ஆர்மன்யாக் பிரபு ராணி இஸாபாவை சிறைப்பிடித்து நூறு மைல்கள் தூரத்திலிருந்த டூர்ஸ் நகரில் அரசியல் கைதியாக வைத்தான். அது இப்போது தவறான செயல் ஆகிவிட்டது. பர்கண்டி பிரபு நவம்பர் மாதம் முதல் வாரத்தில் ராணி இஸாபாவின் கதவுகளைத் தட்டியபோது அவளுக்கு அவனை வரவேற்பதைத் தவிர வேறு வழியிருக்கவில்லை. அவனே ஆர்லியனின் டியூக்கைக் கொன்றவன் ஆயினும் இப்போது அவளை விடுவிக்கப்போகிறவனும் அவனே என்றல்லவா ஆயிற்று. பர்கண்டி பிரபு அவளிடம் அவளது கணவனது அதிகாரத்தைப் பற்றிப் பேசினால், ஆர்மன்யாக் பிரபு அவளது மகனை தந்தையின் வாரிசாக ஆக்குவதைப் பற்றிப் பேசுகிறான். பிரான்ஸில் இப்போது இரண்டு அரசர்கள் இருவரும் ஒருவரையொருவர் அழிப்பதற்குப் பார்க்கிறார்கள்.

இந்த இருவரும் போடும் சண்டையின் நடுவே இங்கிலாந்தின் ஹென்றி பின்பக்கக் கதவு வழியே உள்ளே புகுந்தான். 1418 ஆம் ஆண்டு ஜனவரி மாதம் பர்கண்டி படை மேற்குப் பக்கமாக நார்மண்டியின் (டச்சி ஆஃப் நார்மண்டி) தலைநகர் ரூவானில் கால்பதித்தபோது மற்றைய டச்சி பகுதிகள் மீண்டும் வந்த ஆங்கில ஆக்கிரமிப்பாளர்களால் துண்டு துண்டுகளாகச் சிதறின. ஹென்றி கடற்கரையின் வழியே உள்நாட்டில் புகுந்து கான் நகரையும், அதன்

கோட்டையையும், அலென்கன், அர்ஜன்டன், ஃபலஸ் ஆகிய இடங்களையும் பிடித்தான்.

அங்கிருந்த நேர்மையான வணிகர்கள், செல்வாக்கு மிக்க மனிதர்கள் ஆங்கிலேயர்களுக்கு மொத்தமாக பணம் கொடுத்தோ, அல்லது வேறு வழியிலேயோ நார்மண்டியிலிருந்து தப்பித்து பாரிஸிற்கு வந்தனர். வரும் வழியில் முதலில் பர்கண்டியர்களால் பிடிக்கப்பட்டு சற்று தூரத்தில் பிரெஞ்சுக்காரர்களால் - அதாவது ஆர்மன்யாக்காரர்களால் பிடிக்கப்பட்டனர். மொத்தத்தில் மூன்று பேர் கைகளிலும் அகப்பட்டு தங்களது சுதந்திரத்தை மீட்டுக் கொண்டு வந்த அவர்கள் சொன்னார்கள்: பர்கண்டியர்களைவிட ஆங்கிலேயர்கள் இரக்கம் வாய்ந்தவர்களாக இருந்தனர்; பாரிஸிலிருந்தவர்களை விட பர்கண்டியர் அதிக கருணை காட்டினார்கள் என்று.

கான்ஸ்டன்ஸ் சபையின் புதிதாக அமர்த்தப்பட்ட போப் ஐந்தாம் மார்டின் அமைதி வேண்டி சிறப்புத் தூதுவர்களை அனுப்பினார். ஆனால் பர்கண்டியின் ஜான் வெற்றி கைகெட்டும் தூரத்தில் இருக்கும்போது அதில் ஆர்வம் காட்டவில்லை. தூதுவர்களை நல்லவிதமாகப் பேசி அனுப்பிவிட்டான். அவனது கவனம் வேறெங்கோ இருந்தது. அவனது பாரிஸ் முற்றுகை ரத்தத்தில் தோய்ந்த வெற்றியைத் தரும்போல இருந்தது.

மே மாதம் 29 ஆம் தேதி மழையால் நனைந்த அதிகாலைப் பொழுதில் பர்கண்டியரின் ஆதரவாளர்கள் சிலர் முற்றுகை இடப்பட்டிருந்த நகரின் செயிண்ட்-ஜெர்மைன்-டெஸ்பிரஸ்-இன் கதவுகளை ஆயுதம் தாங்கிவந்த பர்கண்டியப் படைகளுக்கு திறந்துவிட்டனர். உள்ளே நுழைந்தவர்கள் நகரின் கிழக்குப் பகுதியிலிருந்த அரசரின் மாளிகை ஹோட்டல் செயின்ட் போலையும், திகைத்துப் போயிருந்த அரசனின் ஆட்களையும் கைப்பற்றினர். சிலர் ஆர்மன்யாக் பிரபுவையும், அவனது தளபதிகளையும் பிடித்து சங்கிலியால் கட்டினர். முன் மதியப் பொழுதுக்குள் பாரிஸ் அவர்களது வசம் ஆயிற்று. பல வருடங்களாக ஆர்மன்யாக்கின் அடையாளமான வெள்ளை இடுப்புக் கச்சை அணிந்தவர்கள் இப்போது பர்கண்டியின் அடையாளமாக தங்களது உடையில் செயின்ட் ஆண்ட்ரூவின் சிலுவையை அணியத் தொடங்கினர். தங்களது புதிய அரசருக்கு தங்கள் ஆதரவைத் தெரிவிக்கவும், அல்லது ஆர்மன்யாக்காரர்களுடன் தங்களுக்கு எந்தவிதக் கூட்டும் இல்லை என்று தெரிவிக்கவும் இப்படிச் செய்தனர்

‘கடவுள் அரசரை, அவரது வாரிசை, அமைதியைக் காக்கட்டும்’ என்று பர்கண்டியன் வீரர்கள் கூச்சலிட்டனர். கடவுள் அவர்களுக்கு அரசரைக் கொடுத்திருக்கிறார் ஆனால் அமைதி அவரது திட்டத்தில் இல்லை போலிருக்கிறது. ‘பாரிஸ் பொங்கி எழுந்தது’ என்று குறிப்பிடுகிறார் ஒரு பத்திரிக்கை எழுத்தாளர். படை வீரர்களைவிட வேகமாக மக்கள் தங்கள் கைகளில் ஆயுதங்களை எடுத்தனர். ஆர்மன்யாக்காரர்களை எதிர்த்தவர்களுக்கும், பர்கண்டி பிரபுவை ஆதரித்தவர்களுக்கும் வெளியிலிருந்து வந்த அரசனையும், அவனது ஆட்களையும் வெளிநாட்டுக்காரர்கள் என்று முத்திரை குத்தி பழிவாங்கவும் கடைசியாக ஒரு வாய்ப்புக் கிடைத்தது அவர்களுக்கு. வன்முறை தலை விரித்து ஆடியது.

நகரின் வீதிகளில் உடல்கள் கிழிக்கப்பட்டு, நிர்வாணமாக்கப்பட்டு ரத்தத்தில் தோய்ந்த சடலங்கள் குவிந்து கிடந்தன. அவர்களின் ரத்தம், பெய்த மழையில் சாக்கடைகளில் அடித்துச் செல்லப் பட்டது. இதைவிட மோசமான நிகழ்வுகள் அடுத்த இரண்டு வாரங்களில் நடந்தது. நகரில் தவறுதலாக ஒலிக்கப்பட்ட மணிச்சத்தம் மக்களிடையே புதிய பயத்தையும் புதிய கிளர்ச்சியையும் உண்டுபண்ணியது. சிறைச்சாலைகளை உடைத்து அதனுள் இருந்தவர்களை சேதப்படுத்தி கொன்று குவித்தனர். இரவு வேளைகளில் அவர்களது வழியை தடுத்துக்கொண்டிருந்த கட்டிடங்களுக்கு நெருப்பு வைத்தனர். இறந்துபோனவர்களில் சிறைபிடிக்கப்பட்ட ஆர்மன்யாக் பிரபுவும் ஒருவன். அவனது சிதைந்து போன முகம் அவனை அடையாளம் காட்டவில்லை. அவன் வழக்கமாகப் படுத்துறங்கும் அறையில் உடல் அறுபட்டுக் கிடந்தான்.

நகரம் அமைதியாக ஒரு மாதம் ஆயிற்று. அதன் பிறகே பர்கண்டி பிரபு தனது வெற்றியைக் கொண்டாட முடிந்தது. அவன் பக்கத்தில் ராணி இஸாபா இருந்தாள். அவர்கள் இருவரும் சேர்ந்து வந்த ஊர்வலத்தைப் பார்த்த ஊர் மக்கள் அழுதனர்; தொழுதனர்; ‘நாவலோ நாவல்’ என்று ஆனந்தக் கூச்சலிட்டு வரவேற்றனர். கடைசியில் முழு அதிகாரத்துடன். அரசரும், தலைநகரும் டியூக் ஜானின் கையில். ஆனால் இந்த பர்கண்டி விடியலை அதிக மகிழ்ச்சியுடன் கொண்டாட முடியாமல் இரண்டு நிகழ்வுகள் நடந்தன.

முதலாவது ஆங்கிலேயர்கள் முன்னேறி வந்துகொண்டிருந்தனர். பிரான்ஸின் இரண்டாவது நகரும், மேல் நார்மண்டியின்

நுழைவாசலும் ஆன ரூவான் நகரின் மதில் சுவருக்கு அருகே வந்துவிட்டிருந்தனர். பிரான்ஸ் மண்ணில் ஆங்கிலேயர்களின் இருப்பு ஒருகாலத்தில் ஆர்மன்யாக் அரசின் மேல் ஒருவித அழுத்தத்தை கொடுக்க உபயோகமாக இருந்தது. ஆனால் இப்போது அரசரின் பெயரில் ஜான் ஆண்டு கொண்டிருந்ததால் ஆங்கிலேயர்களின் வருகையை அவனால் மெத்தனமாக எதிர்கொள்ள முடியவில்லை. இன்னொரு வருத்தமான நிகழ்வு அவன் ஆசைப்பட்ட அரச அதிகாரம் அவன் கைகளுக்கு எட்டாக்கனியாகவே இன்னும் இருந்தது. மே மாதம் 29 ஆம் தேதி தூங்கிக்கொண்டிருந்த நகரின் மேல் பர்கண்டிப் படைகள் தாக்குதலை ஆரம்பித்தபோது ஆர்மன்யாக் ஆதரவாளர்கள் நகர அதிகாரியும், லூயியின் விசுவாசியுமான டாங்கை டு சாட்டல் துணையுடன் பதினைந்து வயது இளவரசன் சார்லஸை இரவோடிரவாக அவனது இரவு உடையிலேயே வெளியேற்றிவிட்டனர்.

இந்த விஷயம் பர்கண்டி ஜானின் காதில் விழுந்தது. ஒரு கணம் இப்படி யோசித்தான். மிகவும் இளம் வயதினனான சார்லஸ் அனுபவமும் இல்லாதவன். அவனிடம் இருப்பதோ தான் அடித்தது போக மிஞ்சிய படைகள். இப்படிப்பட்டவன் தனக்கு ஒருநாளும் நிகராக முடியாது. அவனுடன் இப்போது இருப்பது அவனுடைய ஆதரவாளர்களும் அவனது மாமியார் ஆரேகான் யோலாண்டே, அவனது அம்மா ராணி இஸாபா ஆகியவர்களே. ஆர்மன்யாக் பிரபுவை கொன்றாகிவிட்டது. ஆர்லியன் மற்றும் போர்போர்ன் பிரபுக்கள் இருவரும் சிறைக்கைதிகள். அதுவுமில்லாமல் ஜான் எல்லா வரிகளையும் ஒழித்துவிட்ட நிலையில் சார்லஸ் இனி மக்களிடமிருந்து வரி வசூலிப்பது நடக்காத காரியம். பணமில்லாத நிலையில் பெரிய படையைத் திரட்டுவது சிரமமான காரியம்.

அடுத்த கணம் அவனது சிந்தனை மாறியது. சார்லஸ் இப்போது அரசனாவதற்கான வாய்ப்புகள் முற்றிலும் அழிந்துவிடவில்லை. ஏராளமான செல்வச்செழிப்பும், வலிமை மிக்க அரசியல் அனுபவமும் வாய்ந்த, ஆரேகான் யோலாண்டேவின் ஆதரவு அவனுக்கு இருந்தது. அவள் அவனுக்கு அரசியல் ஆலோசகராக மட்டுமல்லாமல் இரண்டாவது தாயாகவும் இருந்தாள். அவளது மகள் மேரியை சார்லஸ் திருமணம் செய்துகொள்வதாக இருந்தான். அவளது இரண்டு மகன்கள் டியூக் லூயி மற்றும் 9 வயது ரேனே இருவரும் சார்லஸின் நண்பர்கள். அவளது உதவியால் தெற்குப் பாரிஸிலிருந்து சுமார் நூறு மைலுக்குச் சற்றே தொலைவிலிருந்த போர்ஷ் நகரத்தை தனது இருப்பிடமாகக் கொண்டான். இந்த நகரம்

அவனுக்கு அவனது மாமா தாத்தாவிடமிருந்து 1416ஆம் ஆண்டு அவரது மறைவிற்குப் பிறகு வந்தது. அவனது விருப்பத்தேர்வு அதில்லை என்ற போதும் அவசியம் என்ற காரணத்தால் அதுவே இப்போது ஆர்மன்யாக் தலைநகரமாயிற்று.

பர்கண்டியனது பாரிஸ் அரசவையைப் பிரதிபலிப்பதுபோல ஒரு பாராளுமன்றத்தை பாய்டியேவிலும், கருவூலத்தை போர்ஷ் நகரிலும் வைத்துக்கொண்டு தோராயமாக ஓர் அரசாங்கத்தை அமைத்துக்கொண்டு அதன் தலைவன் 15 வயது சார்லஸ் பிரான்ஸ் நாட்டின் பிரதிநிதி என்று தன்னை அழைத்துக் கொண்டிருந்தான். ஆனால் அது எத்தனை இன்றியமையாதது என்று வார்த்தைகளால் சொல்ல முடியாது. ஜான் பர்கண்டி தான் அரசருக்கு மிகவும் விசுவாசமான ஆலோசகர் என்று எத்தனை சத்தமாகச் சொன்னாலும், ராணி இஸாபா எவ்வளவு உறுதியாக அவனுக்கு பக்கபலமாக நின்றாலும், ஜானின் அரசு ஆட்சி அதிகாரத்தை சட்டவிரோதமாக கைப்பற்றிய அரசு என்று சொல்லி இளவரசன் சார்லஸ் அதை ஏற்றுக்கொள்ள மறுத்தான்.

பர்கண்டியர்களுக்கும், ஆர்மன்யாக்காரர்களுக்கும் இடையே நடந்து வந்த தினசரி மோதல்கள் நகரங்களிலும், சிற்றூர்களிலும் இப்போது குறைந்திருந்தது. ஆனாலும் பிரான்ஸ் நாட்டின் இறையாண்மை மூன்று பக்கங்களிலும் மூன்று பேர்களால் கிழிபட்டுக்கொண்டிருந்தது. பர்கண்டி பிரபு வடக்கு மற்றும் கிழக்குப் பக்கங்களில் அதிகாரம் செலுத்திக் கொண்டிருந்தான். சார்லஸ் இளவரசன் நாட்டின் மத்திய பிரதேசங்களையும், கிழக்குப் பகுதிகளையும் தன் கட்டுப்பாட்டில் வைத்திருந்தான். எப்போதும் போல் இங்கிலாந்தின் ஹென்றி தென்மேற்குப் பகுதியில் இருந்த கேஸ்கனிவரை வந்துவிட்டிருந்தான். மெல்ல மெல்ல நார்மண்டியின் வழியாக புகுந்து நாட்டின் இதயப்பகுதியை நோக்கி நகர்ந்துகொண்டிருந்தான்.

1419 ஆம் ஆண்டு ஜனவரி மாதம் ஐந்து மாத முற்றுகையில் ரூவான் ஆங்கில அரசுக்கு அடிபணிந்தது. இரண்டு வாரங்களுக்குப் பிறகு ஹென்றியின் படைகள் பாரிஸிற்கு 30 மைல் தூரத்தில் இருந்த மான்டிஸ் நகரை அடைந்தன. யாராலும் எதுவும் செய்ய முடியவில்லை. ஏனெனில் பிரான்ஸ் நாட்டின் எல்லா பிரபுக்களும் ஒருவர் மேல் ஒருவர் பகைமை கொண்டிருந்தனர். சார்லஸ் இளவரசனுக்கு தன் தந்தை மேல் கோபம். அவர் கொடுத்த இடம்தான் பர்கண்டி பிரபுவை இத்தனை ஆட்டம் ஆட வைக்கிறது

என்று. ரத்த சொந்தங்களான மற்ற இளவரசர்கள் ஆங்கில அரசனால் அஜின்கூர் போரில் சிறைபிடிக்கப்பட்டிருந்தனர். பிரான்ஸ் நாடு மோசமான நிலையிலிருந்து படுமோசமான நிலைக்குச் சென்றிருந்தது. ரூவான் நகரம் ஆங்கிலேயர்களின் பிடியில் வீழ்ந்தவுடன் ராணியையும், ராஜாவையும் பாதுகாப்பாக பாரிஸிற்கு ஐம்பது மைல் தொலைவில் இருந்த ஆங்கிலேயர்களின் வருகைக்கு எதிர் திசையில் இருந்த ப்ரோவின்ஸ் (Provins) நகருக்கு அனுப்பி விட்டான் ஜான் பர்கண்டி.

பிரான்ஸ் நாடு உடைந்து மட்டும் போகவில்லை; அழிந்துவிட்டது என்றே சொல்லவேண்டும். பிரான்ஸ் நாடு பழமையானதுதான். ஆனால் சாஸ்வதமானது இல்லை. மாற்றமுடியாததும் இல்லை. அதனுடைய எல்லைகள் அவ்வப்போது சர்வதேச ராஜதந்திரங் களால் மாற்றப்பட்டுக் கொண்டேயிருந்தது. ஆங்கில அரசர்களின் பங்களிப்புத் தான் இதில் அதிகம் என்று சொல்லலாம். இப்போது மறுபடியும் அவர்கள் இங்கே வந்திருக்கிறார்கள். பர்கண்டி ஜானின் பிரெஞ்சு எல்லைகளுக்கு உட்படாத எல்லையைத் தாண்டிய அதிகாரம் ஒரு புதிய எதிர்பாராத ஈர்ப்பினைக் கொடுத்தது. 1419 ஆம் ஆண்டு எதிரிகளின் பிடி இறுகியது. இது பிரான்ஸ் நாட்டின் அரசியலில் ஓர் ஆபத்தான தேக்க நிலையை உண்டாக்கியது. குத்துச்சண்டைக்காரர்கள் வெற்றிக்கான கிடுக்கிப் பிடியை மெல்ல மெல்லப் போட முயற்சிப்பது போல எதிரிகள் ஆட்சியை தங்கள் கைகளுக்குள் கொண்டுவர முயன்றனர்: வேறு வேறு இணைப்புகள் மூலம்: இங்கிலாந்தின் அரசனும் பர்கண்டியின் பிரபுவும் இணைந்து; பர்கண்டிப் பிரபுவும், இளவரசன் சார்லஸூம் இணைந்து; இளவரசனும், ஆங்கில அரசனும் இணைந்து என்று.

ஜூலை மாத முற்பாதியில் 48 வயது ஜான் பிரபுவும், 16 வயது இளவரசனும் மூன்று முறை நேருக்கு நேர் சந்தித்தனர். ஆங்கிலேயர்களை இருவரும் சேர்ந்து எதிர்ப்பது; இருவரும் நண்பர்களாக இணைந்து பிரான்ஸ் நாட்டை ஆள்வது என்று பொதுமக்களின் முன் எடுத்துக்கொண்ட உறுதிமொழிகள் காற்றோடு போயின. இதன் நடுவே பேரோசையுடன் வந்த இடி மழை நாட்டை அழித்தது. பெரிய பெரிய ஆலங்கட்டிகளைப் பார்த்ததாக செயின்ட்-டெனிஸ் தேவாலய மதகுரு சொன்னார். பர்கண்டியரும், ஆர்மன்யாக்காரர்களும் கொடுத்த இந்தமாதிரியான துரதிர்ஷ்டமான உறுதிமொழிகளினால் பலன் இல்லை என்பதற்கான அடையாளங்கள் இவை என்றனர்.

அந்த மாதக் கடைசியில் ஹென்றியின் படைகள் பாரிஸிற்கு இருபதே மைல் தொலைவிலுள்ள போண்டோயிஸ் நகரில் அதிரடியாக நுழைந்தன. ஆபத்து நெருங்கிவிட்டது என்பதை உணர்ந்து பர்கண்டி பிரபுவும், இளவரசனும் செப்டம்பர் மாதம் தலைநகரின் தென்கிழக்கில் இருக்கும் மான்டோரை-பால்ட்-இயான் நகரில் சந்திக்கத் தயாரானார்கள்.

ஆங்கிலப்படைகள் முன்னேறி வந்து கொண்டிருக்கும் ஆபத்தான நிலையில் ஒரு நதியின் நடுவில் அதாவது யான் நதி செய்ன் நதியுடன் சேருமிடத்தில் பல வளைவு பாலங்கள் கொண்ட மான்டேரோவ் நகரில் சார்லஸ் இளவரசனைச் சந்திக்க பர்கண்டி பிரபு தயாரானான். ஒரு கரையில் சார்லஸ் இளவரசனின் வசமிருந்தது அந்த நகரம். இன்னொரு கரையில் தான் சந்திக்கவிருக்கும் ஜான் பிரபுவிற்காக ஒரு நல்லெண்ணத்தின் பேரில் சார்லஸ் ஏற்பாடு செய்திருந்த மாளிகை. இருவரும் சந்தித்து பிரான்ஸ் நாட்டின் எதிர்காலம் குறித்துப் பேசுவதற்குத் தகுந்த இடம் அதுதான் என்று தீர்மானித்தனர். பல நிபந்தனைகள் போடப்பட்டன. ஒருவருக் கொருவர் எந்தவிதக் கெடுதலும் செய்வதில்லை; இருவரின் பக்கத்திலும் பத்துப்பேர்கள் மட்டுமே துணை வரவேண்டும். இருவரும் ஒரே சமயத்தில் எதிரெதிராக வந்து பாலத்தில் சந்திப்பது; அவர்களின் ஆலோசனைகளை வேறு யாரும் கேட்கக் கூடாது; மறைந்திருந்து தாக்கக்கூடாது என்பது போன்ற நிபந்தனை களுடன் இந்தச் சந்திப்பு ஏற்பாடு செய்யப்பட்டிருந்தது.

இந்தச் சந்திப்பிற்கு ஜான் பிரபுவை மான்டேரோவ் நகருக்கு வரவழைக்க, இளவரசனும், அவனது ஆலோசகர்களும் பலவிதங் களிலும் மிகவும் ஜாக்கிரதையாக நடைமுறை சாத்தியங்களை ஆலோசிக்க வேண்டியிருந்தது. பாலத்தின் மேல் ஏற்கெனவே ஒரு கல் கோபுரம் இருந்தது. ஜான் பிரபுவும், இளவரசனும் எந்த விதமான அச்சமும் இல்லாமல் பேச்சுவார்த்தைகளை இங்கு நடத்தலாம் என்பதற்காக இன்னொரு மரத்தடுப்பு இப்போது புதிதாகக் கட்டப்பட்டது.

செப்டம்பர் 10 ஆம் தேதி மதியம் ஏற்பாடுகள் முடிவடைந்தன. இலையுதிர்கால வானம் பளிச்சென்றிருந்தது. நேர்த்தியான கம்பீரத் தோற்றத்தில் மறைக்கப்பட்ட கண்களுடன் ஜான் பிரபு மாளிகையி லிருந்து வெளியே வந்து வளைந்து செல்லும் பாதையில் கோபுரத்தைத் தாண்டி புதிதாகக் கூர்மையான கட்டைகளால் கட்டப் பட்டிருந்த வேலியைத் தாண்டி மரச் சுவர்களால் ஆன தடுப்பிற்குள்

நுழைந்தான். அவனுடன் கூட வந்தவர்கள் எல்லோரும் நுழைந்தபின் கதவு சாத்தப்பட்டது. பின்னால் கதவு பூட்டப்படும் சத்தம் கேட்டது. அவனுக்கு முன்னால் வளர் இளம் பருவத்தை இன்னும் முழுமையாகக் கடக்காத, ஒல்லியான குட்டையான உருவத்தில் சார்லஸ் தனது துணைவர்கள் பத்துப் பேர்களுடன் நின்றிருந்தான். ஜோன் லூவே, டாங்காய் டு சாட்டல் இருவரும் அந்தப் பத்துபேர்களில் அடக்கம்.

இளவரசனின் முன் மண்டியிட்டு தன் தலையிலிருந்த கருப்பு நிற வெல்வெட் தொப்பியைக் கழற்றி மரியாதை செலுத்தினான் ஜான் பிரபு. அவன் குனியும்போது சுற்றிலும் நீர் அசையும் சத்தம் மட்டுமே கேட்டது. பாலத்தைச் சுற்றி அமைக்கப்பட்டிருந்த மரச்சுவர்கள் அவன் கண்களில் பட்டது. அதைச் செய்த தச்சர்களின் கைவேலையை மனதிற்குள் பாராட்டியவனுக்கு ஹெஸ்டின் நகரில் இருக்கும் அவனது அருங்காட்சியகம் நினைவிற்கு வந்ததோ என்னவோ. சிலகணங்கள் சென்றன. அப்போதுதான் அது நிகழ்ந்தது: அவன் தலையில் மரண அடி விழுந்தது. போர் கோடாரியின் கூர்மையான எஃகு பகுதி அவன் மண்டையைப் பிளந்துகொண்டு உள்ளே நுழைந்தது.

கீழே விழுந்த ஜான் பிரபுவின் உடலிலிருந்து ரத்தம் பெருகியது. டாங்காய் டு சாட்டல் கையிலிருந்த கோடாரியிலிருந்தும் ரத்தம் சொட்டுச்சொட்டாக கீழே சிதறியது. அதிர்ச்சியில் உறைந்துபோன ஜான் பிரபுவின் வீரர்கள் நடந்ததை உணர்ந்து முன்னால் பாய்ந்து வர ஆரம்பித்த சமயம், மரத்தடுப்பிற்கு அந்தப்பக்கம் திறந்திருந்த கதவின் வழியே உள்ளே நுழைந்த இளவரசரின் ஆட்களால் பலமாகத் தாக்கப்பட்டனர். 'கொல், கொல்' என்ற சத்தம் மட்டுமே அவர்களின் காதுகளில் விழுந்தது. அவர்களை ஒன்றாகக் கட்டி அழைத்துச் செல்லும்போது கீழே விழுந்திருந்த ஜான் பிரபுவின் உடலுக்கு அருகில் ஓர் உருவம் மண்டியிட்டு உட்கார்ந்து அவனது உடலில் கத்தியை இறக்கிக் கொண்டிருந்ததைக் கண்டனர். பர்கண்டி வீரர்கள் பேச்சு வார்த்தையை முடித்துக்கொண்டு தங்கள் அரசன் திரும்புவான் என்று காத்திருந்தனர். திடீரென்று ஒரு பலத்த ஓசை கேட்டது. கல்கோபுரத்தில் பதுங்கியிருந்த ஆர்மன்யாக் வீரர்கள், பர்கண்டியர் தங்கியிருந்த மாளிகையின் மேல் சரமாரியாக குண்டு மழையைப் பொழிய ஆரம்பித்த சத்தம் தான் அது.

பனிரெண்டு வருடங்களுக்கு முன் பாரிஸ் நகர வீதிகளில் ஆர்மன்யாக் பிரபு கொலை செய்யப்பட்டதை விடவும் மிகவும்

கவனத்துடனும், இரக்கமற்றமுறையிலும் நடந்த படுகொலை இது. ஜானின் உடல் சிதைக்கப்பட்டு, அலங்காரங்கள் கலைக்கப் பட்டு ரத்தக்களறியாக சின்னாபின்னமாக்கப்பட்ட ஒரு கை ஊசலாட பாலத்திலிருந்து அப்புறப்படுத்தப்பட்ட காட்சியைப் பார்த்தபோது இந்தக் கொலையின் பின்விளைவுகள் இதைவிட மோசமானதாக இருக்கும் என்று தோன்றியது. டாங்காய் டு சாட்டலைப் பொறுத்தவரை இது பழிக்குப்பழி வாங்கும் செயல். தனது முன்னாள் எஜமானனின் கொலைக்கு பழிவாங்கியாகி விட்டது.

ஆர்லியனின் லூயி கொலைசெய்யப்பட்ட போது இளவரசனுக்கு நான்கு வயதுதான். அவனுக்கு நினைவு தெரிந்த நாளிலிருந்து நாட்டில் போரை மூட்டிக்கொண்டிருந்த சைத்தானின் தளபதி கொலை செய்யப்பட்டுவிட்டான். ஆனால் இந்தக் கொலை, அந்த ரத்தம் தோய்ந்த தருணம் பிரான்ஸ் நாட்டில் இந்த இரு பிரிவினருக்கும் இடையே நிலவி வந்த பிரச்னையை சீரமைக்க முடியாத அளவிற்கு கொண்டு சென்றது. பிரான்ஸ் நாட்டின் பிரபுக்களிடையே எத்தனையோ நுட்பமான ராஜ தந்திரங்கள் இருந்திருக்கக்கூடும்; ஆங்கிலேயர்கள் அமைதிப்படுத்த முடியாத கடுந்தாக்குதல் நடந்திருக்கக்கூடும்; ஆயினும் இனிமேலும் ஆர்மன்யாக் மற்றும் பர்கண்டியரிடையே சமாதானம் ஏற்படும் என்ற நம்பிக்கைக்கு மட்டும் துளிக்கூட இடமே இல்லை என்பது நிதர்சனம் ஆயிற்று.

பொதுமக்களிடையே முதலில் பேசும்போது ஜான் பிரபுவிற்கு எதிராக தான் எந்தச் சூழ்ச்சியும் செய்யவில்லை என்றான் சார்லஸ் இளவரசன். பதிலாக பாலத்தின் மேல் வரும்போது ஜான் பிரபுவே முதலில் கத்தியைத் தூக்கியது என்றான். பிறகு ஏதோ நினைவு வந்தவன்போல ஒருவேளை தன்னை முதலில் தாக்கியது ஜான் பிரபுவின் முக்கிய உதவியாளர் நாவைல்ஸ் லார்ட் ஆன ஆர்ச்சம்பாட் டி ஃபாய் ஆக இருக்கலாம் என்றான். அன்று நடந்த கைகலப்பில் ஏற்பட்ட தலைக் காயங்களினால் ஃபாய் இறந்ததைத் தெரிந்துகொண்ட பிறகே இப்படிச் சொன்னான். இனி ஃபாய் பிழைத்து வந்து அன்று நடந்ததைச் சொல்லமுடியாது என்ற காரணத்தால் இளவரசரின் விரல் அவனைச் சுட்டிக் காட்டியது. மேலும் சொன்னான்: 'பேச்சு வார்த்தை நடக்கவேண்டிய இடத்தில் வன்முறை நடக்கக் காரணம் பர்கண்டியர்களின் இந்த எதிர்பாராத தாக்குதல்தான். எனது பணியாட்களின் சமயோசிதத்தினால் சிறை பிடிக்கப்படாமல் நான் தப்பித்தேன். கடவுளுக்கு நன்றி

சொல்லவேண்டும்'. ஜான் பர்கண்டி இளவரசரின் ஆட்களால் கொல்லப்பட்டான் என்பதை என்ன சொல்லியும் மறைக்க முடியவில்லை என்பதே நிஜம்.

இந்த உண்மையால் பர்கண்டியர்களுக்கு எல்லாமே மாறியது. இருநூறு மைல்களுக்கு அப்பால் இருந்த 23 வயது பிலிப் (இப்போது புதிய பிரபு) தன் தந்தை இறந்த துக்கத்தாலும், துன்பத்தாலும் ஆழ்ந்த மனவருத்தத்திற்கு ஆளாகி இருந்தான். ஜானின் விதவை பவேரியாவின் மார்கரெட் தன் கணவனை ஏசு கிறிஸ்துவைப்போல உருவகம் செய்தாள். பாலத்திற்குள் நுழைந்ததும் டாங்காய் டு சாட்டல் யூதாஸ் போல துரோகமிழைத்துவிட்டதாகவும் சொன்னாள். பலர் இந்த ஒப்புமையை ஒப்புக்கொள்ளவில்லை எனினும் பர்கண்டியர்களின் கண்களுக்கு சார்லஸ் இப்போது பொய் சொல்லுதல், கொலை போன்ற கொடூரச் செயல்களைச் செய்த குற்றவாளியாகக் காட்சி அளித்தான்.

எதுவும் செய்ய இயலாத நிலையில் அரசனும் ராணி இஸாபாவும் பர்கண்டியர்களின் பாதுகாப்பில் பாரிஸின் தென்கிழக்கில் 90 மைல் தொலைவில் ட்ராயிஸ் நகரில் அகதிகள்போல தங்களது பரிவாரங் களுடன் இருந்தனர். மக்களால் மிகவும் விரும்பப்பட்ட சார்லஸ் என்னும் பைத்தியக்கார அரசன் இப்போது ஐம்பது வயதைக் கடந்து விட்டிருந்தான். அவனால் என்ன செய்ய முடியும்? அவனது அரியணைக்கு இப்போது இரண்டுபேர்கள் உரிமை கோருகிறார்கள்: ஒன்று அவனது ஆர்மன்யாக் வாரிசு; இன்னொருவன் ஆங்கில அரசன். ஆனால் பர்கண்டியின் பிலிப்பிற்கு மான்டேரோவ்வில் நடந்த நிகழ்விற்குப் பிறகு வேறு வழியே இல்லை. இருந்தபோதும் பிரான்ஸ் நாட்டின் அடுத்த அரசன் அந்த நாட்டிற்குள் அத்துமீறி ஊடுருவி ஆக்கிரமிப்பு செய்திருக்கும் ஆங்கில அரசன் என்பதை ஒப்புக்கொள்ள சற்று நேரம் பிடித்தது.

இலையுதிர்காலம் முடிந்து கடிக்கும் குளிர்காலம் ஆரம்பித்தபோது பர்கண்டி பிலிப் வடக்கில் ப்ளாண்டர்ஸ் மற்றும் ஆர்ட்ராவில் தனது ஆலோசகர்களுடன் இருந்தான். தனது தந்தைக்கு மிகப்பிரமாண்ட மான வகையில் ஆராஸ் செயின்ட் வாஸ்ட் தேவாலயத்தில் அவனது ஆன்மா சாந்தியடைய பிரார்த்தனை செய்து கொண்டிருந்தான். இன்னொரு பக்கம் அவனது அம்மா டிஜோனிலிருந்து பர்கண்டியர்கள் மூலம் தனது கணவனுக்கு இழைக்கப்பட்ட அநீதியை நிரூபிக்க ஆதாரங்களைத் திரட்டிக்கொண்டிருந்தாள். நீதி கிடைப்பதற்கு வலிமை மிக்க யுரோப்பாவின் ஆதரவினையும் நாடியிருந்தாள்.

அதேசமயத்தில் பாரிஸ் நகரின் வடகிழக்கு கிராமப்புறங்களை ஆங்கில படைகள் சூறையாடி வந்தன. சார்லஸ் இளவரசனின் படைகள் பாரிஸ் நகரின் தெற்குப் பகுதியில் அதே கொள்ளையைச் செய்துவந்த போதிலும், அங்கு அமைதியை நிலைநாட்டுவதே தன் குறிக்கோள் என்று சார்லஸ் சொல்லிக்கொண்டிருந்தான்.

இந்த நிகழ்வுகள் பற்றி எழுதிக்கொண்டிருந்த பாரிஸ் நகர பத்திரிக்கையாளரும், செயின்ட் டெனிஸ் தேவாலய துறவியும் ஒரே குரலில் ஒரு விஷயத்தை உறுதி செய்தார்கள்: அதாவது பிரான்ஸ் நாட்டை பீடித்துவரும் இரண்டு அச்சுறுத்தல்களில் ஆங்கிலேயன் சற்று பரவாயில்லை என்றனர். இதை பர்கண்டி பிலிப்பும் ஒப்புக்கொண்டான். பேச்சு வார்த்தைகள் ஒன்றன் பின் ஒன்றாக நடந்தன. நுட்பமான விஷயங்கள் ஆலோசிக்கப்பட்டன. பலமாதங்களுக்குப் பிறகு மே 21 ஆம் நாள் ட்ராயிஸ் தேவாலயத்தில் ஆங்கில மற்றும் பிரெஞ்சு அரசுகள் ஓர் அமைதி உடன்படிக்கைக்கு சம்மதித்தனர். எல்லாம் வல்ல இறைவனின் ஆசியுடன் புயலுக்குப் பின் அமைதி வந்தது போலிருந்தது. பிரான்ஸ் அரசன் ஆறாம் சார்லஸினால் நடந்தவற்றை முழுமையாகப் புரிந்துகொள்ள இயலாவிட்டாலும், போரினால் சின்னாபின்னமாக்கப்பட்ட தனது அரசிற்கு ஒரு புதிய எதிர்காலம் பிறக்கும் என்று தோன்றியது.

ஆண்டவனின் கருணையால் பிரான்ஸின் 6 ஆம் சார்லஸ் அரசன் இங்கிலாந்தின் ஹென்றியை சட்டப்படியாக தனது வாரிசாக அங்கீகாரம் செய்தான். தனது துரதிர்ஷ்டவசமான உடல் அசௌகரியத்தினால் இந்த உடன்படிக்கையை ஏற்றுக் கொள்வதாக மிகவும் பெருந்தன்மையுடன் சொன்னான். அவனால் பேச முடியாத காரணத்தால் அவனது குரல் போன்றே இன்னொருவர் பேசினார்.

பிரபுக்களின் குழுவும், மதகுருமார்களும், பணியாட்களும் சூழ்ந்து நிற்க மிக உயர்ந்த மேடையில் போரில் ஏற்பட்ட விழுப்புண் களுடன், தன்னைப் பற்றிய அகங்காரத்துடன் நின்றிருந்தான் ஆங்கில அரசன். இத்தனை நாட்கள் எதிரியாக இருந்து இன்று பிரான்ஸ் நாட்டைக் காப்பாற்றப் போகிறவன் என்ற முத்திரையுடன் அவன் நின்றிருந்தான். அவனுடைய மூத்த அண்ணன் கிளாரன்ஸ் டியூக் தாமஸ் அவன் பக்கத்தில் நின்றிருந்தான். அவர்களுக்கு எதிரில் ராணி இஸாபா, இளம் பர்கண்டி பிரபு நின்றிருந்தார்கள். சரிந்து கொண்டிருக்கும் செல்வாக்குடன் இருக்கும் அரசனின் சார்பில் பேச ஓர் அரச ஆலோசகரும் அங்கு இருந்தார். எந்த அடிப்படையில் இந்த உடன்பாடு ஏற்பட்டிருக்கிறது என்று

இருதரப்பினருக்கும் நன்றாகவே தெரியும். இந்தத் தருணத்தில் அந்த விதிகள் இரு தரப்பினரையும் தவிர்க்க முடியாதபடி கட்டிப்போட்டிருந்தன என்பதையும் இரு தரப்பினரும் மனப்பூர்வமாக உணர்ந்திருந்தனர்.

இனி ராஜ்ஜியத்தின் ஆட்சி ஹென்றியின் கட்டுப்பாட்டில் இருக்கும். அவன் உடனடியாக அந்தப் பொறுப்புகளை ஏற்றுக்கொள்கிறான். அவனே பிரான்ஸ் நாட்டின் பிரதிநிதி மற்றும் வாரிசு. அரசரின் புதல்வி காதரீனை அவன் மணக்கப்போகிறான். இவர்கள் இருவரும் உடல்ரீதியாக இந்த அமைதி ஒப்பந்தத்திற்கு உருவம் கொடுக்கப்போகிறார்கள். இவர்களின் வாரிசுகள் இங்கிலாந்து மற்றும் பிரெஞ்சு நாடுகளின் இரட்டை மணிமகுடங்களை சூட்டிக் கொள்வார்கள். இனி இந்த இரண்டு நாடுகளும் அமைதியுடனும், ஒத்திசைவுடன் இணைந்தே இருக்கும்.

அஜின்கூர் யுத்தம் முடிந்து இன்னும் ஐந்து வருடங்கள்கூட முடியாத நிலையில் ஆங்கில அரசனை தங்களது அருமைப் புதல்வன் என்று ஏற்றுக் கொண்டான் பிரான்ஸ் அரசன் ஆறாம் சார்லஸ். இதுவரை பிரான்ஸ் நாட்டிற்கு உரிமை கோரி வந்த பதின்மவயது இளவரசனின் பெயர் எங்குமே குறிப்பிடப்படவில்லை. அவன் செய்த மிகப்பெரிய, பயங்கரமான குற்றங்களே இதற்குக் காரணம் என்று அந்த உடன்படிக்கை சொல்லிற்று. அதனால் பிரான்ஸ் அரசரின் பிரியத்துக்குரிய பிள்ளைகள் இங்கிலாந்தின் ஹென்றியும், பர்கண்டியின் பிலிப்பும்.

ஏற்கெனவே இவன் பிரான்ஸ் அரச குமாரிகளில் ஒருத்தியைத் திருமணம் செய்துகொண்டிருந்தான். இவர்கள் இருவரும் இளவரசன் சார்லஸுடன் எந்தவிதமான தொடர்பும் வைத்துக் கொள்ள மாட்டார்கள். பதிலாக அரசரின் வாரிசும், பிரதிநிதியுமான ஹென்றி அந்தக் கலகக்காரர்களின் பிடியில் இருக்கும் பகுதிகளை மறுபடியும் ராஜ்ஜியத்தில் சேர்க்கும் வழியைப் பார்ப்பான். அரச முத்திரைகள் உருகிய மெழுகில் வைக்கப்பட்டன. அடுத்தபடியாக வரவிருக்கும் திருமணத்திற்குத் தேவையான ஏற்பாடுகள் நடக்க ஆரம்பித்தன. பிரான்ஸ் நாடு முழுமைக்கும் அவர்களது புதிய அரசரைப் பற்றி அறிவிக்கவும், அவருக்கு மக்களது விசுவாசத்தைக் கோரவும் நாடெங்கும் தூதுவர்கள் அனுப்பப்பட்டனர்.

உண்மையில் கடவுள் பேசியிருக்கிறார் என்றே தோன்றியது.

4. ஜோன் என்னும் பணிப்பெண்

தொம்ரேமி என்னும் சிறிய கிராமத்தில் பிறந்த ஜோன் பிரான்ஸ் என்கிற பெண், ஆங்கில அரசுகளுக்கிடையே நூறு வருடங்களாக நடந்து வந்த அரசுரிமைப் போரில் என்ன பங்காற்றியிருக்க முடியும் என்று நமக்குத் தோன்றலாம். உண்மைதான். ஒரே நாட்டைச் சேர்ந்த இரு பிரிவினர் தங்களுக்குள் சண்டையிட்டு நாட்டைத் துண்டாடி வருகிறார்கள். 'ஊர் இரண்டுபட்டால் கூத்தாடிக்குக் கொண்டாட்டம்' என்பதுபோல இடையில் நுழைந்த ஆங்கில அரசன் தன் பங்கிற்கு சில பகுதிகளை கைப்பிடித்து இரட்டை முடி சூட்டிக் கொள்ள ஆசைப்படும் ஒரு சூழ்நிலையில் இந்தப் பெண் என்ன செய்திருக்க முடியும்? விந்தையிலும் விந்தைதான் இது. ஜோனின் கதையில் இன்னும் நிறைய விந்தைகள் நடக்கவிருக்கின்றன.

தொம்ரேமி வயல்வெளிகளில் தான் தனிமையில் இருக்கும்போது தனக்கு அசரீரிக் குரல்கள் கேட்பதாகச் சொன்னாள் இந்தப் பெண். எப்போதிலிருந்து என்பதில் வரலாற்று ஆசிரியர்களுக்குள் கருத்து வேறுபாடுகள் நிலவுகின்றன. பல வரலாற்றாசிரியர்கள் ஜோனுக்கு 12 அல்லது 13 வயதாகும்போது அவளுக்கு முதல்முறையாக சில அசரீரி வாக்குகள் கேட்க ஆரம்பித்தன என்பதை ஒப்புக்கொள்கிறார்கள். இந்தக் குரல்கள் மூலம் கடவுளின் புனிதர்கள் அவளிடம் பேசினர் என்றாள் ஜோன்.

சிலர் அவள் இன்னும் சற்று பெரியவளான பின் இந்தக் குரல்கள் அவளை சேவைக்கு அழைத்தன என்றனர். எப்போது அவளுக்கு இந்தமாதிரியான செய்திகள் வர ஆரம்பித்தன என்பதை அறிவது

மிகவும் கடினம். மேலும் இவை அவளது கற்பனையா அல்லது உண்மையா என்பதை அறிவதும் கடினம்தான். பெரும்பாலான வரலாற்றாசிரியர்கள் நம்புகிறார்களா என்பதும் சந்தேகமே. ஆனால் ஜோன் தனக்கு கடவுளின் செய்திகள் இந்தக் குரல்கள் மூலம் கேட்கின்றன என்பதை உண்மையாக நம்பினாள் என்பதை இவர்கள் ஒப்புக்கொள்கின்றனர்.

முதலில் இந்தச் செய்திகள் அவளுக்கு தேவதைகள் மூலம் அனுப்பப்படுகின்றன என்றாள். பின்னாட்களில் இந்தச் செய்திகள் தனக்கு புனிதர்கள் மைக்கேல், காதரின், மற்றும் மார்கரெட் இவர்கள் மூலம் தெரிய வருகிறது என்றாள். இவர்களின் குரல்களையே தான் கேட்பதாகவும் சொன்னாள்.

இன்றைய காலகட்டத்தில், நாம் கடவுளிடமிருந்து செய்திகள் வருவதை நம்ப மாட்டோம். இப்படியெல்லாம் நடக்கக் கூடுமா என்று கேட்போம். ஆனால் ஜோன் வாழ்ந்த காலத்தில் பெரும் பான்மையானவர்கள் இவற்றை நம்பினார்கள். இதெல்லாம் சாத்தியம் என்றார்கள். தேவதைகள் மட்டுமல்ல; சாத்தானும் இதுபோல செய்திகளை பூமிக்கு அனுப்பக்கூடும் என்றார்கள். நம்பிக்கை குறைவாக இருப்பவர்கள் அல்லது தவறுதலாக தீவினையை நம்புபவர்கள் கடவுளின் கருணையிலிருந்து வழி தவறி சாத்தானின் வழிக்குப் போய்விடுவார்கள். அப்படிப்பட்டவர் களுக்கு இறைவனின் பாதுகாப்பும் விலகிவிடும் என்றும் நம்பினார்கள்.

ஜோன் இந்தக் குரல்கள் எங்கிருந்து வருகின்றன என்று தனக்குத் தெரியும் என்று நிச்சயமாக நம்பினாள். ஆரம்பத்தில் இந்த அசரீரிகள் அவளிடம் ‘நல்ல பெண்ணாக இரு. தவறாமல் தேவாலயத்திற்குப் போ’ என்று சொல்லின. அவளும் சந்தோஷத்துடன் இந்தக் கட்டளைகளுக்கு அடிபணிந்தாள். அப்படிச் செய்வது அவளுக்கு மிகுந்த ஆறுதலைக் கொடுத்தது.

தொம்ரேமியின் உள்ளூர் தலைமை அதிகாரி ரோபே டி போத்ரிகூர் அருகிலிருந்த மதில் சூழ்ந்த வோகுலர்ஸ் நகரில் வசித்து வந்தார். அவர் ஆர்மன்யாக் விசுவாசி. ஆர்மன்யாக் விசுவாசிகள் அரசரின் வாரிசான சார்லஸ்தான் அரியணைக்கு உரிமையாளர் என்பதை ஆதரித்தனர். தொம்ரேமி வெளியுலகில் நடந்த கலவரங்களி லிருந்தும் அழிவுகளிலிருந்தும் தொலைவிலேயே இருந்தது. எனினும், தொம்ரேமி பர்கண்டிக்கு அருகில் இருந்தது. அதனால் ஆர்மன்யாக் விசுவாசிகள் மேல் பர்கண்டியர்கள் நடத்தும் திடீர்

தாக்குதல்களிலிருந்து தொம்ரேமிக்கு அதிகப் பாதுகாப்பு கிடைக்காது. அதனால் இத்தகைய தாக்குதல்கள் நடக்கும்போது தொம்ரேமி வாசிகள் மியூஸ் நதியின் நடுவில் இருந்த ஒரு தீவில் உள்ள பாழடைந்த கோட்டையை வாடகைக்கு எடுத்துக்கொண்டு அங்கு தங்கள் பெண்கள், குழந்தைகள், பிராணிகளை அனுப்பி விடுவார்கள். அடிக்கடி இது நடக்கும். ஜோன் இன்னும் சிறியவளாக இருந்தபோது பர்கண்டி வீரர்கள் வோகுலர்ஸ் செல்லும் வழியில் தொம்ரேமிக்கு நெருப்பு வைத்துவிட்டு காவலில்லாத அந்த நகரை தரைமட்டமாக்கிவிட்டுச் சென்றதை அறிந்திருந்தாள்.

இது தவிர, தொம்ரேமி வழியாகச் செல்லும் யாத்திரிகர்கள் வெளி உலகத்தில் நடக்கும் போர்களைப் பற்றியும், பரவி வரும் நோய்களைப் பற்றியும் செய்திகளை அந்தக் கிராமத்துப் பெரியவர் களுக்குச் சொல்லிவிட்டுச் செல்வார்கள். ஜோனும், அவளது வயதை ஒத்த இளம்பெண்களும் இந்தச் செய்திகளை ஒருவித அச்சத்துடனும், ஆச்சர்யத்துடனும் கேட்டுக் கொண்டிருப்பார்கள்.

இந்தச் சமயத்தில் தான் ஜோனிற்கு அசரீரி வாக்குகள் கேட்க ஆரம்பித்திருந்தன. அவளது வழக்கு விசாரணையின்போது அவள் விவரித்தாள்: புனிதர்கள் காத்தரீன் மற்றும் மார்கரெட் ஆகியோர் அரசரின் வாரிசு சார்லஸ் இருக்குமிடமான ஷினானுக்குப் போக ரோபே டி போத்ரிகூரின் உதவியை நாடுமாறு கூறினார்கள். அங்கு அவள் அரச வாரிசை நேர்பட சந்திக்கவேண்டும். ஒரு தேர்ச்சி பெற்ற வீரனுக்குக் கூட இதுபோன்ற காரியங்களும், அதில் ஏற்படும் தடைகளைக் கடப்பதும் மிகவும் கடினமானவை. இவளோ படிக்காதவள். இவள் அரசரின் வாரிசை நேருக்கு நேர் சந்திப்பது என்பது சாத்தியமில்லாத ஒன்று என்பதுடன் வழக்கமில்லாத ஒன்றும் கூட.

தனது நோக்கம் நேர்மையானது என்று தலைமை அதிகாரியை ஏதோ ஒருவகையில் ஏற்றுக்கொள்ளச் செய்ய வேண்டி வரும். இதில் வெற்றி பெற்றால், அவள் பர்கண்டியர்கள் அதிகம் வசிக்கும் பகுதிகள் வழியாக சுமார் 300 மைல்கள் பிரயாணம் செய்யவேண்டும். மிகவும் ஆபத்தான சூழ்நிலையில் 12 அல்லது 13 நாட்கள் பயணம் செய்யவேண்டும். அப்படியே அவள் எந்தவித ஆபத்தும் ஏற்படாமல் சிறை பிடிக்கப்படாமல், கொல்லப்படாமல் ஷினானை அடைந்து விட்டாள் என்றாலும் கூட அடுத்ததாக இன்னும் கடினமான வேலையைச் செய்ய வேண்டும். அது அரியணைக்கு உரிமை கோரும் அரச வாரிசை சந்தித்து அவரிடத்தில் தனது நோக்கத்தைச்

சொல்ல வேண்டும். அவரோ தனது ஆலோசனைக் குழுவினரைக் கேட்காமல் எந்த முடிவையும் எடுக்கமாட்டார். ஆங்கிலேயர் களுடன் போரிட தன்னுடன் ஒரு படையை அனுப்புமாறு அவரை ஒப்புக்கொள்ளச் செய்யவேண்டும். இது முன்னெப்போதும் நிகழ்ந்திராத விஷயம். தொம்ரேமியிலிருந்து வந்திருந்த இளம் பெண் தனக்கு வேறு வழியில்லை என்று நம்பினாள்.

1428 ஆம் வருடம் மே மாதம். ஆங்கிலேயர்கள் சில பர்கண்டியர் களோடு சேர்ந்து தொம்ரேமிக்கு மேற்கில் இருந்த ஆர்லியன் என்கிற முக்கிய நகரத்தை முற்றுகையிட்டனர். இந்த நகரம் வீழ்ந்து விட்டால் ஆங்கிலேயர்கள் பிரான்ஸ் முழுவதையும் கைப்பற்றி விடுவார்கள். ஏற்கெனவே அவர்கள் பாரிஸ் நகரைப் பிடித்திருந்தார்கள். இந்தச் சூழலின் நடுவே 17 வயது ஜோன் வோகுலர்ஸ் அதிகாரியின் முன் தோன்றி கீழ்கண்ட கோரிக்கையை வைத்தாள்:

'என் பிரபுவின் கட்டளைகளைத் தாங்கி நான் உங்களிடம் வந்துள்ளேன். நீங்கள் அரசரின் வாரிசான சார்லஸிற்கு ஒரு முக்கியமான செய்தி அனுப்பவேண்டும். அவருடைய எதிரிகளுடனான போரை அவர் நிறுத்தக்கூடாது. ஆண்டவன் அவருக்கு உதவி செய்வார். உண்மையில் ராஜ்ஜியம் அவருடையது அல்ல; எனது பிரபுவிற்கு சொந்தமானது. ஆனால் எனது பிரபு தனது விருப்பப்படி அவரை அரசராக்குவார். அவரது கட்டளையின் கீழ் ராஜ்ஜியம் இருக்கும். அவரது எதிரிகள் ஒருபுறம் இருந்தாலும் வாரிசு அரசராவர். நானே அவரை முடிசூட்ட அழைத்துக் கொண்டு போவேன்.'

இவளது பேச்சைக் கேட்டு அசந்து போயிருந்த போத்ரிகூர் கேட்டார்: 'யார் உன்னுடைய பிரபு?' ஜோன் பதிலளித்தாள்: 'சுவர்க்கத்தின் அரசர்'. ஆரம்பத்தில் உள்ளூர் அதிகாரி இந்தப் பெண்ணின் வார்த்தைகளை ரொம்பவும் தீவிரமாக எடுத்துக் கொள்ளவில்லை. 'இந்தப் பெண்ணை அவளது தகப்பனிடம் அழைத்துச் செல்லுங்கள். ஏதோ மாயம், மந்திரம் இவற்றில் அகப்பட்டு இந்தப்பெண் இப்படிப் பேசுகிறாள். இவளது கன்னத்தில் பலமாக ஓர் அறை கொடுக்கச் சொல்லுங்கள். இந்த மாந்திரீகத்தில் இருந்து விடுபட உடனடியாக இவளுக்கு அதுதான் தேவை!' என்று சொல்லி திருப்பி அனுப்பினார். ஆனால் ஜோன் பிடிவாதமாக இருந்தாள்.

'ஏற்கெனவே சொல்லப்பட்ட பல தீர்க்கதரிசனங்கள் ஒரு பெண்ணால் அழிந்து போகும் நிலையில் இருக்கும் பிரான்ஸ் நாடு ஒரு கன்னிப்பெண்ணால் புனர் நிர்மாணம் செய்யப்படும்' என்று

சொல்லியிருப்பதை ஜோன் சார்லஸ்க்கு எடுத்துச் சொன்னதாக கிஜஸ் தனது புத்தகத்தில் குறிப்பிடுகிறார். இதில் குறிப்பிடும் 'முதல் பெண்', ராணி இஸ்பா - அரச வாரிசு சார்லஸின் தாய். பவேரியாவின் இஸ்பா பர்கண்டியர்கள் ஆங்கிலேயர்கள் இருவருக்கும் விசுவாசியாக இருந்தாள்; சார்லஸ்க்கு அரசுரிமை கிடைக்கக்கூடாது என்பதற்காக அவள் அவனை நெறியற்றவன் என்றாள் என்று வரலாற்றாசிரியர்கள் கூறுகிறார்கள். அவளது கணவன் 6 ஆம் சார்லஸ்க்கு அவள் துரோகம் செய்தாள். செல்வத்தையும் முறையில்லாமல் செலவு செய்தாள். பிரான்ஸ் நாடு அழியும் நிலைக்குத் தள்ளப்பட்டதற்கு இவளும் ஒரு காரணம்.

இதே காலத்தில் வாழ்ந்த இன்னொரு கணிப்புக்காரரான மேரி ராபின், 'கவசம் அணிந்த ஒரு கன்னிப்பெண் வந்து பிரான்ஸ் நாட்டை அதன் எதிரிகளிடமிருந்து மீட்டுக் கொடுப்பாள்' என்று கூறியதாக கிஜஸ் கூறுகிறார். அரசர் ஆர்தரின் அரசவையிலிருந்த இன்னொரு கணிப்புக்காரர் மெர்லின் சொன்னாராம்: 'ஓக் மரக் காடுகளிலிருந்து ஒரு கன்னிப்பெண் வந்து அற்புதச் செயல்கள் செய்து பிரான்ஸ் நாட்டைக் காப்பாற்றுவாள்' என்று. இவற்றை யெல்லாம் போத்ரிகூர் காதில் போட்டுக்கொள்ளவில்லை. அதனால் ஜோன் தனது ஊரான தொம்ரேமிக்குத் திரும்பினாள்.

1429 ஆம் வருடம் ஜோன் இரண்டாவது முறையாக வோகுலர்ஸ் வந்து தனது செய்தியை ரோபே டி போத்ரிகூரிடம் சமர்ப்பித்தாள். அங்கிருந்த வீரர்களில் ஒருவனான ஜோன் டி மெட்ஸ் என்பவனிடம் ஜோன் கூறினாள்: 'நான் போகவேண்டும்; நான் இதைச்செய்ய வேண்டும். எனது பிரபு நான் இதைச் செய்யவேண்டும் என்று விரும்புகிறார்' என்றாள். டி போத்ரிகூர் இந்த முறையும் மறுத்தார். ஜோன் விடுவதாகயில்லை. ஒரு மாதம் கழித்து மறுபடியும் போனாள் மூன்றாவது முறையாக. கடைசியாக மனமில்லாமல், அவளை ஆயுதமேந்திய வீரர்களின் துணையோடு ஷினான் அனுப்ப சம்மதித்தார் போத்ரிகூர். சில குறிப்புகள் அவரே அவளுடன் துணையாகப் போனார் என்று சொல்லுகின்றன.

'அவளை ஷினானுக்கு அனுப்பச் சம்மதித்ததுடன் துணையையும் அனுப்பியது மட்டுமே அவர் செய்தது. வழக்கத்திற்கு மாறாகச் சொன்னதையே திருப்பித் திருப்பிச் சொல்லும் இந்தப் பெண்ணை எப்படியாவது தவிர்த்தால் போதும் என்றிருந்தது அவருக்கு' என்கிறார் பெயின். அதுவுமில்லாமல் அவளது வழிச் செலவு தொம்ரேமி மக்களால் ஏற்றுக்கொள்ளப்பட்டது. கூடவே

அவளுக்குப் பழைய உடையையும் கொடுத்தார்கள். அவள் பிரயாணம் செய்ய அவளது ஒன்று விட்ட சகோதரியின் கணவர் துராந்த் லக்ஸா ஒரு குதிரையைக் கொடுத்தார்.

7 பேர்கள் அடங்கிய குழு ஜோனுடன் கிளம்பியது. இந்தக் குழுவை தலைமை தாங்கி அழைத்துச் சென்றவர் மெட்ஸ். இவரே ஜோன் சொல்வதை முதன்முதலாக நம்பியவர். அவளுக்கு அசரீரி வாக்கு கேட்பதையும், கடவுள் அவளை ஓர் உயர்ந்த நோக்கத்திற்காக அனுப்பியிருக்கிறார் என்பதையும் நம்பினார் இவர். இவரைத் தவிர ரோபேயின் சேவகர் ஒருவர், இரண்டு பணியாட்கள், இரண்டு தூதுவர்கள் ஜோனுடன் சென்றனர். கூந்தலை சின்னதாக வெட்டிக் கொண்டு ஆணுடை தரித்த ஜோன் ஓர் உடைவாளை தன் இடுப்பில் செருகியிருந்தாள். பின்னாளில் அசரீரி தன்னை ஆணுடை அணிந்து செல்லுமாறு கூறியதாகச் சொன்னாள். பலருக்கு இது அதிர்ச்சியாகவும், அவதூறு பேச வாய்ப்பாகவும் இருந்தது. உண்மையில் இது நடைமுறையில் சரியே. போர் நடந்து வரும் கடுமையான சூழ்நிலையில் ஓர் இளம்பெண் இப்படிப் பிரயாணம் செய்வது ஆபத்துக்களை விலை கொடுத்து வாங்குவது போலத்தான்.

குளிர்காலத்தின் கடைசி நாட்கள் அவை. இந்தச் சின்னக்குழு பெரும்பாலும் இரவுகளிலேயே சில்லென்ற காற்றுடன் பிரயாணம் செய்தனர். முக்கிய வழிகளில் பர்கண்டிய, ஆங்கில வீரர்கள் பல இடங்களிலும் நிற்க வைக்கப்பட்டிருந்த காரணத்தால் இந்தக் குழு நேரான பாதைகளை விட்டுவிட்டு அவர்களாகவே வழி கண்டுபிடித்துக் கொண்டு பயணம் செய்தனர். ஆனால் ஜோன் சொன்னாள்: 'நான் வீரர்களைக் கண்டு பயப்படவில்லை. ஏனெனில் எனக்காகப் பாதைகள் திறந்து வைக்கப்பட்டுள்ளன. அப்படியே வீரர்கள் வந்தாலும், என் பக்கம் ஆண்டவன் இருக்கிறார். தடைகளை விலக்கி, என்னை அரச வாரிசின் இடத்திற்குக் கொண்டுபோய்ச் சேர்க்க அவர் உதவுவார். அவருக்குத் தெரியும், இதற்காகவே நான் பிறப்பிக்கப்பட்டிருக்கிறேன் என்று'.

ஜோன் தனது பயணத்தைத் தொடரட்டும்!

அவள் அரும்பாடு பட்டு யாரைப் பார்க்கவேண்டும் என்று இந்த ஆபத்தான பயணத்தை மேற்கொண்டிருக்கிறாளோ, அந்த அரச வாரிசான சார்லஸ் பற்றி நாம் சற்று விவரமாகப் பார்ப்போம்.

எதிர் காலத்தில் இவனே 7 ஆம் சார்லஸ் என்ற பெயரில் பிரான்ஸ் நாட்டின் அரசனாவான். பலவீனமான மனவலிமை உடைய

வனாகவும், அரசருக்கு நம்பிக்கைத் துரோகம் செய்பவனாகவும், துரோகியாகவும் சில அறிஞர்களால் வரலாற்றில் சித்தரிக்கப் படுபவன் 7ம் சார்லஸ்.

சிலர் இவனை வேறு விதமாகச் சித்தரிக்கிறார்கள். ரெசின் பெர்னெட், மேரி வேரிநேக் கிளின் எழுதிய ஜோன் ஆஃப் ஆர்க்: ஹர் ஸ்டோரி புத்தகத்தில் சார்லஸ் வெற்றி நாயகனாக அவனது சமகாலத்தவரால் கொண்டாடப்படுகிறான். இனிமையான சுபாவமும், இறைபக்தியும், கருணையும் நிரம்பியவனாகவும், செயலாண்மையும் புரிதலும் உடையவனாகவும் சொல்லப்படுகிறான். ஜோனே அவனைப்பற்றி நல்லவிதமாகப் பேசுகிறாள். 'என்னுடைய அரசனைப் பற்றிப் பேச வேண்டாம். அவன் ஒரு நல்ல கிறிஸ்துவன்' என்று தனது விசாரணையின்போது அவள் குறிப்பிடுவதாகத் தெரிகிறது.

1402 ஆம் வருடம் பிப்ரவரி மாதம் 22 ஆம் தேதி பிறந்த சார்லஸ் அவனது தந்தை 6 ஆம் சார்லஸின் பதினோராவது குழந்தை; ஐந்தாவது மகன். அவனது சகோதரர்களை விட அதிகக் காலம் வாழ்ந்தவன். 58 வயது வரை வாழ்ந்த அவன் ஜூலை மாதம் 22 ஆம் தேதி 1461ஆம் வருடம் இறந்தான். விவசாயக் குடும்பத்தைச் சேர்ந்த ஓர் இளம் பெண் லோரைனிலிருந்து வந்து அவனை அரசனாக்கிப் பார்ப்பது கடவுளின் விருப்பம்; அதற்காகவே தன்னை அனுப்பியிருப்பதாகச் சொன்னபோது அவனுக்கு 26 வயது.

அலங்கோலமாகிக் கிடந்த அவனது அரசவையில் அவனைச் சுற்றியிருந்தவர்கள் ஒன்றுக்கும் உதவாத ஆலோசகர்களும், அறிவுரை சொல்பவர்களும்தான். பண நெருக்கடியைச் சமாளிக்க அரசின் ஆதரவாளர்களிடமிருந்து பணம் பெற்றுக்கொண்டு, பணத்தைத் திரும்பக் கேட்டுவிடுவார்களோ என்ற எண்ணத்தில் அவர்களை அரசவையிலிருந்து நீக்கினான். பாரிஸை ஏற்கெனவே இழந்தாகிவிட்டது. இப்போது ஆர்லியனும் முற்றுகையில் இருக்கிறது. அவனது படைவீரர்கள் விரக்தியின் உச்சத்தில் இருந்தனர். ஆயிரம் பிரெஞ்சு வீரர்களை இருநூறு ஆங்கில வீரர்கள் வெற்றிக் கொண்டு விடுவார்கள் என்று பொதுவாகச் சொல்லப்பட்டது.

ரோபே டி போத்ரிகூரை சமாதானப்படுத்தி ஷினான் வருவது மிகக் கடினமாக இருந்தது என்று ஜோன் நினைத்திருந்தாள். அதுவே கடினம் என்றால், அவளுக்கு சார்லஸின் அரசவையில் நிலவும் லஞ்ச லாவண்யம், ஏமாற்று வேலை இவைபற்றித் தெரியவில்லை என்று சொல்லவேண்டும். ஆனால் அவள் எந்தவிதத் தயக்கத்தையும்

காட்டவில்லை. ஷினானை நெருங்கியவுடன் அவள் பதிவு செய்த குறிப்பு இதுதான்: 'எந்தவித இடையூறுகளும் இல்லாமல் அரசரின் அருகில் வந்துவிட்டேன். அரசரின் விசுவாசியான பெண்மணி நடத்தும் சத்திரத்தில் தங்கியிருக்கிறேன்'.

லோரைன் இளம் பெண்ணான ஜோனின் வார்த்தைகள் அவளுக்கு முன்னால் மக்களைச் சென்று அடைந்துவிட்டது. அவளது உறுதி பொதுமக்கள் பலரை அவள் பக்கம் இழுத்துவிட்டது. கடவுளால் தேர்ந்தெடுக்கப்பட்டவள் அவள் என்று நம்பத் தொடங்கி விட்டனர். அவளை நம்பும் பொதுமக்களின் எண்ணிக்கை அதிகரித்துக் கொண்டே போயிற்று.

ஜோனின் ஆரம்பக் கால கடிதங்களை சார்லஸ் பார்த்தானா என்பதே சந்தேகம்தான். சொந்தமாக முடிவுகளை எடுக்கத் தெரியாத சார்லஸை தங்கள் கட்டுப்பாட்டில் வைத்துக்கொள்ள விரும்பும் சிலர் அந்தக் கடிதங்களை கழித்துக் கட்டியிருக்கக்கூடும். கடைசியில் தன்னைச் சந்திக்க ஓர் இளம்பெண் பலவாறாக முயற்சி செய்து வருகிறாள் என்று சார்லஸுக்குத் தெரிய வந்தது. அப்படியும் சிலர் அந்த சந்திப்பு வேண்டாம் என்றனர். சிலர் அவளை மந்திரவாதி என்றும் சூனியக்காரி என்றும் அழைத்தனர். பர்கண்டியர்கள் அல்லது ஆங்கிலேயர்கள் அவனைக் கொலை செய்ய அவளை அனுப்பியிருக்கக்கூடும் என்றனர். சார்லஸ் அவர்களது அறிவுரைகளைப் புறக்கணித்தான். ஜோனின் நோக்கத்தில் நம்பிக்கை வைத்த சிலர் வெற்றி பெற இதுவொரு வாய்ப்பாக அமையக்கூடும் என்று சொன்னதால் அவளை தன் முன் அழைத்துக்கொண்டு வரச் சொன்னான்.

சார்லஸ் தவிர வேறு சிலரும் ஷீனானில் அவளை எதிர்பார்த்திருந்தார்கள். அதில் யோலாண்டே சீமாட்டியும் ஒருவள். (★ யோலாண்டே சீமாட்டி ஆர்மன்யாக் பிரபு முதலாம் லூயியின் மனைவி. இவர்களது மகள் மேரி பின்னாளில் 7 ஆம் சார்லஸ் ஆக முடிசூட்டிக் கொள்ளப்போகும் சார்லஸின் மனைவியாவாள்.) ஜோனும் அவளது தோழர்களும் 20 மைல் கிழக்கே உள்ள செயின்ட் காதரின்-டி-ஃபியேர்பா நகருக்கு வந்தவுடனே அவள் வந்து கொண்டிருப்பதை அரசருக்கு அறிவிப்பதற்கான கடிதத்தை ஜோன் அனுப்பியிருந்தாள். படிக்காத அவளால் தானாகவே எழுத முடியாத காரணத்தால் அவள் சொல்லச் சொல்ல இன்னொருவரால் எழுதப்பட்ட கடிதம் அது. தெய்வீக வாக்கு மட்டுமே அரசரை பார்ப்பதற்கான அனுமதியைப் பெற்றுத்தராது என்று அவளுக்கு முதலிலேயே தெரிந்திருந்தது.

பல வாரங்களுக்கு முன்பே யோலாண்டே சீமாட்டிக்கு இப்படி ஒரு பெண் இருக்கிறாள் என்ற எச்சரிக்கை கிடைத்துவிட்டது. அந்தப் பெண் ஏற்கெனவே இரண்டு முறை சார்லஸை சந்திக்க முயன்றிருக்கிறாள் என்ற செய்தியும் அவளை எட்டியிருந்தது.

முன் வருடம் பிரான்ஸ் அரசின் தூரக் கிழக்கில் அமைந்திருந்த, ஆர்மன்யாக் காவற்படையால் கைப்படுத்தப்பட்ட, அரண் சூழ்ந்த வோகுலர்ஸ் என்னும் நகரில் ஜோன் தோன்றினாள். அங்கு ரோபே டி போத்ரிகூர் என்ற படைத்தலைவனைச் சந்தித்து தன்னை அரசரிடம் அழைத்துப் போகுமாறும், அரசருக்கு கடவுள் அவள் மூலம் ஒரு செய்தி அனுப்பியிருப்பதாகக் கூறினாள். டி போத்ரிகூர் அவளைக் கடுமையாகப் பேசி அனுப்பிவிட்டான். ஆனால் அவள் அந்த வருடக் கடைசியில் திரும்பி வந்தாள். இந்த முறை அவள் கொண்டுவந்திருந்த செய்தியின் தன்மை அதிகமான செல்வாக்குடன் கவனத்தை ஈர்த்தது. வோகுலர்ஸ் நகரம் அந்தப் பெண்ணின் சொந்த கிராமம் தொம்ரேமி போலவே தெற்கில் பத்து மைல்கள் தாண்டி பார் அரசிற்கும், லோரேயின் அரசிற்கும் இடையில் அமைந்திருந்தது. 1429 இன் ஆரம்பத்தில் லோரேயின் அரசர் தாமே அவள் சொல்வதைக் கேட்க வேண்டும் என்று தீர்மானித்தார்.

அரசரின் வாழ்நாளில் அவின்யோங்னிலும் லொவ பள்ளத்தாக்கிலும் மந்திரவாதிகள் அதிக செல்வாக்குடன் வாழ்ந்து வரவில்லை. முப்பது வருடங்களுக்கு முன் பார் அரசின் பக்கத்து நாடான ஷேம்பெயினில் தேவதைகளும், அசுரர்களும் எர்மேயின் என்கிற ஏழை கைம்பெண் வீட்டிற்கு அடிக்கடி வந்து போவதாகச் சொல்லப்பட்டது. அப்போது, ஆவிகளை தேவதை என்றும் அசுரர் என்று எப்படி பிரித்து அறிவது என்று ஒரு குழப்பமான கேள்வி எழுப்பப்பட்டது. பதில் கண்டறிய ஒரு வழக்குத் தொடரப்பட்டது. இந்த வழக்கு மிகச் சிறந்த இறையியல் நிபுணரான ஜோன் கர்சனிடம் கொண்டு செல்லப்பட்டது. அவர் இந்த மாதிரியான வழக்குகளைக் கையாள்வதில் வல்லவர். அதனால் ஜோனின் கூற்று எத்தனை தூரம் உண்மையானது என்று பரிசோதிக்க, ஜோன் அரசவைக்கு வரும்போது அவளை அவரிடத்தில் அனுப்பலாம் என்றும் ஒரு யோசனை முன் வைக்கப்பட்டது.

இப்போது, ஜோன் தொடர்ந்து சொல்லிவரும் கூற்று மெல்ல மெல்லப் பரவ, அரசர் அவளுடன் தனியே பேச தனது அரசவைக்கு அழைத்தார். இந்தப் பேட்டிக்குப் பிறகு அவள் வோகுலர்ஸுக்குத் திரும்பினாள். அரசர் காட்டிய ஆர்வத்தின் காரணமாகவோ, அதன்

பின் விளைவாகவோ ரோபே டி போத்ரிகூர் தனது மனதை மாற்றிக் கொண்டான். அவளை ஷினான் அனுப்பத் தயாராக இருந்தான்.

இதற்கிடையில் வோகுலர்ஸ் குடிமக்களில் சிலர் ஜோன் தங்கள் அரசருக்காகச் செய்யும் பணியில் நம்பிக்கை வைத்து அவளுக்கு இந்த ஆபத்தான பயணத்தில் உதவ முன்வந்தனர். அவளுக்கு சவாரி செய்ய ஒரு குதிரை கொடுக்கப்பட்டது. அவளது வழக்கமான முரட்டு சிவப்பு ஆடைக்குப் பதிலாக கருப்பும் பழுப்பும் கலந்த நிறத்தில் தளருடை, ஆடவர் உட்சட்டை, எல்லாம் அவளுக்கு அணியக் கொடுக்கப்பட்டது. வெட்டப்பட்ட முடியின் மீது கருப்பு கம்பளி தொப்பி அணிந்து அவள் கிளம்பியபோது அவளுடன் துணைக்கு வந்தவர்களில் அரச தூதுவர் கோலட் டி வியன் ஒருவர்.

அவர் ஜோனுடன் வருவதற்கும் ஒரு காரணம் இருந்தது. யோலாண்டே சீமாட்டி ஜோனின் வார்த்தைகளில் மிகவும் நம்பிக்கை வைத்திருந்தாள். லோரைன் பிரபுவையும், அவரது மாப்பிள்ளையும். பார் அரசின் வாரிசும் ஆன 20 வயது ரேனேயையும் அவள் ஏற்கெனவே ஷினானுக்கு அனுப்பி ஜோன் வரும் வழியை தயார் செய்திருந்தாள். யோலாண்டாவின் முயற்சியாலேயே அரச தூதுவர் கோலட் ஜோனுடன் வந்திருக்க வேண்டும்.

பார் பிரபுவிற்கும், லோரைன் அரசவைக்கும் நடுவில் நடக்கும் எந்த பேச்சு வார்த்தையும் அதுவும் மிகவும் முக்கியத்துவம் வாய்ந்த சுவர்க்கத்திலிருந்து வந்திருக்கும் செய்தி, ரேனேவின் அன்னை யோலாண்டேவிற்குத் தெரியாமல் போகாது என்பதில் எந்தவித சந்தேகமும் இருக்க முடியாது. யோலாண்டேவின் ஆதரவும் ஜோனுக்கு கிடைத்தது என்பதற்கு இதுவும் ஓர் அத்தாட்சி.

ஜோன் ஷினானுக்கு மேற்கொண்ட பயணம் 270 மைல்களுக்கு மேல், பர்கண்டி நிலத்தின் வழியே இருந்தது. அந்தப் பயணத்தில் யாராவது இந்த விசித்திரமான பயணக் கூட்டணியின் மேல் ஆர்வம் காட்டக்கூடும் என்கிற ஆபத்தும் இருந்தது. கோலட்டும் அவனது சகாக்களும் தங்கள் வேலையை நன்றாகச் செய்திருந்த காரணத்தால் ஜோன் பத்திரமாக ஷினானை அடைந்தாள். ஆடம்பரமும், விழாக்கோலமும் கொண்ட அரசவையில் ஜோன் பொருத்த மற்றவளாகக் காட்சி அளித்தாள். ஒரு கிராமத்துப் பெண்; இன்னும் பதின்ம வயதைத் தாண்டவில்லை. மரியாதைக்குரிய பெண் அணியக்கூடாத உடையை அணிந்து கொண்டிருந்தாள்.

அவளது வருகையில் தனித்துவமாகத் தெரிந்தது யோலாண்டேவின் உதவி. அவளை அரசரின் முன்னிலையில் கொண்டு வந்து

நிறுத்தியதில் யோலாண்டேவிற்கு முக்கியப் பங்கு உண்டு. அவர்களது சந்திப்பிற்கு அரசரது ஆலோசகர்கள் மட்டுமே சாட்சி. வெளி மனிதர்கள் யாருக்கும் இது தெரியாது. எனினும், அவளது செய்தியில் இருந்த தெளிவு, மிகுந்த நம்பிக்கையுடன் அவள் அதை வழங்கிய விதம், அவளது செய்தியின் நோக்கம் இவற்றால் வெகு சீக்கிரத்தில் அரண்மனையிலிருந்து நகரத்திற்கும் அதற்கு மேலும் இந்த சந்திப்பு பற்றிய செய்தி பரவியது. அந்தப் பெண்ணைப் போலவே அவள் கொண்டு வந்திருந்த அந்த செய்தியும் திகைக்க வைத்தது. ஜோன் அரசருக்கு அறிவுறுத்த மட்டும் கடவுளால் அனுப்பப்படவில்லை; அவரது ராஜ்யத்தை மீட்பதற்கு உதவவும் அனுப்பப் பட்டிருக்கிறாள் என்று தோன்றியது.

கடவுள் இன்னும் சார்லஸை அரசராக நியமிக்கவில்லை. இருப்பினும் சார்லஸை ஜோன் சிலசமயங்களில் அரசரின் மூத்த மகன் என்றும், அரசின் வாரிசு என்றும் அழைத்தாள். அவன் இப்போது செய்ய வேண்டியது ஒன்றுதான். அவன் அவளுக்கு ஒரு படை கொடுக்க வேண்டும். அந்தப் படையின் உதவியுடன், அவள் ஆங்கிலப் படைகளை பிரான்ஸ் நாட்டிலிருந்து துரத்தி அடித்து விட்டு, அவனை அரசனாகப் பதவியில் அமர்த்துவாள். ரீம்ஸ் நகரில் நடைபெறப் போகும் இந்த விழாவிற்கு அவளே அவனை அழைத்துச் செல்லுவாள். இதுதான் தொம்ரேமியிலிருந்து வந்த பெண் கொண்டுவந்த செய்தி.

அந்தச் செய்தி சர்ச்சைக்குரியதாகவும் அசாதாரணமாகவும் இருந்தது. ஒரு சாரார் அவளுக்குப் பரிந்து பேசினார்கள். அதாவது வோகுலர்ஸ்-இல் இவள் இப்படிப் பேசுவதை முதலில் கேட்ட ரோபே டி போத்ரிகூர், இந்த விவசாயப் பெண்ணை ஒரு கட்டுக்கதைக்காரி என்றான். அவள் ஏதோ ஒரு மாயையில் சிக்கி இருக்கிறாள்; அவளது குடும்பத்தினர் அவளைக் கன்னத்தில் அறைந்து அவளது மருட்சியிலிருந்து அவளை வெளிவரச் செய்ய வேண்டும் என்றும் சொன்னான்.

ஆனால் அவளோ அவன் கடுமையாகப் பேசியதை பெரிதாக எடுத்துக் கொள்ளாமல் திரும்பத் திரும்ப வந்தாள். மூன்றாவது முறை வந்தபோது என்னவாயிற்று? அத்தனை கடுமையாகப் பேசிய அவனே கடைசியில் அவள் சொல்படி செயல்படும்படி ஆயிற்று. தகுந்த துணையுடன் அவளை ஷினானுக்கு அனுப்பி வைத்தான். அதனால் அன்றோ அவள் இப்போது அரசவைக்கு வந்திருக்கிறாள்? அவள் கொண்டு வந்த செய்தி அரசரை

அடைந்துவிட்டதால் அவளது வார்த்தைகளை அவ்வளவு எளிதில் ஒதுக்கித் தள்ளமுடியாது என்றனர்.

'அவளது செய்தியை அரசர் நம்புவதற்கு முன் அதனை நன்றாகச் சோதிக்க வேண்டும்' என்று ஜோன் கொண்டு வந்த செய்தியைக் கேட்ட இறையியல் வல்லுநர் ஜோன் கர்சன் கூறினார்: 'இதுபோல தீர்க்கதரிசனம், அல்லது கடவுளின் இச்சை என்று வரும் சிறப்பு செய்திகளைக் கேட்டு மிகக் கடுமையான முன்னெச்சரிக்கையுடன் நாம் எதிர்வினை ஆற்றவேண்டும். ஏனெனில் சுவர்க்கத்திலிருந்து கிடைக்கும் வெளிப்பாடுகள் உண்மையானவை. நரகத்திலிருந்து வருபவை கட்டவிழ்த்துவிட்ட ஏமாற்று வேலை. இரண்டிற்கும் வித்தியாசம் கண்டுபிடிப்பது அவ்வளவு சுலபம் இல்லை. சாத்தான் நியாயமான முகத்துடனும் பேசக்கூடும்'

அவர் மேலும் விளக்கினார்: 'இன்னொரு விஷயம் சாத்தானின் ஏமாற்றுவேலைகள் அதிகமாக பெண்களின் மேல் ஏவப்படுகிறது. ஆண்களைவிடப் பெண்கள் மனஉறுதி குறைந்தவர்கள். அவர்களது தார்மீக மற்றும் அறிவுசார் நடவடிக்கைகளும் பலவீனமானவை. அதனால் சுலபமாக சாத்தானின் ஆளுகைக்கு ஆட்பட்டு விடக்கூடிய அபாயம் இருக்கிறது. அதற்குக் காரணம் அவர்களுடைய மனோபாவம். அது 'அதிகப்படியானது, ஆர்வம் மிகுந்தது, மாறக் கூடியது, கடிவாளமற்றது' அதனால் பெண்கள் சொல்வதை நம்ப முடியாது. ஜோன் மிகவும் சிறியவள். அனுபவமில்லாதவள், கல்வியறிவு இல்லாதவள், குறிப்பாக வலுவற்ற பெண். அவளது வார்த்தைகளை நம்புவதற்கு முன்னெச்சரிக்கை மிகவும் அவசியம்'.

அவளது கூற்றை எச்சரிக்கையுடன் அணுகுவதற்கு வேறு காரணங்களும் இருந்தன. மிக முக்கியக் காரணம் அவளது அசாதாரண உடை. அவள் அணிந்திருந்த ஆணுடையால் அவள் வாயைத் திறக்கும் முன்பே அவளது நல்லொழுக்கம், அடக்கம் ஆகியவை கேள்விக் குறியாயின. அவளது காலுறைகள், ஆண்கள் அணியும் கால்சட்டை ஆகியவை பல நாடாக்களால் அவளது இறுக்கமான மேல் அங்கியுடன் கட்டப்பட்டிருந்தன. இவை சந்தேகமில்லாமல் ஓர் அபாயகரமான தேசத்தில் குதிரையின் மேல் உட்கார்ந்து வேகமாகப் பயணம் செய்ய உதவின என்பதில் சந்தேகம் இல்லை.

அதுவுமின்றி வோகுலர்ஸ்ஸிலிருந்து ஆண்களுக்கு நடுவில் பயணம் செய்ததால் பாலியல் ரீதியாக அவளுக்கு எந்த ஓர் அபாயமும் ஏற்படாமல் அந்த உடைகள் பாதுகாப்பு அளித்தன. பயணத்தின் போது இந்த உடையினால் அவளைப் பெண் என்று யாரும்

அடையாளம் கண்டுகொள்ளவில்லை. ஆனால் பழைய ஏற்பாடு சொல்லுகிறது: 'ஒரு பெண் ஆணின் உடையில் வருவது கடவுளுக்கே வெறுப்பைத் தரும்'.

ஜோன் ஆணுடை அணிந்திருந்தது மட்டும் அவளைத் தனித்துக் காட்டவில்லை. அவளது பேச்சும் எல்லோரும் போற்றும்படியாக இல்லை. ஆங்கிலேயருடன் யுத்தம் செய்வதற்காக வந்திருப்பதாக தைரியமாக அவள் சொல்வது நிறைய யோசிக்க வைக்கிறது. ஒரு பெண் இப்படி பேசியதை பலரும் அங்கீகரிக்கவில்லை. போர்க்களம் ஒரு பெண்ணுக்கு எந்தவித மரியாதையையும் கொடுக்காது. அவளுக்குரிய இடம் போர்க்களம் அல்ல. ஆணுடை அணிந்து போர் செய்வதற்காக கடவுள் பெண்ணைப் படைக்க வில்லை. கண்மூடித்தனமான முடிவை எடுத்திருக்கிறாள். அதனால் அவளது கூற்றில் சாத்தானின் கை இருக்கிறது என்று சுலபமாகச் சொல்லிவிடலாம்.

இப்படி இரண்டுவிதமான கருத்துக்களும் அரசரின் முன் வைக்கப் பட்டன. இருந்தும் சார்லஸும், அவனது ஆலோசகர்களும் எப்போதும்போல, அவனது மாமியார் யோலாண்டேவின் அறிவுரையை நாடினர். அந்த சீமாட்டி ஜோனின் செய்தியை ஏற்றுக்கொள்ளும்படிச் சொன்னாள். அவளது கருத்து இதுதான்: புனிதமான பிரான்ஸ் அரசின் தற்போதைய நிலைமை கடவுளையே அசைத்திருக்கக் கூடும். அவர் பிரான்ஸ் நாட்டின் மேல் அளவற்ற கருணை கொண்டவர் அல்லவா?

அதே சமயம் ஜோனின் கூற்றில் இருந்த ஆழ்ந்த, தெளிவான அபாயங்கள் திகிலூட்டுபவையாக இருந்தன. ஏற்கெனவே பிரான்ஸ் நாடு தான் செய்த பாவத்திற்காக கடவுளின் தண்டனையாக அழிவின் விளிம்பிற்கு வந்துவிட்டது. சார்லஸ் ஒரு தீவிர கிறிஸ்துவ அரசன். ஜோன் ஒரு தவறான தீர்க்கதரிசியாக இருந்துவிட்டால்? அவன் தவறான ஒரு தீர்க்கதரிசியைப் பின்பற்றுபடி தன் மக்களுக்குச் சொல்வானானால் அவர்களை அவன் ஒரு பெரும் அழிவை நோக்கிக் கொண்டு செல்பவன் ஆகிவிடுவான்.

ஆனால் ஜோன் ஓர் உண்மையான தீர்க்கதரிசியாக, சுவர்க்கத்தி லிருக்கும் கடவுளால் அனுப்பி வைக்கப்பட்டவளாக இருந்து அவன் ஒதுக்கிவிட்டால், அதன் பின்விளைவுகளும் சமமான பேரழிவாகவே இருக்கும். மனிதனால் செய்யக்கூடிய தீர்வுகள் எல்லாம் தீர்ந்து போனபின்தான் கடவுள் தனது அற்புதத்தை நிகழ்த்துவார் என்பது நன்றாகத் தெரிந்த ஒன்று. அவப்பேறு

நிறைந்த அஜின்கூர் போர் நடந்து நீண்ட பதினான்கு வருடங்களுக்குப் பிறகு ராஜ்ஜியம் நிறைய அனுபவித்துவிட்டது என்று உணர்ந்து கடவுள் உதவி அனுப்பியிருப்பாரோ?

இப்போது அவர்கள் முன் இரண்டுவிதமான கேள்விகள் இருந்தன: ஜோன் சாத்தானின் கையாளா? தேவதைகளின் தூதுவளா? இதை ஆராய்ந்து பார்த்தால்தான் மேற்கொண்டு அவள் சொல்வதைச் செய்வதா வேண்டாமா என்று முடிவு எடுக்க முடியும்.

நிபுணர்களைக் கொண்டு அந்தப் பெண்ணின் கூற்றுக்களை மதிப்பீடு செய்வது ஒன்றே இப்போது இருக்கும் ஒரே வழி. இவளை பாரிஸ் பல்கலைக்கழக இறையியல் அறிஞர்களிடம் அனுப்பி வைக்க முடிவு செய்தார்கள்.

இருநூறு வருடப் பழமையான, சர்வதேச இறையியல் அறிஞர்கள் நிறைந்த பாரிஸ் பல்கலைக்கழகம் பிரான்ஸ் தேசத்தின் அறிவியல் களஞ்சியம். ஆனால் அதுவும், இந்த ராஜ்ஜியத்தைப் போலவே ஆர்மன்யாக் மற்றும் பர்கண்டிகளுக்கிடையேயான யுத்தத்தினால் பிளவுபட்டிருந்தது. தற்போது பல்கலைக்கழகம் உள்ளும் புறமும் பிளவுபட்டிருந்தது. பாரிஸில் எஞ்சி இருக்கும் இறையியல் வல்லுனர்கள் ஆங்கிலோ-பர்கண்டியன் ஆட்சிக்கு ஆதரவாக இருந்தனர். ஆர்மன்யாக் வாரிசின் விசுவாசிகள் அவனது ராஜ்ஜியத்தின் கிழக்குப் பகுதியான போர்ஷ்க்கு ஓடிவிட்டிருந்தனர்.

பத்தாண்டுகளுக்கு முன்பு கான்ஸ்டன்ஸ் சபையில் பாரிஸ் பல்கலைக்கழக துணைவேந்தர் ஜோன் கார்சன், பர்கண்டியன் பியர் கோகானுடன் பகிரங்கமாகவும், மனக்கசப்புடனும் மோதியிருந்தார். 'அஞ்சாத ஜான்', ஆர்லியன் மன்னனை கொலை செய்ததற்கு இறையியல் உண்மைகளை அறிய ஆர்மன்யாக் மற்றும் பர்கண்டி என்ற இரண்டு பக்கங்களின் நிலையை ஆதரித்து இந்த மோதல் நடந்தது.

ஆனால் இப்போது ஷீனானில் அரசரைச் சுற்றி இருந்த மதகுருமார்களின் நடுவே கர்சன் இல்லை. 1418 ஆம் வருடம் பர்கண்டியர்கள் தலைநகரைக் கைப்பற்றியபின் அவர் ஒரு வருடம் அரசியல் வெளியேற்றம் செய்து ஜெர்மனியில் சுற்றிக்கொண்டிருந்தார். அஞ்சாத ஜானின் மறைவுச் செய்தி வந்தபின் அவர் பிரான்ஸிற்குத் திரும்பி லியானில் குடியேறினார். இப்போது அறுபது வயதைக் கடந்திருந்தார். இப்போதும் அவருக்கே உண்டான இயல்பான வேகத்தில் இறையியல் பற்றித் தீவிரமாக எழுதிக்கொண்டு

எல்லாவற்றிலிருந்தும் ஒதுங்கி வாழ்ந்து கொண்டிருக்கிறார். அவரை இங்கு வரவழைப்பது கடினம். ஆனால் ஒன்று செய்யலாம்.

அதாவது அவர் இங்கு இல்லாதபோதும் அவருடைய மூன்று ஆராய்ச்சிக் கட்டுரைகளின் அடிப்படையில் ஜோனின் கூற்றை ஆராயலாம். 1415 ஆம் ஆண்டு அவர் எழுதிய 'ஆவிகளின் நிரூபணம்' என்ற ஆராய்ச்சிக் கட்டுரை அந்த மூன்றிலும் முக்கியமானதும் மிகவும் பிரபலமானதும் ஆகும். பகுத்தறிவு சார்ந்த எழுதப்பட்ட அந்தக் கட்டுரையை ஜோனை ஆராய்ச்சி செய்பவர்கள் தங்களின் வழிகாட்டியாக வைத்துக்கொள்ளலாம். இந்தக் கட்டுரையில் அவர் ஆன்மிக வெளிப்பாடுகளை (தெய்வீக வாக்கு) எந்த அளவீடுகளை ஒட்டி விசாரணை செய்வது என்பதற்கு ஒரு சரிபார்ப்புப் பட்டியலைக் கொடுத்திருக்கிறார். அவர் தனது அறிவார்ந்த சொற்பொழிவுகளில் லத்தீன் மொழியில் அந்த சரிபார்ப்புப் பட்டியலை சிறிய பாடலாகச் சொல்லுவார்: யார், என்ன, எதற்காக; யாருக்கு, என்ன தன்மை, எங்கேயிருந்து என்று. வேறுவகையில் சொல்லவேண்டுமென்றால், தெய்வீக வாக்கு, அதைக் கொண்டு வருபவர் இரண்டையும் விசாரணை செய்ய வேண்டும் என்பார். அதாவது, தெய்வீக வாக்கின் தோற்றுவாய், அதன் உண்மைத் தன்மையைப் பற்றி பெறுனர் காட்டும் இயல்பு என்ன போன்றவை.

முதல் அடியாக ஜோனின் உடல்ரீதியான நேர்மையை, முழுமையைச் சோதிக்கவேண்டும். பயமுறுத்தும் வகையில் அடக்கமில்லாமல் ஆணின் உடையை அணிந்திருந்தாலும், அவள் ஒரு திருமணம் ஆகாத இளம் பெண். தெய்வபக்தி உள்ள, தெய்வத்திற்கு அஞ்சும் வாழ்க்கையை வாழ்ந்துகொண்டிருப்பதாகக் கூறுகிறாள். இவையெல்லாம் உண்மையாக இருக்கும் பட்சத்தில் அவள் ஒரு கன்னி. களங்கமில்லாத நிலையில் இருப்பவள். அதனால் சாத்தான் அவளைப் பீடித்திருக்க சாத்தியமில்லை.

இதை உறுதி செய்ய இன்னொரு சோதனையும் செய்யப்பட்டது. ஷீனான் ராணுவத் தலைவனின் மனைவி ராவுல் டி ஜோகூர், அரசனின் ஆலோசகரின் மனைவி ராபெர்ட் டி மேகான் இருவரும் அவளை அந்தரங்கமாக சோதனை செய்தனர். அவள் ஒரு மணமாகாத, ஒரு பெண் மனைவி ஆவதற்கு முன் இருக்கும் நிலையில் கற்புடன் இருக்கும் பதின்ம வயதுப்பெண் என்பதை இவர்கள் இருவரும் உறுதி செய்தனர். அடுத்த நிலை அவளது ஆன்மிக நேர்மையைப் பரிசோதனை செய்யவேண்டும். அதைச்

செய்ய தகுதியானவர் இறையியல் நிபுணர் பேராயர் ஜாக் ஜெலு. அவருக்கு அரசவை மதகுருமார்கள் ஒரு கடிதம் எழுதினர்.

அதில் அவர்கள் சொல்லியிருந்தது: அவள் ஒரு கன்னிப்பெண். வோகுலர்ஸ் பகுதியிலிருந்து வந்தவள். 16 வயது. செம்மறியாடு களின் நடுவில் வளர்க்கப்பட்டவள். எதிர்காலத்தைப் பற்றிய கணிப்புகளையும், தீர்க்கதரிசனங்களையும் அரசருக்குச் சாதகமாகச் சொல்ல வந்திருக்கிறாள். அது உண்மையா என்று கண்டறியும் பொருட்டு அவர்கள் அவளது நம்பிக்கைகளையும், பழக்கவழக்கங் களையும் ஆராய்ந்ததில் அவள் மிகவும் தெளிந்த அறிவுள்ள, பக்தியுள்ள குணசாலி என்று தெரிய வந்துள்ளது. ஒருவேளை இந்தப் பெண் பைபிளில் சொல்லப்பட்டிருக்கும் தீர்க்கதரிசி டெபோரா போலவும், அசிரியன் ஆக்கிரமிப்பாளரிடமிருந்து இஸ்ரேலைக் காத்த ஜூடித் போலவும், இயேசு வருவதை முன்கூட்டியே சொன்ன அசரீரிப் பெண்கள் போலவும் இவளும் இருக்கக்கூடுமோ? உண்மையை ஆராய்ந்து சொல்லவேண்டும் என்று கேட்டுக்கொண்டனர்.

பேராயர் ஜெலுவின் பதில் இரண்டு வகையாக இருந்தது. தீவிர ஆர்மன்யாக் ஆதரவாளரான அவர் சொன்னார்: கடவுள் அரசருக்கு உதவி செய்யத் தீர்மானித்திருப்பார் என்பதில் சந்தேகம் இல்லை. ஆங்கிலேய ஆக்கிரமிப்பு எந்த நீதியின்படியும் சரியில்லை. தெய்வீகம், இயற்கை, அதிகாரம் ஆகியவற்றின்படியும் சரியில்லை. மேலும் உள்நாட்டு நீதிகளுக்கும், தார்மீக, மனித நீதிகளுக்கும் எதிரானது அந்த ஆக்கிரமிப்பு என்பது மறுக்கமுடியாத உண்மை. ஆனால் வந்திருப்பவள் ஒரு விவசாயப் பெண். இளமையும், எளிமையும் அவளிடத்தில் நிறைந்திருப்பதால் சாத்தானின் மாயைக்கு ஆளாகக்கூடிய சாத்தியக் கூறுகள் இருக்கின்றன. மேலும் அவள் பர்கண்டிய விரோதிகளின் இடத்திற்கு மிகவும் அருகில் இருக்கும் ஒரு பிரதேசத்திலிருந்து வந்திருப்பவள். அவளது வார்த்தை களில் அதிகம் நம்பிக்கை வைக்கத் தேவையில்லை என்றார்.

மேலும் சொன்னார்: அரசர் மிகவும் ஜாக்கிரதையாக இருக்க வேண்டும். தனது பிரார்த்தனைகளை இருமடங்காக்க ஆக்க வேண்டும். கல்வியறிவு நிறைந்த அறிஞர்களால் அவள் கேள்வி கேட்கப்படும்போது அரசர் அவளை தூரத்தில் நிறுத்தவேண்டும். ஒருவேளை அவளிடத்தில் கெட்ட எண்ணம் மறைந்திருந்தால் நெடுநேரம் அதை மறைத்து வைக்க முடியாது. தெய்வீக உதவி ஒரு பெண் வடிவில் வரும் என்பது ஏற்கமுடியாத ஒன்று. ஏனெனில்

பெண்களுக்கு போர் செய்யவோ, அறிவுரை கொடுக்கவோ, நீதியை வழங்கவோ உரிமை இல்லை. அதே சமயம் கடவுள் வெற்றியைக் கொடுக்க வேண்டும் என்று நினைத்துவிட்டால், அதை அவர் எந்தக் கருவி மூலமாகவும் கொடுக்கலாம்.

மறுபடியும் இரண்டுவிதமான கருத்துக்கள் முன்வைக்கப்பட்டன.

தீர்மானமாக ஒரு முடிவு எடுப்பதற்கு முன் மேலும் சில விசாரணைகளுக்கு அவளை ஆளாக்க வேண்டும் என்று பலரும் விரும்பினார்கள். பாரிஸ் பல்கலைக் கழகத்திலிருந்து 1418 ஆம் வருடம் வெளியேறிய ஆர்மன்யாக் இறையியல் அறிஞர்கள் இப்போது போர்ஷ் அரசின் நிர்வாக மையமான பாய்டியேவை தங்கள் புதிய இருப்பிடமாகக் கொண்டிருந்தனர். ஜோனை இங்கு அனுப்பினால் அவர்களுக்குத் தேவையான இறையியல் அறிவுரை கிடைக்கும் என்று அரசரின் மதகுருமார்கள் நினைத்தனர். இதுவரை டூர் டி காடுரேவில் பாதுகாப்பாக வைக்கப்பட்டிருந்த ஜோன் இப்போது நாற்பது மைல் தள்ளியிருந்த பாய்டியேவிற்கு அனுப்பப் பட்டாள்.

அரசரின் ஆலோசகரும், ரீம்ஸ் நகரின் பேராயருமான ரேன்யே டி ஷார்ட்டர் தலைமையில் பிரான்ஸ் நாட்டின் மிகச்சிறந்த இறையியல் நிபுணர்கள் கூடி இன்னும் விவரமான கேள்விகளைக் கேட்பார்கள்.

மார்ச் மாதம் தொடங்கி மூன்று வாரங்கள் அவர்கள் அந்தப் பெண்ணைக் கூர்ந்து கவனித்து இரண்டு வழிகளில் பரிசோதனை செய்தார்கள். முதலாவதாக மனித அறிவைக் கொண்டு அவளது வாழ்க்கை, அவளது நடவடிக்கை, அவளது நோக்கம் முதலிய வற்றைப் பரிசோதித்தனர். இரண்டாவதாக ஆழ்ந்த பக்தியுடன் கூடிய பிரார்த்தனை, நிஜமான அல்லது நம்பிக்கை தரும் தெய்வீகச் செயல்கள் - இவற்றின் மூலம் அவள் கடவுளின் இச்சையின் பேரிலேயே வந்துள்ளாள் என்பதைத் தீர்மானிக்க முடியும்.

போர்ஷ் அரசில் கர்சன் சொன்ன கொள்கைகளை நடைமுறைப் படுத்தி பயிற்சியாளர்கள் ஜோனை பல வழிகளில் ஆராய்ந்தனர். அப்படியும் வாரங்கள் பல கடந்தும் எந்த முடிவுக்கும் அவர்களால் வரமுடியவில்லை. இதற்கு முன்னுதாரணங்கள் இல்லாததால் இந்த விசாரணை தடைப்பட்டது. தேவாலயத்தின் சரித்திரத்தில் பெண் தொலைநோக்கர்கள் இருந்தனர். அவர்கள் ஏற்கெனவே ஆன்மிக அறிவுரையாளர்களின் அல்லது பாவமன்னிப்புக் கேட்கும்

பாதிரியாரின் மேற்பார்வையில் தங்களது அருள் வெளிப்பாடுகளை தெரிவித்தனர். இதனால் இந்தப் பெண்களின் நெறிமுறையையும், அருள் வெளிப்பாடுகளின் தன்மையையும் சோதித்துப் பார்க்க முடிந்தது. ஆனால் ஜோன் தனியாக வந்திருந்தாள். அவளது துணைக்கு வந்திருந்த ஆயுதம் ஏந்திய ஆண்களைத் தவிர அவளுடன் யாரும் இல்லை. அசாதாரணமான பழைய சரித்திர நிகழ்வுகளை உதாரணமாக வைத்துப் பார்க்கும்போது இது ஒரு தனிப்பட்ட வகையாக இருந்தது.

ஆனால் வசந்தகாலப் பகல் பொழுதுகள் நீண்டதாகத் தொடங்கிய போது, சில முடிவுகள் ஒரு வடிவம் கொள்ளலாயின. பெரிய மனஅழுத்தத்தில் இருந்தபோதும், தன் வீட்டிலிருந்தும், குடும்பத்திலிருந்தும் வெகு தொலைவில் இருந்தபோதும், அந்தப் பெண்ணின் நடவடிக்கையில் எந்தத் தவறும் இல்லை. ‘அவள் எல்லோரிடத்திலும் பகிரங்கமாகவும், அந்தரங்கமாகவும் பேசியிருக்கிறாள்’ என்று மருத்துவர்களும், சமயகுருக்களும் கூறினர். ‘தீயது எதுவும் அவளிடத்தில் இல்லை. நல்லதன்மை, பணிவு, களங்கமின்மை, கடவுள் பக்தி, நேர்மை, மற்றும் எளிமை இவையே அவளிடம் இருப்பவை’ என்றனர். அவளது இறையருள் பணியின்மீது அவளுக்கிருக்கும் நம்பிக்கை அசைக்க முடியாதது என்று தெளிவாகத் தெரிந்தது.

வியக்கத்தக்க மனத்துணிவுடன் அவள் பேசினாள். அந்த மனத்துணிவு தான் எல்லாவித எதிர்ப்புகளுக்கு இடையேயும் தொலைவிலிருந்த ஒரு கிராமத்திலிருந்து அவளை அரசவைக்கு அழைத்துக்கொண்டு வந்திருக்கிறது. அதோடு நில்லாமல், ஆங்கிலேயர்களைத் தடுத்து நிறுத்தி, அரசரை அழைத்துக் கொண்டுபோய் ரீம்ஸ் நகரில் முடிசூட்ட அவள் அனுப்பப்பட்டிருப் பதாகச் சொல்லுகிறாள். இதைக் கேட்டவுடன் இறையியல் நிபுணர் களுக்கு இரண்டாவது விசாரத்தைக் கையாள ஒரு திட்டம் பிறந்தது.

அவளது உறுதி மொழிகள் கடவுளிடமிருந்து அனுப்பப்பட்டவை என்று அறிய சில அடையாளங்களை அவர்கள் தேடிக் கொண்டிருந்தனர். அந்த அடையாளங்கள் எந்த வடிவில் வரும் என்பதை அறிவது தெளிவாக இல்லை. ஆனால் அவள் தனது நோக்கம் மன்னரை ஷினானிலிருந்தோ, அல்லது பாய்டியாவி லிருந்தோ ரீம்ஸ் நகருக்கு அழைத்துக்கொண்டு போவது என்று கூறுகிறாள். இது மிகவும் கடினமான செயல். எதிரிகளால் முற்றுகையிடப்பட்டிருந்த ஆர்லியன் நகரைத் தாண்டித்தான் ரீம்ஸ்

நகருக்குப் போக முடியும். முற்றுகையிட்ட நகரின் வழியே அவள் எப்படி ரீம்ஸ் நகருக்குப் போகமுடியும், அதுவும் அரசரை அழைத்துக்கொண்டு? இந்தக் கேள்விக்கு அவளது பதில் உடனே வந்தது: அவள் ஆர்லியன் முற்றுகையைத் தகர்ப்பாள் என்று.

இது உறுதியளித்தது. ஏனெனில் ஆர்லியனை விடுவிப்பது என்பது வரையறுக்கப்பட்ட வேலை. மன்னரிடமிருந்து குறைந்த பட்ச உதவியாதாரம் தேவை. அந்தப் பெண்ணின் நோக்கத்திற்கு இது ஒரு நடைமுறை சோதனையாக இருக்கக்கூடும். வெற்றி கிட்டுமானால் அவளது வார்த்தைகள் வியத்தகு வகையில் உண்மை என்று நிரூபிக்கப்பட்டன என்று கொள்ளலாம். தோல்வி ஏற்படுமானால் அவளுக்கு எதிராக மாற்ற முடியாத தீர்ப்பைக் கொடுக்கலாம். எந்த வழியானாலும் கடவுள் பேசியிருப்பார். தீர்ப்பு எதிர்மறையாக இருந்தாலும்கூட முயற்சி செய்வதில் இழப்பதற்கு எதுவுமில்லை. ஆர்லியன் இப்போதுபோலவே முற்றுகையில் இருக்கும். ஜோன் கூறியதை நிரூபிக்க இதைச் செய்வதால் ஏற்கெனவே முற்றுகையால் சூழப்பட்டிருக்கும் போர்ஷ் அரசுக்கு எந்தவித அவமானமும் வராது.

எல்லோராலும் இந்த முடிவு ஒப்புக்கொள்ளப்பட்டது. பேராயர் ஜெலு அரசரை எச்சரித்தார். ரொம்பவும் நம்பகத்தன்மையுடன் ஜோனை வரவேற்க வேண்டாம்; அது அரசரை கேலிக்குள்ளாக்கும் என்று அவர் கருதினார். ஏற்கெனவே பிரஞ்சுக்காரர்கள் சுலபமாக ஏமாந்துவிடுவார்கள் என்ற 'புகழ்' பரவி இருக்கிறது என்று மனம் தளர்ந்து கூறினார். இப்போது ராஜ்ஜியம் இருக்கும் ஆற்றொணா நிலையில் ஜோனை ஆர்லியனிற்கு அனுப்பி வைப்பது புரியாத சில விஷயங்களைப் புரிய வைக்கும். அவளது உத்வேகம் உண்மையில் சுவர்க்கத்திலிருந்து வந்திருக்கிறதா என்று சோதனை செய்ய இதைவிடச் சிறந்த செயல் வேறெதுவும் இருக்கமுடியாது. 'அவளிடத்தில் தீங்கு எதுவுமில்லாத நிலையில் அவளை சந்தேகப்பட்டு, ஒதுக்குவது நல்லதல்ல. நம்மைத் தேடி வந்த புனித ஆவியை மறுத்துவிட்டு, கடவுளின் உதவிக்கு நம்மை நாமே தகுதியற்றவர்களாக ஆக்கிக்கொள்வது முட்டாள்தனம்' என்று இறையியல் நிபுணர்கள் வாதாடினார்கள்.

அறிவார்ந்தவர்கள் தங்கள் முடிவுகளை அறிவித்தபோது மனதறிய ஒரு வழியைக் கண்டிபிடித்த ஆறுதல் ஏற்பட்டது. அவர்கள் சொன்னார்கள்: 'அரசர் ஆர்லியனிற்கு ராணுவ வீரர்களுடன் அவள் போவதை தடுக்கக்கூடாது. கடவுளின் மேல் நம்பிக்கை வைத்து,

அவளைத் தகுந்த துணையுடன், மரியாதையுடன் அனுப்பி வைக்க் வேண்டும்'.

அவளது தொடரும் கன்னித்தன்மை, உடலின் ஆன்மிக தூய்மை கடைசி முறையாக ஆரெகன் யோலாண்டேவினால் பரிசோதிக்கப் பட்டது. ஜோன் ஓர் உண்மையான கன்னி என்று சிசிலி ராணியின் ஒப்புதலும் கிடைத்தது. பணிவான குடும்பப் பின்னணியில் இருந்து வந்த ஒரு பெண், தனது குடும்பப்பெயரால் தன்னை அறிமுகப் படுத்திக் கொள்ளவில்லை. அதனால் 'பணிப்பெண்' என்ற வார்த்தை அவளை பொது வெளியில் குறிக்கும் வார்த்தை ஆனது.

சாதாரணப் பணிப்பெண் இல்லை அவள். இறையியல் நிபுணர்கள் தங்கள் ஆராய்ச்சி முடிவுகளை வெளியிடும்போது 'பணிப்பெண் என்னும் கன்னிப்பெண் 'என்றே குறிப்பிட்டனர். ஆலோசகர் களையும், இறையியல் நிபுணர்களையும்விட மிகப்பெரிய பார்வை யாளர்களிடம் ஜோன் தனது நோக்கத்தை வெளியிடும்போது அவள் அந்த வார்த்தையை தனக்குக் கொடுக்கப்பட்ட விருதாக ஆச்சரியப் படத்தக்க வகையில் உறுதியுடன் அறிவித்தாள்.

5. கடவுளால் அனுப்பப்பட்டவள்!

சார்லஸும் ஜோனும் முதல்முறையாகச் சந்தித்ததை ஒரு பழம் கதை கூறுகிறது இப்படி: தனக்குப் பதிலாக இன்னொருவரை தன் இடத்தில் வைத்துவிட்டு அரசவையில் இருந்த 300 பேர்களில் தான் ஒருவனாக நின்றான் சார்ல்ஸ். உண்மையிலேயே அவனைப் பார்க்க கடவுள் ஜோனை அனுப்பியிருந்தால், அவளால் இந்த ஏமாற்று விதத்தை அறிந்துகொண்டு சார்ல்ஸை உடனே கண்டுபிடிக்க முடியும் என்று நினைத்தான். ஜோன் தெள்ளத்தெளிவாக அவனைக் கண்டுபிடித்து விட்டாள். சிலரின் பின் மறைந்திருந்த அரசரின் வாரிசை ஜோன் அடையாளம் கண்டு கொண்டு அவனுக்கு மரியாதை கொடுக்கும் வகையில் அவன் காலடியில் விழுந்து வணங்கினாள். இது எப்படி சாத்தியம் என்ற கேள்விக்கு, தனக்குக் கேட்கும் அசரீரியின் வாக்குகள் மூலமும் அவர்களது ஆலோசனை மூலமும் அவனை அறிந்ததாக ஜோன் சொன்னாள்.

இந்தக் கதை ஜோனின் கதையில் புனையப்பட்ட ஒன்று என்று சில வரலாற்றாசிரியர்கள் கூறுகிறார்கள். அதுவரையில் ஜோன், சார்ல்ஸைப் பார்த்திருக்க முடியாது. தனக்கு வரும் அசரீரி வாக்கின் வழிகாட்டலால் அவனை அறிய முடிந்தது என்றாள் ஜோன். பல எழுத்தாளர்கள் ஜோன் இதுபோன்ற குயுக்திகளைச் செய்ததில்லை என்கிறார்கள். பின்னாளில் வந்த எழுத்தாளர்கள் வில்லியம் ஷேக்ஸ்பியர், மார்க் ட்வைன், ஜியார்ஜ் பெர்னாட்ஷா போன்றவர்கள் இந்தச் சம்பவத்தைத் தாங்கள் எழுதிய ஜோன் ஆஃப் ஆர்க் புத்தகங்களில் இணைத்துள்ளார்கள்.

'மேன்மையான இளவரசே' என்று ஜோன் சார்லஸை விளித்தாள். 'என் பெயர் ஜோன். நான் ஒரு பணிப்பெண். சுவர்க்கத்தின் பேரரசர்

என்னை அனுப்பியிருக்கிறார். உனக்கும், உன் ராஜ்ஜியத்துக்கும் உதவி செய்ய'.

அரசவையும், இளவரசனும் ஸ்தம்பித்துப் போனார்கள். ஜோனை ஒரு தனி இடத்திற்கு அழைத்துச் சென்றனர். அங்கு அவள் கூறினாள்: 'உயர்ந்த அரசே, என்னை பணிப்பெண் ஜோன் என்று கூப்பிடுவார்கள். நான் கடவுளின் சார்பாகக் கூறுகிறேன். நீதான் பிரான்ஸின் அரியணைக்கு உண்மையான வாரிசு. சுவர்க்கத்திலிருக்கும் அந்தப் பேரரசரின் மகன். உன்னை ரீம்ஸ் நகருக்கு அழைத்துச் சென்று முடி சூட்ட என்னைக் கடவுள் அனுப்பியிருக்கிறார்'.

கடவுளால் அனுப்பப்பட்டவள் அவள் என்பதை எப்படி நிச்சயிப்பது என்று சார்ல்ஸ் கேட்டான். வேறு எந்த வகையிலும் அவளால் அறியமுடியாத மிகவும் பத்திரமாகப் பாதுகாக்கப்பட்ட ஒரு ரகசியத்தை அவள் வெளியிடுகிறாள். சில வரலாற்றாசிரியர்கள் ஜோன் அவனிடம் இஸ்பா சொல்வதுபோல அவன் முறையற்றவன் அல்ல என்று கூறினாள் என்கிறார்கள். ஆனால் பெயின் சொல்வது வேறுமாதிரி இருக்கிறது. ஜோன் ஷினான் வருவதற்குச் சற்று முன் அரசன் சொன்ன ஒரு பிரார்த்தனையை ஒரு வார்த்தை தப்பாமல் ஜோன் சொன்னதாகச் சொன்னான். அந்தப் பிரார்த்தனை அவனுக்கும் கடவுளுக்கும் மட்டுமே தெரிந்த ஒன்று. அவனுக்கும் ஜோனுக்கும் மட்டுமே தெரிந்த ரகசியமாக இருந்த அதை, தான் இறப்பதற்கு முன் அரசன் வெளியில் சொன்னான்:

இந்தப் பதின்ம வயதுப் பெண் படிக்கவோ, எழுதவோ கற்காதவள். தனது இடுப்பில் செருகியிருக்கும் வாளைச் சுழற்றக்கூடக் கல்லாதவள். அடுத்தபடியாக இளவரசரை வியப்பில் ஆழ்த்தும்படி அவள் ஒரு விஷயத்தைச் சொன்னாள்: ஆங்கிலேயருக்கு எதிராக தான் போருக்குச் செல்லத் தயாராக இருப்பதாகவும் ஆர்லியன் நகரை முற்றுகையிலிருந்து விடுவிப்பதாகவும் சொன்னாள்.

ஜோன் முன் இப்போது இரண்டு வேலைகள் இருந்தன. முதலில் தான் கடவுளால் அனுப்பப்பட்டவள் என்று சார்ல்ஸை நம்ப வைக்க வேண்டும். இரண்டாவதாக ஆங்கிலேயர்களின் வசம் இருக்கும் தெற்கு பிரான்ஸ் நகரை விடுவிப்பதற்கு ஒரு முழுமையான படை அவளுக்குத் தேவை. அவளுடன் அந்தப் படையை அனுப்ப சார்லஸையும் அவனது ஆலோசகர்களையும் சம்மதிக்க வைக்க வேண்டும். ஜோனின் இரண்டு கோரிக்கைகளில் முதல் கோரிக்கையை அவன் நம்பினான். இரண்டாவதைக் கேட்டு சார்ல்ஸ் யோசனை செய்தான். என்ன செய்யலாம்?

ஆர்லியனில் இருக்கும் படைகளை அவள் பொறுப்பில் விடுவது நடக்காத ஒன்று. அந்த நகரம் மட்டுமே ஆங்கிலேயர்களின் வெற்றிக்கும் ஆக்கிரமிப்பிற்கும் நடுவில் இருந்தது. ஒருவேளை ஆங்கிலேயர்கள் வெற்றி பெற்றுவிட்டால், ஆங்கிலேயர்களிடம் பிடிபடாமல் இருக்கவும், அப்படிப் பிடிபட்டுவிட்டால் நேரக்கூடிய நிச்சயமான மரணத்திலிருந்து தப்பிக்க இளவரசன் ஸ்காட்லாந்திற்கு ஓடிவிடவும் திட்டங்கள் வைத்திருந்தான். ஆனால் ஆர்லியன் மக்களோ தினமும் நடக்கும் தாக்குதலிலிருந்து தங்களுக்கு விடுதலையை எதிர்பார்த்திருந்தனர். கைவசமிருந்த உணவுப் பொருள்கள் வேகமாகக் காலியாகிக் கொண்டிருந்தது போலவே அவர்களது நம்பிக்கையும் கொஞ்சம் கொஞ்சமாகக் குறைந்து கொண்டு வந்தது.

சார்ல்ஸ் ஒரேயடியாக ஜோனை கைகழுவி விடவில்லை. பதிலாக பாடேய் நகர தேவாலயத்தில் இருக்கும் படித்தவர்கள் அவளை நன்றாகப் பரிசோதனை செய்யட்டும் என்று கட்டளையிட்டான். ஜோன் இதற்கு ஒப்புக்கொண்டாலும், அவர்கள் கேட்கும் கேள்விகள் அவளை பொறுமையிழக்கச் செய்தன. 'கடவுளுக்கு வீரர்கள் தேவையா?' என்று அவர்கள் கேட்டனர். 'கடவுளின் பேரில் ஆணையிட்டுச் சொல்லுகிறேன். வீரர்கள் யுத்தம் செய்வார்கள்; கடவுள் வெற்றியைக் கொடுப்பார். கடவுளின் பெயரில் சொல்லுகிறேன். நான் பாடேய் நகருக்கு அடையாளங்கள் சொல்ல வரவில்லை. என்னை ஆர்லியன் நகருக்கு அழைத்துச் செல்லுங்கள். அங்கு நான் எதற்காக அனுப்பப்பட்டேன் என்ற அடையாளங் களைக் காட்டுகிறேன்!' என்று சொல்லி அவர்கள் வாயை அடைத்தாள். 'எந்த மொழியில் அசரீரி உன்னிடம் பேசுகிறது?' என்றார்கள். 'உங்களைவிட நல்ல பிரெஞ்சு மொழி அவர்கள் பேசுகிறார்கள்' என்று சொன்னாள்.

அவள் தானாகவே ஏதோ கதையைப் புனைந்து கூறுவதுபோல இவர்கள் தன்னைக் கேள்விகள் கேட்பதை அவளால் புரிந்து கொள்ளவே முடியவில்லை. கடவுளின் விருப்பத்தின் பேரில் அவள் அங்கு வந்திருக்கிறாள் என்பதை திரும்பத் திரும்பச் சொல்லிக்கொண்டிருந்தாள் அவள்.

நல்லவேளையாக பாடேயில் இருந்த மதகுருமார்கள் ஜோன் சொல்வதை உறுதிப்படுத்தி, சார்ல்ஸ் அவளது உதவியை ஏற்று படையை அவளுடன் அனுப்பவேண்டும் என்று அறிவுரை கூறினார். அவளது பொறுமையின்மையையும் தாண்டி அவள்

பரிசோதிக்கப்பட்டு அவள் எளிமையும், தூய்மையும், பக்தியும், உண்மையும் நிறைந்தவள் என்று ஓர் அறிக்கையும் சமர்ப்பிக்கப் பட்டது. ஆனால் சார்ல்ஸ் அந்த அறிக்கைக்காகக் காத்திருக்காமல் தனது ஆணைகளைப் பிறப்பித்தான். உடனடியாக ஓர் ராணுவப் படையைத் திரட்ட வேண்டும் என்றும் ஜோன் அதன் தலைமைப் பொறுப்பை ஏற்பாள் என்றும், ஆர்லியனில் இருக்கும் எல்லா ராணுவ அதிகாரிகளும் அவளது கட்டளைகளுக்குக் கீழ்ப்படிய வேண்டும் என்றும் ஆணை பிறப்பித்தான்.

ஜோனின் படைப்பிரிவில் அவளுக்கு மிகவும் பிரியமான அவளது சகோதரர்கள் ஜோன் மற்றும் பியர் சேர்ந்தார்கள். அஞ்சாநெஞ்சம் கொண்ட தனது மகளுக்கு வெற்றி கிடைக்கவேண்டும் என்று பிரார்த்தனை செய்ய அவர்களது தாயார் புனித யாத்திரையை ஏற்பாடு செய்திருக்கும் செய்தியை அவர்கள் ஜோனிடம் தெரிவித்தார்கள். சார்ல்ஸ் அவளுக்காக ஒரு சிறப்பு வெள்ளை நிறப்போர் கவசத்தைத் தைக்கச் சொன்னான். அதை உருவாக்க நூறு ப்ராங்க்ஸ் ஆயிற்று. மிகப்பெரிய தொகைதான் அது. அதைக்கொண்டு எட்டு யுத்தக் குதிரைகளை வாங்கலாம். ஆனால் அந்த உடையை அணிந்து கொண்டு போர்க்குதிரையின் மேல் ஏறி அவள் அமர்ந்தபோது அவளுக்கு ஒரு புதிய தோற்றம் கிடைத்தது. வானுலகிலிருந்து வந்தவள்போல காணப்பட்டாள்.

ஜோன் ஆஃப் ஆர்க் அணிந்திருந்த அந்தக் கவசம் பார்ப்பதற்கு எப்படி இருந்தது? அது பற்றி நமக்குத் தெரிவது பிரான்ஸ் நாட்டிலிருக்கும் புனித டெனிஸ் தேவாலயத்தில் உள்ள ஒரு சிற்பச் செதுக்கலிலிருந்து தான். *1429* ஆம் வருடம் பாரிஸிலிருந்து வெளியேறச் சொன்னவுடன் அவள் அங்குதான் தன் போர்க்கவசத்தைக் கழற்றினாள். அந்தக் கவசம் இருக்குமிடம் இதுவரை தெரியவில்லை. சிறுத்த இடைப்பகுதியுடன், கீழ் பகுதிகள் விரிந்து அகலமாக இருந்தது. பூ அலங்காரம் செய்யப்பட்டிருந்த அந்தக் கவசத்திற்கு ஒரு பெண்மைத் தோற்றம் இருந்தது. நிச்சயம் ஓர் ஆணிற்கு அது பொருந்தியிருந்திருக்காது. வலிமையான உலோகத் தகட்டால் ஜோனுக்காகவே செய்யப்பட உடை அது. அந்தக் கவசம் மிகவும் தடிமனாகவோ, கனமாகவோ இருக்கவில்லை. ஜோன் அந்தக் கவசத்தைப் பல நாட்கள் அணிந்திருந்ததால் அது மிகவும் கனமாக இருந்திருக்காது என்றே தெரிகிறது. ஜோன் ஒரு கட்டளைத் தளபதியாக இருந்ததனால் ஒரு காலாட்படை வீரனைப்போல கனமான உடை அணியும் தேவை இருந்திருக்கவில்லை. அவளது கவசம் இலேசானதாகவே இருந்திருக்கும்.

புனித டெனிஸ் தேவாலய சிற்பத்திலிருந்து ஜோனின் உருவம் பற்றி அறிய முடிகிறது. 4 அடி 8 அங்குல உயரத்தில் சின்ன உடலமைப்புடன் இருந்தாள் ஜோன். அவள் எப்படிப்பட்டவள்? அவளது விருப்பு வெறுப்புகள் என்னென்ன?

சார்லஸின் ஓர் ஆலோசகர் கூறுகிறார்: 'உயர் ஜாதிக் குதிரைகளையும் ஆயுதங்களையும் மிகவும் விரும்பினாள். உன்னதமான வீரர்களுடன் சேர்ந்திருக்க விரும்பினாள். பெரிய கூட்டங்களையும் சந்திப்புகளையும் வெறுத்தாள். சட்டென்று அழுதுவிடுவாள். உற்சாகமான முகத்துடனும், பேச்சுடனும் இருப்பாள். கவசத்தை அணிந்து கொள்ளவும், ஆயுதங்களை ஏந்தவும் தேவையான வலிமையைப் பெற்றிருந்தாள்'.

பெர்சிவால் டபூலன்வீயர் ஜோனை நேரில் பார்த்தவர். அவர் பிலிப்போ மரியா விஸ்கோண்டிக்கு எழுதிய கடிதத்தில் 'ஜோன் மிகவும் நளினமானவள். கடும் முனைப்புள்ளவள். மிகக்குறைவாகப் பேசுபவள். அவளது வார்த்தைகளில் போற்றத்தக்க மதிநுட்பம் தென்படும். பெண் குரல் கொண்டவள். கொஞ்சமாக சாப்பிடுவாள். மது அருந்த மாட்டாள்'. என்று குறிப்பிடுகிறார்.

ஜோன் இப்போது தன்னை எதிர் நோக்கியிருக்கும் சோதனைக்குத் தயாராகவேண்டும். அதற்கு முன் அதாவது ஆர்லியன் நகருக்குப் போவதற்கு முன் மார்ச் 22 ஆம் தேதி ஆங்கில எதிரிகளுக்கு அனுப்புவதற்காக ஒரு கடிதத்தை எழுதச் சொன்னாள். 250 மைல் தொலைவில் அவள் தொம்ரேமியில் வளர்ந்தபோது அவள் மிக அருகில் பார்த்த எதிரிகள் பர்கண்டியர்கள். அவர்கள்தான் அவளுக்குத் தெரிந்திருந்த எதிரிகள். ஆனால் இப்போது அவள் வந்திருப்பது பிரான்ஸை ஆங்கிலேயர்களிடமிருந்து விடுவிக்க. அவள் முன்னே இருக்கும் சவால் அவள் யுத்தத்தைப் பற்றி எத்தனை அறிந்து வைத்திருக்கிறாள் என்பதைக் காட்டியது. அவள் பூர்த்தி செய்யவந்த நோக்கத்தின் உண்மைத்தன்மையை முதன்முதலில் அவள் ஷீனானுக்கு வந்து சேர்ந்த மாதத்தில் அறிந்துகொண்டாள்.

கடிதத்தின் தலைப்பகுதியில் தேவாலயத்தில் அவள் கேட்ட இரண்டு வார்த்தைகளை எழுதச் சொன்னாள். அவை 'ஜீசஸ்' மற்றும் 'மேரி'. ஒரு சிலுவை வரையப்பட்டது. சிலுவையின் இரண்டு பக்கங்களிலும் இந்த வார்த்தைகள் எழுதப்பட்ட பின் அவள் தொடங்கினாள்:

'இங்கிலாந்தின் அரசரும், பிரான்ஸ் அரசின் பிரதிநிதி என்று சொல்லிக்கொள்ளும் பெட்போர்டின் அரசரான நீயும்,

சஃபோல்க்கின் அதிகாரியான வில்லியம் டி லா போல் என்கிற நீயும், லார்ட் ஆஃப் டால்போட் ஜான் என்கிற நீயும், தாமஸ், லார்ட் ஆஃப் ஸ்கேல்ஸ் பெட்போர்ட் அரசரின் தளபதிகள் என்று உங்களை அழைத்துக்கொள்ளும் நீங்கள் எல்லோரும் சுவர்க்கத்திலிருக்கும் அரசரிடம் அடிபணியுங்கள். நீங்கள் எடுத்துக்கொண்ட, ஆக்கிரமித்து வைத்திருக்கும், சிறந்த நகரங்களின் கதவுகளைத் திறந்து அவற்றை சுவர்க்கத்திலிருக்கும் கடவுளால் அனுப்பப்பட்ட பணிப்பெண்ணிடம் ஒப்படையுங்கள்'.

அமைதியை நிலைநாட்ட அவள் முழுக்க தயாராக இருப்பதாக அறிவித்தாள். இங்கிலாந்தின் வீரர்கள் ஆர்லியனைவிட்டு, பிரான்ஸ் முழுமையையும், விட்டுவிட்டு தங்கள் சொந்த தேசத்திற்குத் திரும்பவேண்டும். அவர்கள் எடுத்துக்கொண்டதற்கு திரும்பக் கொடுத்துவிட்டுப் போகவேண்டும். இல்லையென்றால் வெகு சீக்கிரத்தில் பணிப்பெண் அவர்களுக்கு மிகப்பெரிய கேடுகளை விளைவிப்பாள்.

'இங்கிலாந்தின் அரசே, நீ இதைச் செய்யவில்லையானால், நான் ராணுவத்தின் தலைவி. பிரான்ஸ் நாட்டில் எங்கு உன் ஆட்களைப் பார்த்தாலும் அவர்கள் விரும்புகிறார்களோ, இல்லையோ, வெளியேறச் செய்வேன். அவர்கள் அடிபணியவில்லை என்றால் அவர்கள் கொல்லப்படுவார்கள். உன்னை நேருக்கு நேர் சந்தித்து, பிரான்ஸ் முழுவதிலிருந்தும் உங்கள் எல்லோரையும் விரட்டியடிக்க சுவர்க்கத்திலிருக்கும் இறைவனால் அனுப்பப்பட்டவள் நான். அடிபணிந்தால் அவர்களுக்குக் கருணை காட்டுவேன். வேறுவிதமான நம்பிக்கை வேண்டாம். ஏனெனில் கடவுளிடமிருந்து - சுவர்க்கத்தின் அரசிடமிருந்து, புனித மேரியின் மைந்தனிடமிருந்து, நீ ஒருநாளும் பிரான்ஸ் நாட்டை அபகரிக்க முடியாது. அந்த நாட்டின் உண்மையான வாரிசான சார்லஸ் அரசன் பிரான்ஸ் நாட்டை ஆளுவார். இதுதான் கடவுளின் விருப்பம். இதை அரசிடம் பணிப்பெண் வெளிப்படுத்தியிருக்கிறாள்'.

செய்தி இன்னும் இருந்தது. அவள் சொன்னாள்: 'அரசர் கூடிய சீக்கிரம் பாரிஸிற்குத் திரும்புவார். ஆங்கிலேயர்கள் கேட்க மறுத்தால், பிரான்ஸ் கடந்த ஆயிரம் ஆண்டுகளில் கேட்டிராத போர்முழக்கத்தை பணிப்பெண் செய்வாள். விழும் அடிகள் யார் கை ஓங்கியிருக்கிறது என்பதைக் காட்டும். கடவுள் வெற்றியைப் பணிப்பெண்ணிற்குத்தான் கொடுப்பார் என்பது தெளிவாகத் தெரிகிறது. பெட்போர்ட் வெகு சீக்கிரத்தில் அவளுடன்

சேர்ந்துவிடுவான்'. கடிதத்தின் உரைநடை தொடர்பின்றி இருந்தது; திரும்பத் திரும்பச் சொன்னதையே சொல்வது போலிருந்தாலும் செயல் நோக்கம் மின்அதிர்வுபோல இருந்தது.

தனித்துவம் வாய்ந்த அவளது நோக்கம் இந்தப் பெண்ணை தேசத்தின் பாதிப்பகுதியைக் கடந்து வர வைத்திருக்கிறது. நோக்கத்தின் தனித்துவம் அவளது எழுச்சி மிகுந்த வார்த்தைகளில் தெரிகிறது. அதையே அவள் செயலாக மாற்றியிருக்கிறாள். யுத்தம் என்பது எளிமையானது அல்ல என்று அனுபவப்பட்டவர்களுக்குத் தெரியும். இந்தப் பெண்ணின் கூற்றைப் பற்றியும் கருத்து வேறுபாடுகள் இருக்கின்றன. ஆகவே இறையியல் நிபுணர்களிடையே எழுந்த தர்க்கம் பற்றியோ, அரசவை ஆலோசகர்களிடையே எழுந்த பூசலோ மக்களிடையே பகிரங்கப்படுத்தப்படவில்லை. அவளை ஆர்லியன் நகருக்கு அனுப்பவேண்டும் என்று மிகவும் ஜாக்கிரதையுடன் எடுக்கப்பட்ட முடிவு மட்டும் வெளியே சொல்லப்பட்டது. குறுகிய கால கவனமும், தாற்காலிக நியாயப் படுத்துதலும் இதில் இருந்த போதிலும், ஜோன் தன் நோக்கத்தில் கொண்டிருந்த உறுதியான நம்பிக்கை அரசின் செயல்பாடுகளில் ஒரு புதிய தெளிவை ஏற்படுத்தியது.

மார்ச் மாத இறுதி வாரத்தில் அரசியல் அரங்கத்தில் அவளது நோக்கத்தை நிறைவேற்றத் தேவையானவற்றைச் செய்ய பகிரங்கமாக அரசரின் முன் நிறுத்தப்பட்டாள். இந்தக் கதை லா ரோஷல் நகரத்தை அடைந்தது. அங்கு ஒரு நகர குமாஸ்தா ஒரு பதிவேட்டில் தனக்குக் கிடைத்த விவரங்களையெல்லாம் குறித்து வைத்தார். அவர் எழுதினர்:

'ஜோன் பல சோதனைகளுக்கு ஆளாக்கப்பட்டாள். முதலில் ஜோன் க்ளேர்மான்ட் அதிகாரியிடம் அனுப்பப்பட்டாள். அவர் அப்போது தான் முற்றுகையிலிருந்து திரும்பியிருந்தார். பிறகு அரச குடும்பத்தைச் சேர்ந்த பிரபு ஒருவரிடம் அனுப்பப்பட்டாள். இருவரும் அரசர்கள் என்ற போர்வையில் ஜோனை சந்தித்தனர். ஆனால் அவர்கள் அரசர்கள் இல்லை என்று தனக்குத் தெரியும் என்றாள் ஜோன். அடுத்தபடியாக சார்ல்ஸ்-ஐ பார்த்தவுடன் இனம் கண்டு கொள்ளவேண்டும். இந்த நாடகங்கள் எல்லாம் அவள் மனித இயல்புகளை மீறியவள் என்று நிரூபிக்க நடந்த வியத்தகு சான்று விளக்கம்'. இதற்குப் பிறகு பிரச்சாரங்கள் தொடங்கின.

பாய்டியவின் இறையியல் நிபுணர்களின் முடிவுகள் பல முறை காப்பி எடுக்கப்பட்டு ஆர்மன்யாக் வரை விநியோகிக்கப்

பட்டிருந்தாலும், அரசரின் காரியதரிசிகள் ஜோனின் வருகை பழைய சுவடிகளில் சொல்லப்பட்டிருக்கிறதா என்று கஷ்டப்பட்டு நீண்ட நேரம் தேடினார்கள். பேட் என்ற ஆங்கிலத்துறவி உருவாக்கிய செய்யுள் ஒன்றில் ஒரு பணிப்பெண்ணைப் பற்றிய குறிப்பு காணப்படுகிறது. அதாவது ஒரு பணிப்பெண் பதாகைகளைத் தாங்கிக்கொண்டு இருப்பதாகக் குறிப்பு காணப்பட்டது. நிச்சயமாக இது ஜோனின் வருகை பற்றிய முன்குறியீடுதான்.

இருபதாம் நூற்றாண்டு உரை மான்மவுத் ஜெப்ரி எழுதிய இங்கிலாந்து அரசர்களின் சரித்திரத்தில் மிகச்சிறந்த சாது மெர்லின் கூறும் தீர்க்கதரிசனம் இருக்கிறது: 'ஒரு கன்னி, வில்லாலர்களின் பின்னால் வந்திறங்கி தனது கற்பு மலர்களை மறைத்துக் கொள்கிறாள்' என்று. ஒரு காலத்தில் தெளிவற்ற உருவகமாக இருந்தது இப்போது தெளிவாக பணிப்பெண்ணைக் குறிப்பிடுகிறது. மெர்லின் எழுதிய அசல் உரையைத் தழுவி ஒரு புதிய லத்தீன் கவிதை ஒன்று எழுதப்பட்டு பரப்பப்பட்டது. அதில் ஒரு பெண்ணை கவசம் தரிக்கவைத்து தனது படைக்குத் தலைமை தாங்க வைத்த அரசரின் தீர்மானத்தை விளக்கி, விசுவாசமுள்ள பிரான்ஸ்நாட்டு ஆண்களை அவளுடன் சேருமாறு ஊக்குவிக்கப்பட்டது.

ஜோன் மேற்கொள்ளவிருக்கும் இந்த யுத்தம், கவிஞர்களால் 'கன்னி யுத்தம்' என்று அழைக்கப்பட்டது. தான் மேற்கொள்ள இருக்கும் யுத்தத்தின் அடையாளங்களை விரிவாக எடுத்துரைப்பதில் தன் பங்கை ஆற்றினாள் ஜோன். இன்னொரு அதிசயமும் நடந்தது. ஜோன் அரசரிடம் சொன்னாள்: வோகுலர்ஸிலிருந்து வரும் வழியில் அவள் தங்கியிருந்த செயின்ட் காதரின்-டி-ஃபியேர்பா நகரில் உள்ள ஒரு தேவாலயத்தின் பலிபீடத்தின் கீழே ஒரு சிறப்பு ஆயுதம் புதைத்து வைக்கப்பட்டிருக்கிறது. அதை எடுத்துவர ஆட்களை அனுப்பச் சொன்னாள்.

அவள் சொன்ன இடத்தில் ஒரு பழைய துருப்பிடித்த ஆயுதம் ஐந்து சிலுவைகளுடன் மேலோட்டமாக பூமியில் புதைத்து வைக்கப் பட்டிருந்தது. எல்லோரும் வியக்கும்வகையில் அந்த ஆயுதம் கண்டெடுக்கப்பட்டது. அது சார்ல்ஸ் மார்டல் என்கிற வீரனுக்கு சொந்தமானது. சரசென்ஸ் என்னுமிடத்தில் 732 ஆம் வருடம் பெற்ற வெற்றிக்குப் பிறகு புனித காதரீனுக்கு அதை அந்த வீரன் நன்றிக் காணிக்கையாகக் கொடுத்தான். மதகுருமார்கள் அந்த ஆயுதத்தை முதல்முறை தொட்டவுடன் அதிலிருந்த துரு மறைந்துவிட்டதாக பழைய புராணங்கள் கூறுகின்றன. லா ரோஷல் குமாஸ்தாவின்

குறிப்புப்படி உயர்ந்த மேடையின் மேல் வைக்கப்பட்டிருந்த, இருபது வருடங்களாக திறக்கப்படாத ஒரு பணப்பெட்டியினுள் அந்த வாள் இருந்தது.

கிறிஸ்துவ போர்வீரர்கள் புனித வாட்களை ஏந்தியவர்கள் என்று சமகாலத்தவர்களுக்கு தெரியும். ஆர்தர் அரசர்,எக்ஸ்காலிபர் என்ற பழம்பெரும் வாளையும், ஷாலமன்யே (சார்ல்ஸ் தி க்ரேட்) அரசர் ஜோயஸ்வா என்ற வாளையும் ஏந்தியவர்கள். ஜோனின் வாள் புனிதர் காதரினிடமிருந்து வந்திருக்கவேண்டும் என்று அறிஞர்கள் நினைத்தனர். புனிதர் காதரின் இளம் கன்னிகளின் பாதுகாவலர் எப்போதும் வாளை ஏந்தியவராகவே சித்தரிக்கப்படுவார். அந்த வாளின் மூலமே தியாகச் செம்மல் ஆனவர்.

ஜோனுக்கு ஆர்லியனில் தன்னைக் காப்பாற்றிக்கொள்ள சின்னத்தை விட மேலானது தேவைப்பட்டது. ஜோனின் மெல்லிய உடலமைப்புக்கு ஏற்றவாறு கையால் செய்யப்பட்ட முழு கவசம் அரசரின் கவச உடை தயாரிக்கும் தலைமை அதிகாரியிடமிருந்து பெறப்பட்டது. டூர்ஸில் இருந்த ஸ்காட்லாந்தைச் சேர்ந்த ஓர் ஓவியர், பதாகைகளை பேட் தனது செய்யுளில் கூறியிருந்தபடியே செய்து தர நியமிக்கப்பட்டார். பணிப்பெண்ணின் படையணிக் கொடியில் பிரான்ஸ் நாட்டின் தங்க நிற லில்லிப் பூக்கள் வெள்ளைப் பின்னணியில் ஜீசஸ், மேரி என்ற வார்த்தைகளுடன் பதிக்கப் பட்டிருந்தன. கூடவே இரண்டு தேவதைகள் கிறிஸ்துவின் இரண்டு பக்கத்திலும் நின்றிருக்க, அவர் தீர்ப்பு சொல்லிக்கொண்டிருப்பது போல ஓர் ஓவியம் இருந்தது. அவளது நீண்ட முக்கோண வடிவக் கொடியில் கன்னி மரியாளிடம் தேவதூதன் வந்து இயேசு பிறக்கப் போகிறார் என்று உணர்த்திய உருவம் பொறிக்கப்பட்டிருந்தது.

போருக்குச் செல்லும்போது அவள் உயர்த்தியபடி செல்ல ஒரு சிறப்பு பதாகையும் ஜோனிற்குக் கொடுக்கப்பட்டது. புனித காதரீன் தேவாலயத்திலிருந்து வந்த வாளைவிட ஜோனிற்கு இந்தப் பதாகை மிகவும் பிடித்திருந்தது. இரண்டு வருடங்களுக்குப் பிறகு நடந்த விசாரணையின்போது இந்தப் பதாகையை அவள் மிகுந்த ஆசையுடன் விவரித்தாள்: ‘உலகம் அதில் வரையப்பட்டிருந்தது. முழுவதும் லில்லிப்பூக்கள் நிறைந்திருந்த அந்தப் பதாகை லினன் வகைத் துணியில் செய்யப்பட்டிருந்தது. அதில் ஜீசஸ், மேரி என்ற பெயர்கள் எழுதப்பட்டிருந்தன என்று நினைக்கிறேன்’ அதன் ஓரங்கள் பட்டுத் துணியால் தைக்கப்பட்டு இருந்தன. அந்தப் பதாகையை அவள் வாளைக் காட்டிலும் அதிகமாக - 40 மடங்கு

அதிகமாக நேசித்தாள். ஆயுதத்திற்குப் பதிலாக அவள் அந்தப் பதாகையை எடுத்துக்கொண்டு யுத்தகளத்திற்குப் போனாள்.

குதிரை சவாரி செய்வதில் ஜோன் திறமை வாய்ந்தவள். பிறருக்கு அடங்காத முரட்டுக் குதிரைகளை அடக்கி அவற்றின் மேல் சவாரி செய்பவள். ஆர்லியன் நகருக்குள் அவள் வெள்ளைக் குதிரையின்மேல் அமர்ந்து நுழைந்ததாகச் சிலர் சொல்கிறார்கள். அவளது குதிரை சவாரி செய்யும் திறனைப் பார்த்து வியந்து அந்தக் குதிரை கொடுக்கப்பட்டது. மற்றும் சிலர் அவள் கருப்பு நிறக் குதிரைகளின் மேல் அமர்ந்து யுத்தத்திற்குப் போனதாகச் சொல்லுகிறார்கள்.

ஒரு புதிய குதிரை ஜோன் அதன் மேல் ஏறி அமருவதை விரும்பவில்லை. அவள் அமருவதற்குத் தோதாக அசையாமல் நிற்காமல் முரண்டு பிடித்தது அது. ஜோன் தனது வீரர்களிடம் அதை நகரின் தேவாலயத்தின் வடக்குத் திசையில் அமைந்திருந்த கதவு அருகே கொண்டு செல்லுமாறு சொன்னாள். அங்கே அதற்கு ஓர் இரும்பு சிலுவை பொருத்தப்பட்டது. உடனடியாக அந்தக் குதிரை அமைதியடைந்து அவளுக்குக் கட்டுப்பட்டதுபோல அவள் ஏறி அமர அனுமதித்தது. ஆர்லியன் முற்றுகையில் தான் காயம் படப் போவதையும் ஜோன் முன்பே கணித்துச் சொன்னதாகச் சொல்லப் படுகிறது. 'என் ரத்தம் பெருகி ஓடும்' என்று அவள் அறிவித்தாள்.

ஏப்ரல் முதல் வாரத்தில் ஜோன் ஷினானை விட்டு ஆர்லியனை நோக்கி வடகிழக்கில் 25 மைல் தூரத்தில் உள்ள டூர்ஸ் சென்றாள். டூர்ஸ் மக்கள் ஏற்கெனவே ரட்சகர்கள் வருவதைப் பார்த்திருக் கிறார்கள் என்பதை அவளைப் பார்க்கவந்த கூட்டம் காட்டியது. அவள் எத்தனை அசாதாரணமாக இருந்தாலும், இவள் பிரான்ஸ் நாட்டைச் சேர்ந்தவள் என்பது ஆறுதலாக இருந்ததால், யாரும் எதுவும் சொல்லத் துணியவில்லை. இப்போது அவள் ராணுவ தளபதிகளுக்கே உரிய பண்புகளை சேகரித்துக்கொண்டிருக்கிறாள்.

ஜோனுடன் பயணிக்க ஓர் ஆண் துணையும் (ஜோன் டிஓலன்) இரண்டு பணியாளர்களும் (லூயிஸ், ரேமன்ட்) நியமிக்கப்பட்டனர். சேர்ந்து பாடவும், அவள் பாவமன்னிப்பைக் கேட்கவும் ஒரு மதகுரு ஜோன் பிஸ்க்வேரா அவளுடன் சென்றார். தனது நோக்கத்தை நிறைவேற்றும் அவசரம் அவளிடம் இருந்தபோதும் ஷினானிலும், டூர்ஸிலும் தங்கியிருந்த சில வாரங்களில் நிறைய விஷயங்களை அவள் கற்றுக் கொண்டாள்:

நடக்கும்போதும், குதிரையின் மேல் சவாரி செய்யும்போதும் அணிந்திருக்கும் கவசத்தின் எடையைச் சமாளிக்கும் விதம்;

குதிரையின் முதுகில் உட்கார்ந்துகொண்டு கையில் ஈட்டி அல்லது பதாகையை ஏந்திக்கொண்டு சொல்லும்போது சமநிலை தவறாமல் பார்த்துக்கொள்வது ஆகியவற்றைத் தெரிந்துகொண்டாள். இப்போது அவள் சந்திக்கவிருக்கும் யுத்தம் பற்றியும், அவள் முன்னே இருக்கும் முற்றுகை பற்றியும் நிறைய கற்றுக்கொண்டாள்.

அவளுடன் வந்தவர்களுக்கும் ஆயுதமேந்திய ஜோனைப்பற்றித் தெரிந்துகொள்ள நேரம் கிடைத்தது. இருபது வயது நிரம்பிய அலென்கன் ஐந்து வருட சிறைபிடிப்பிற்குப் பிறகு வெளியே வந்தவர். ஆர்லியன் நகரம் பிடிபட்டிருந்ததையும், அரசவை கொந்தளிப்பாக இருந்ததையும் கண்டவர். தனது தவறான அபிப்பிராயத்தால் **1429** இல் தனது கவனத்தை காடைகளை வேட்டையாடுவதில் திருப்பிவிட்டார். ஆனால் ஜோனின் வரவைக் கேள்விப்பட்டதும் ஷினானுக்குத் திரும்பி வந்தார். அவள் பேசுவதையும், கையில் ஈட்டி ஏந்தி சவாரி செய்வதையும் கண்டு மிகவும் ஈர்க்கப்பட்டு அவளுக்கு பிரச்சாரத்திற்கு ஒரு குதிரையை அளித்தார். பிறகு யோலாண்டேவிற்கு உதவ படைத் தளபதி களையும் வீரர்களையும் பொருள்கள் ஏற்றிச் செல்லும் புகைவண்டி களையும், முற்றுகையிடப்பட்ட நகரை நோக்கிச் செல்ல படைகளையும் அனுப்பினார்.

இத்தனைக்கும் நடுவில் செல்வாக்கு மிக்க தலையீடுகளும் நிகழ்ந்தன. லியானில் கர்சன் தனது எழுதுகோலை எடுத்துக் கொண்டு உடனடியாகக் கவனிக்கவேண்டிய ஆவிகளை பகுத்தறியும் இந்த வழக்கை ஆராய ஆரம்பித்தார். வலிமை குறைந்திருந்தாலும் மிக மிகக் கவனத்துடன் 6 அறுதியுரைகளை ஜோனுக்கு சாதகமாகவும், ஆறு அறுதியுறைகளை அவளுக்கு எதிராகவும் தொகுத்தார். ஞானமுள்ளவர்கள் இந்த விஷயத்தைப் பற்றி இன்னும் ஆழமாகச் சிந்திக்க வேண்டும் என்பதே தன் நோக்கம் என்றார்.

ஆனாலும் தனது முன்னுரையில் அவர் பைபிளில் ஏமாஸ் என்ற ஆட்டிடையன் இஸ்ரேல் மக்களுக்கு தீர்க்கதரிசனத்தை கூறியது பற்றிக் கூறினார். கையோடு ஜோன் என்ற இளம் ஆட்டிடைச்சியின் கற்பு, பக்தி, உறுதி பற்றி விரிவாகப் பேசி, பிரான்ஸ் நாட்டை மீட்டுக் கொடுக்க அவள் வந்திருப்பதையும் குறிப்பிட்டிருந்தார். ஆர்மன்யாகை சேர்ந்தவர்தான் அவர். மேதாவியான அவரது கடுமையான வார்த்தைகளிலும் நம்பிக்கைகள் இருப்பதைத் தெரிந்துகொள்ள முடிந்தது.

ஜோன் ஆர்லியன் முற்றுகையை விடுவிப்பாளா? பிரான்ஸ் நாடு ஆங்கிலேயர்களின் பிடியிலிருந்து விடுபடுமா? ஜோன் சொல்லியது போல சார்லஸ் அரசனாக முடிசூட்டிக் கொள்வானா? இந்தக் கேள்விகளுக்கு பதில் பார்ப்பதற்கு முன் ஆர்லியனின் நிலை என்ன என்று கொஞ்சம் பார்ப்போம்:

ரீவ்ரி பேரழிவிற்குப் பிறகு ஆர்லியன் மக்களுக்கு ஆங்கிலேயர்களை கத்திமுனையில் எதிர்ப்பது என்பது சாத்தியமாகாத ஒன்று என்று தோன்றியது. வேறு என்ன வழி? ஆங்கிலேயர்களுடன் சேர்ந்து போரிட்ட 'கள்ள பிரெஞ்சுக்காரர்களான' பர்கண்டியர்களிடம் தங்களது உண்மையான விசுவாசத்தை பிரான்ஸ் நாட்டின் மேல் காண்பிக்கும்படி வேண்டுகோள் வைப்பது ஒன்றுதான் எதிர்காலத்தின் ஒரே நம்பிக்கை.

போர் முடிந்த சில நாட்களில் ராணுவத் தலைவன் போடன் டி அய்ன்றாய் தலைமையில் ஓர் அதிகாரிகள் குழு ஆங்கில முற்றுகையின் வழியே உள்ளே புகுந்து பிலிப் பர்கண்டியின் அரசவைக்குச் சென்று ஓர் ஒப்பந்தம் செய்துகொண்டது. அவர் முற்றுகையிட்ட நகரம் அவருக்கே கொடுக்கப்பட்டுவிடும். ஆனால் அவரால் சிறைபிடிக்கப்பட்ட அவரது ஒன்றுவிட்ட சகோதரன் ஆர்லியன் பிரபுவின் பெயரால் அதை வைத்துக்கொள்ளவேண்டும். ஆங்கிலேயர்கள் தடையின்றி வந்து போகலாம்; நகரத்தின் வருவாயில் பாதிப்பங்கை இங்கிலாந்து அரசருக்குக் கொடுத்து விட்டு மீதி இருக்கும் பாதிப்பங்கை ஆர்லியன் பிரபுவின் மீட்புப் பணமாக ஒதுக்கி வைக்கவேண்டும். பிலிப் சந்தோஷமாக ஒப்புக் கொண்டார்.

ஆனால் ஏப்ரல் மாதம் அவர் பாரிஸுக்கு வந்தபோது, பிரதிநிதி பெட்போர்ட் பிரஞ்சு அரசிற்குச் சொந்தமான இடம் அதன் உரிமை உள்ள அரசரின் கையில் மட்டுமே ஒப்படைக்க வேண்டும்; வேறு யாருக்கும் இதில் உரிமை இல்லை என்றான். அந்த மாத முடிவில் பலத்த சூடான விவாதங்களுக்கு பிறகு பர்கண்டி பிரபு, ப்ளாண்டர்ஸ்க்குத் திரும்பினார். ஒப்பந்தத்தை நிறைவேற்ற இயலவில்லை என்கிற செய்தி ஆர்லியனை எட்டியது. ஆனால் அதிகாரிகள் குழுவின் தூது வீண் போகவில்லை. பர்கண்டியப் படை முற்றுகையிட்ட நகரிலிருந்து வெளியேறும் என்ற செய்தி வந்தது.

ஆர்லியன் மக்கள் எதிரிப் படைகளின் ஒரு பகுதி தங்களின் நகரத்திலிருந்து வெளியேறுவதைக் கண்டனர். அதேசமயம் பாழடைந்த அந்த நகரின் வீதிகளில் ஓர் அற்புதங்களைச் செய்யும்

ஒரு பெண் அவர்களைக் காப்பாற்ற வந்துகொண்டிருப்பதாக வதந்தி பரவலாயிற்று. ஜோன் பற்றிய நம்பிக்கை தரும் செய்திகளும் அவர்களை எட்டியது.

ஷினானிலிருந்து சார்ல்ஸ் மற்றும் அவன் ஆலோசகர்கள் ஆர்லியன்னில் நடப்பதை கவனித்துக்கொண்டிருந்தனர். ஏப்ரல் 21 ஆம் தேதி பர்கண்டியர்களின் முற்றுகை கைவிடப்பட்ட நான்கு நாட்கள் கழித்து ஜோன் டூர்ஸ்-ஐ விட்டு 35 மைல் தொலைவில் ப்லாயிஸ் நகருக்குப் புறப்பட்டாள். லோவா நதிக்கரையை ஒட்டி ஆர்லியன் நகருக்குப் போகும் வழியில் அவளது வீரர்களும், பொருள்களும் சேர்ந்திருந்த இடம் அது. அங்கிருந்து அவளது வீர சவால் நிறைந்த கடிதம் பெட்போர்ட், சஃபோல்க், டால்போட், ஸ்கேல்ஸ் மற்றும் பிரான்சில் இருக்கும் எல்லா ஆங்கிலேய எதிரிகளுக்கும் பட்டுவாடா செய்யப்பட்டது. வண்டிகள் நிரப்பப் பட்டன; ஆயுதங்கள் கூர் தீட்டப்பட்டன.

பணிப்பெண்ணின் ஒழுங்குமுறை அவளது வீரர்களின் மேல் சுமத்தப்பட்டது. கொலை, கற்பழிப்பு, சூறையாடல் ஆகியவை தவிர்க்கப்பட வேண்டும் என்ற அவளது கட்டளை தூரத்தில் லியானில் இருந்த ஜோன் கர்சனின் காதிலும் விழுந்தது. அவளது உயர்ந்த நோக்கத்தில் நம்பிக்கை வைத்து சரணடைபவர்களிடம் எந்தவித வன்முறையையும் கையாளக்கூடாது என்ற கட்டளையும் போடப்பட்டது. ஏப்ரல் 25 ஆம் தேதி கவசத்துடனேயே அவள் உறங்கினாள். அடுத்த நாள் காலை, திரும்பிப் பார்க்காமல் பணிப்பெண் யுத்தத்திற்குப் புறப்பட்டாள்.

பல பழம் கதைகள் ஜோன் ஆஃப் ஆர்க் பற்றி எத்தனைதான் சொல்லியிருந்தாலும், அவள் சிறிய கிராமமான தொம்ரேமியைச் சேர்ந்த விவசாயப் பெண்; அவளது வாழ்க்கை அவளை எந்த விதத்திலும் போருக்குத் தயார் செய்திருக்க இயலாது. அப்படிப் பட்ட ஒரு பணியில் அவள் ஈடுபட்டாள் என்பதை நாம் இங்கு நினைவு கூர்வது அவசியம். அலங்கரிக்கப்பட்ட ஆடம்பரமான அரசவையின் நடுவில் வீரர்களுடன் தோளோடு தோள் சேர்த்து ஆயுதம் ஏந்தியபடி நின்றிருந்தாள் ஜோன். இந்த வீரர்கள் தங்கள் அரசனுக்காகவும், தங்கள் நாட்டிற்காகவும் தங்களை அர்ப்பணிக்கத் தயாராக இருந்தார்கள். ஜோன் கடவுளால் அனுப்பப் பட்டவள் என்பதை நம்பினார்களா, இல்லையா தெரியாது. ஆனால் இந்தப் பயிற்சி பெற்ற வீரர்கள் இதுவரை தாங்கள் கண்டிராத ஒரு

பயங்கரமான யுத்தத்திற்கு ஒரு 17 வயதுப் பெண்ணின் தலைமையில் புறப்படத் தயாராக இருந்தனர் என்பது மட்டும் நிச்சயம்.

ஏப்ரல் 1429 ஆர்லியனின் முற்றுகையை விடுவிக்க ஜோன் புறப்பட்ட போது, 4,000 படைவீரர்களுக்கு முன்னால் அவள் குதிரையில் ஆரோகணித்துச் சென்றாள் என்று எழுத்தாளர் மேரி கோர்டன் சொல்லுகிறார். குதிரை வீரர்களும், ஆயுதமேந்திய ஆட்களும் சென்றனர். கூடவே முற்றுகையில் அகப்பட்டிருக்கும் நகர மக்களுக்கு உணவளிக்க 400 பிராணிகளின் தலைகளும் எடுத்துச் செல்லப்பட்டன. படை வீரர்களின் ஆன்மிக நெறியை பாதுகாக்க மதகுருமார்களின் குழுவும் சென்றது. படைவீரர்கள் ஒப்புதல் வாக்குமூலம் கொடுத்து பாவமன்னிப்பு பெறவேண்டும் என்று ஜோன் அவர்களை கட்டாயப்படுத்தியதாக கோர்டன் சொல்லுகிறார். அவர்கள் பேசும் கொச்சை மொழியை மேம்படுத்திக் கொள்வதன் அவசியத்தை ஜோன் அவர்களுக்கு போதித்ததாகவும் தெரிகிறது.

இன்னொரு விஷயத்தையும் வலியுறுத்தினாள் ஜோன்: போருக்குப் போகும் படையினைத் தொடர்ந்து சில பெண்கள் வருவது வழக்கம். போர் வீரர்களின் காமப்பசியைப் போக்குவது அவர்கள் வேலை. அவர்களைத் தடை செய்தாள் ஜோன். ஒருமுறை ஜோனின் தந்தை அவள் வீரர்களின் மத்தியில் இருப்பது போன்ற ஒரு கனவைக் கண்டார். ஜோன் இந்த மாதிரிப் பெண்களில் ஒருத்தியாகக் கூடும் என்று நினைத்த அவர் அவளைத் திட்டினார். ஆனால் அவள் ஒரு படையை முன்னின்று அழைத்துப் போகக்கூடும் என்று அவரால் நினைத்தும் பார்க்கமுடியவில்லை.

அந்தக் கனவு ஜோனின் தந்தையை மிகவும் துன்புறுத்தியது. தன் மகன்களிடம் இதுபோல ஏதாவது நிகழ்ந்தால் அவர் ஜோனை மூழ்க அடித்துவிடுவதாகக் கூறியிருந்தார். அவரால் அது முடியவில்லை யென்றால் அவர்கள் அதைச் செய்யவேண்டும் என்றும் கூறினார். இதன் காரணமாக ஜோன் ரோபே டி போத்ரிகூரை சந்திக்கக் கிளம்பியபோது தன் குடும்பத்தவர்களிடம் பொய் சொல்லியிருக்க வேண்டும் என்று நினைக்கத் தோன்றுகிறது, அல்லவா? என்ன காரணம் சொல்லி அவள் வீட்டை விட்டு வந்திருப்பாள் என்ற நமது ஊகத்திற்கு விடை அவளது விசாரணையின்போது கிடைக்கிறது. அதைப் பிறகு பார்க்கலாம்.

ஆங்கிலப்படை மதில் சூழ்ந்த ஆர்லியன் நகரில் வந்திறங்கியபோது அதன் ஜனத்தொகை 30,000. பெரும்பாலானவர்கள் தாற்காலிக மாவது அந்தக் கோட்டைக்குள் பாதுகாப்பாகவே இருந்தனர்.

அத்துமீறி நுழைந்தவர்களால் 21 பீரங்கிகள் பொருத்தப்பட்ட அந்தக் கோட்டையை உடைத்துக் கொண்டு ஊடுருவமுடியவில்லை. அதனால் அதைச் சூழ்ந்து கொண்டு சரியான தருணத்திற்குக் காத்திருந்தனர். வெகு சீக்கிரத்தில் அவர்களது உணவு, மற்ற தேவைகள் குறையும்போது தாக்குதலுக்கான வாய்ப்பு கிடைக்கும் என்று எதிரிகள் நினைத்தனர். இத்தனை காலமும் வெளியில் காத்துக்கொண்டிருந்த படையினரால் தங்களது நகரத்தின் மீது ஏவப்பட்ட அம்புகளையும், எரிபொருள்களையும் ஆர்லியன் மக்கள் தாங்கிக்கொண்டிருந்தனர். ஆர்லியன் நகரம் இந்த நிலைக்கு ஆளாகி ஆறு மாதங்களாகி இருந்தபோது ஜோான் வந்து சேர்ந்தாள்.

எதிரிகள் எதிர்பார்த்தது போலவே உணவுப் பொருள்களும், மற்ற முக்கிய தேவைப் பொருள்களின் வரவும் குறைய ஆரம்பித்திருந்தன. அச்சமும், பசியும் அவர்களை மிகுந்த விரக்திக்கு உள்ளாக்கின. ஆங்கில எதிரிகளின்மீது போர் தொடுக்க ஜோன் முனைப்பாக இருந்தபோதிலும், ஆர்லியன் மக்களின் தேவைகளைப் பூர்த்தி செய்யவும் முனைப்பாக இருந்தாள் ஜோன். எதிரிகளின் படை வீரர்களுக்கு அவர்களது தேசத்திலிருந்து போதிய ஆதரவு வராததால் அவர்கள் ஆர்லியன் நகரை முழுவதுமாகச் சுற்றி வளைக்கத் தவறிவிட்டனர். இதனால் ஜோனின் படை சுலபமாகவே ஆர்லியன் நகருக்குள் நுழைந்தது.

ஜோனின் வருகை ஆர்லியன் நகரில் பெரும் களேபரத்தை உண்டு பண்ணியது. பொதுமக்கள் கையில் கிடைத்த ஆயுதத்தை எடுத்துக் கொண்டு ஜோனின் படை வீரர்களுடன் சேர்ந்து ஆங்கிலப்படை களுக்கு எதிராக யுத்தம் செய்யத் தயார் என்றனர். பழைய கதைகளில் சொல்லப்பட்டிருந்த பெண் இவள்தான் என்பதில் அவர்களுக்குத் துளிக்கூட சந்தேகம் இல்லை. இப்போது கண் முன்னே கவசம் தரித்து, கையில் புனித காத்ரீனின் வாளுடன் வந்திருக்கிறாள் என்று நம்பினார்கள்.

6. ஆர்லியன் முற்றுகை

கடுமையான மிகக்கடுமையான குளிர்காலத்தை அனுபவித்துக் கொண்டிருந்தனர் ஆங்கில வீரர்கள். ஆர்லியன் நகரைக் காக்கும் அவர்களது வேலை நீட்டிக்கப்பட்டிருந்தது. முதலிலிருந்தே அங்கு மிகவும் குறைவான வீரர்களே இருந்தனர். முற்றுகையின் தொடக்க காலத்திலிருந்தே அங்கே இருந்த பலர் ஒப்பந்தம் முடிந்தபின் தங்கள் சொந்த ஊருக்குப் போய்விட்டனர். சிலர் அவர்களது எஜமானனான பர்கண்டி பிரபுவால் திரும்ப அழைக்கப் பட்டிருந்தனர். அவர்கள் முற்றுகை இட்டிருப்பவர்கள்; முற்றுகைக்கு ஆளானவர்கள் அல்ல. ஆனாலும் அதிகப்பசியுடன் இருந்தனர்.

1429 ஆம் ஆண்டு ஏப்ரல் முதல் வாரத்தில் நகரத்திற்குள்ளேயே நடந்த திடீர் தாக்குதலில் அவர்களுக்கு வந்த மது, பன்றி மாமிசம், மான்கறி முதலான உணவுப் பொருட்கள் சூறையாடப்பட்டன. அதனால் கோட்டைக்குள் முற்றுகையில் அகப்பட்டிருந்தவர்கள் போலவே இவர்களுக்கும் உணவுப்பொருள்கள் கிடைக்கவில்லை. அதனாலேயே பசித்திருந்தனர். அதுமட்டுமல்ல. அவர்களது அரசனிடமிருந்தும் அவர்களுக்கு எந்தவித உதவியும் வரவில்லை.

நதியின் வடக்குக் கரையின் மீதிருந்த கோட்டை கொத்தளங்களி லிருந்தும் தெற்கு முனையிலிருந்த கோபுரங்களிலிருந்தும் ஆங்கில வீரர்கள் அயர்ச்சியுடன் காவல் காத்துக் கொண்டிருந்தனர். அவர்கள் பார்த்துக்கொண்டிருக்கும்போதே வரிசையாக படை வீரர்கள் வர ஆரம்பித்தனர். யாரிவர்கள்? அவர்களுடன்கூட நிறைய உணவுப் பொருள்கள், தானியங்கள் கால்நடைகள், ஆடுகள், பன்றிகள் வந்திறங்குவது தெரிந்தது. ஆயினும் அவர்களது கவனத்தை

ஈர்த்தது அந்த உணவுப் பொருள்கள் இல்லை. படையுடன் வந்த பாதுகாவலர்கள். அது ஒரு மத ஊர்வலம் போலிருந்தது. லோயரின் தெற்குப் பகுதியிலுள்ள காடுகளிலிருந்து பாதிரியார்கள் கைகளில் சிலுவை ஏற்றப்பட்ட படத்துடன் 'வா, புனித ஆவியே' என்று பாடியபடியே வந்தனர். அதற்குப் பின்தான் ஆயுதம் ஏந்திய வீரர்கள், அவர்களின் பின்னே வண்டிகள் என்ற வரிசையில் வந்தனர். அவர்களின் நடுவே ஏப்ரல் மாதத்து சூரிய ஒளியில் மின்னியபடியே வந்தாள் அந்தப் பெண். யார் வருகிறார்கள் என்பது புரிந்துவிட்டது ஆங்கில வீரர்களுக்கு. வருவது பணிப்பெண் ஜோன். இல்லையில்லை இறை நிந்தனை செய்யும் வேசி!

அவள் எழுதிய கடிதத்துடன் தூதுவன் வருவதற்கு முன்பே, அவளைப் பற்றி இப்படித்தான் அவர்கள் கேள்விப்பட்டிருந்தனர். எதிரிகளை சரணடையும்படி சவால் விடுவது புதிதல்ல. ஹாரி அரசன் அதைப் பலமுறை செய்திருக்கிறான். ஆனால் அவன் கடவுளால் நியமிக்கப்பட்ட அரசன், வீரன். இவளைப்போல இழிபிறவியான ஓர் உழவப்பெண் இல்லை. அவர்கள் எல்லோரையும் கொல்லுவதாக அவள் சொன்னதிலிருந்து அவள் ஒரு சூனியக்காரி அல்லது பைத்தியக்காரி அல்லது இரண்டும் ஆக இருக்கவேண்டும் என்பது புரிந்தது. தன்னை அவள் பணிப்பெண் என்றும், கன்னிப்பெண் என்றும் அழைத்துக் கொள்கிறாள். படை வீரர்களுடன் அங்குமிங்கும் போய்க்கொண்டிருப்பவள், கூந்தலை குட்டையாக வெட்டிக்கொண்டு, கால்கள் எல்லாம் தெரியும்படி உடை அணிந்துகொண்டு வெட்கமில்லாமல் இருக்கும் இவள் தன்னை கடவுளின் புனித அன்னையான கன்னி மேரியுடன் ஒப்பிட்டுக்கொள்ளும் அளவிற்கு தைரியசாலியா?

ஆர்மன்யாக் வாசிகளும், அவர்களது இளவரசனும் பிரான்ஸ் நாட்டின் எதிர்காலம் பற்றி மிகவும் அவநம்பிக்கையுடன் இருக்கிறார்கள் என்பது முன்னமேயே தெளிவாகத் தெரிந்திருந்தது. அதற்காக இதுபோல ஒரு பெண்ணை நம்புவது மிகவும் நகைப்பிற்குரியது. இந்த எண்ணங்கள் மேலோங்க, அவர்களின் வாயிலிருந்து ஏளனங்களும், ஓலங்களும் அவதூறுகளும் வரத் தொடங்கின. அவர்கள் பார்த்துக்கொண்டிருக்கும் போதே அந்தப் பெண்ணும், அவளது ஆட்களும் நதியைக் கடந்து நகரின் கிழக்குப் பகுதிக்கு வந்து சேர்ந்தனர்.

அந்தப்பகுதியில் ஆங்கிலேயர்களின் பாதுகாப்பு இல்லவேயில்லை என்று சொல்லும் அளவிற்கு மிகவும் குறைவாக இருந்தது. கிழக்கு

வாசலில் இருந்த ஒரே பாதுகாப்பான செயின்ட்-ல்யூப் கோட்டையின் மீது தாக்குதலை நடத்தினர் ஆர்லியன் படைகள். வரிசையாக பொருள்களை உள்ளே கொண்டு வர இது உதவியது. இரண்டு பக்கத்திலும் பலர் இறந்தனர்; பலர் காயப்பட்டனர்; பலர் சிறைபிடிக்கப்பட்டனர். ஆங்கிலக்கொடி இப்போது ஆர்மன்யாக் காரர்களின் கையில்.

அந்தப் பெண்ணும் பொருள்களும் ஆங்கில முற்றுகையின் ஊடே உள்ளே நுழைந்தன. அவளுக்குப் பாதுகாப்பாக வந்த பாதிரியார்களும், அவளுடன் வந்த பெரும்பாலான படையும் நதியின் தெற்குப் பக்கம் இருந்தனர். ஆங்கில வீரர்கள் ப்லைஸ் நோக்கித் திரும்புகையில் இருள் சூழ ஆரம்பித்தது. நகரத்தின் உள்ளே இருந்து சந்தோஷக் கூச்சல்கள் கேட்டன. சற்று நேரத்தில் ஆங்கில வீரர்களின் மத்தியில் அமைதியற்ற நிலை மாறி அந்தப் பெண்ணின் உடலமைப்பைப் பற்றிய ஏளனப் பேச்சுகளும், கேலிச் சிரிப்புகளும் கேட்க ஆரம்பித்தன.

ஆர்லியன் நகரில் குழப்பங்கள் மிகுந்தன. ஆண்கள், பெண்கள், குழந்தைகள் தெருவில் கூட்டம் கூட்டமாகக் கூடினர். அச்சம் நிறைந்த ஆறுமாதங்களுக்குப் பிறகு அவர்களது குரலில் ஒரு களிப்புடன் கூடிய நம்பிக்கை தெரிந்தது. பணிப்பெண் அவளுடைய வெண்குதிரையின் மேல் அவர்களிடையே வந்துகொண்டிருந்தாள். அவளது கவசம் தீவெட்டி வெளிச்சத்தில் பளபளத்தது. அவளது பதாகை அவளுக்கு முன்னால் ஏந்திச் செல்லப்பட்டது. அந்த நகரத்தின் தளபதியுடனும், அவளது வீரர்களும், பணியாட்களும் சூழ மக்கள் கூட்டத்தின் நடுவே தனக்கென ஒதுக்கப்பட்டிருந்த வீட்டிற்கு அவள் மெதுவாகச் சென்று கொண்டிருந்தாள். அவளை நோக்கி கைகளை நீட்டியபடியே மக்கள் நின்றிருந்தனர். அவளது தொடுகை அவர்களுக்கு ஆசிகளைக் கொடுக்கும் என்பது இவர்கள் நம்பிக்கை. உள்ளே நுழைந்தவுடன் ஜோான் கோபத்தில் ஒளிர்ந்து கொண்டிருந்தாள் என்பது தெளிவாகத் தெரிந்தது. அவள் கோபத்திற்கு என்ன காரணம்?

அவள் கடவுளின் கட்டளைப்படி ஆங்கிலேயர்களுடன் போரிட வந்திருக்கிறாள். வீரர்கள் அவளுடன் வெறுமனே சண்டையிட மட்டும் வரவில்லை. அவளுடைய உயர்ந்த நோக்கத்தில் நம்பிக்கை வைத்து அவளது கொடிக்குக் கீழ் அணிவகுத்து வந்தனர். அவள் கேட்டுக்கொண்டபடி தினமும் பாவமன்னிப்பு கேட்பதை தங்கள் கடமையாகச் செய்து வந்தனர். கொள்ளையடிப்பதில் இருந்தும், விலைமாதர்களிடமிருந்தும் விலகியிருந்தனர். ஆர்லியனை

விடுவிப்பதுதான் அவளுடைய தலையாய வேலை. அவளுக்கிடப் பட்ட கட்டளையும் அதுதான். அவள் என்ன செய்யவேண்டும் என்று அவளுக்குத் தெரியும்.

ஆங்கில தளபதிகள் டால்போட், ஸ்கேல்ஸ் ஆகியவர்களையும் மற்ற ஆங்கிலேயர்களையும் அவள் சந்திக்க முடியவில்லை. வேண்டுமென்றே தவிர்க்கப்பட்டாள். மேலும் அவள் படை அவளது விருப்பத்திற்கு மாறாக ப்லைஸ்ஸிற்கு திருப்பி அனுப்பப் பட்டது. ஏன் இப்படிச் செய்கிறார்கள் அவளுடன் கூட வந்தவர்கள்? அவளது தளபதிகளும், மற்றவர்களும் போர்த்தந்திரங்கள், திட்டங்கள், உணவு வழங்குதல், போரில் எதிர்கொள்ள வேண்டிய ஆபத்துக்கள் பற்றிப் பேசுகிறார்கள். கடவுளின் விருப்பமும், அவரது வழிகாட்டலும் இருக்கும்வரை அவள் இவைகளைப் பற்றி ஏன் நினைக்க வேண்டும்? கடவுள் அவளது வழிகாட்டி என்றால் எந்தக் காரணத்தால் இந்த ஆட்கள் முரண்படுகிறார்கள்? இதுதான் அவளது கோபத்திற்குக் காரணம்.

ஜோனின் நோக்கம் மிக உயர்ந்தது. ஆனால் அதை நிறைவேற்றும் போது ஏற்படும் நடைமுறை சிக்கல்களை யாரும் யோசித்துப் பார்க்கவில்லை. ஜோனைப் படைவீரர்களுடன் அனுப்பியது சரி. அரசன் கடவுளின் மேல் நம்பிக்கை வைத்து அவளுக்கு பாதுகாப்பு கொடுக்க வேண்டியிருந்தது. அதையும் அவன் செய்தான். ஆனால் ஒரு விஷயத்தை யாரும் சிந்தித்துப் பார்த்திருக்கவில்லை. அதாவது அவள் ஆர்லியனை அடைந்தபின் செய்ய வேண்டியது என்ன என்பதைப் பற்றி யோசிக்கவில்லை. அதனால்தான் இந்தக் குழப்பம். பிரான்ஸின் ராணுவத் தலைவி என்று ஆங்கிலேயர் களுக்கு எழுதிய கடிதத்தில் தன்னை அழைத்துக்கொண்டவள் இப்போது அவள் காப்பாற்ற வந்த படைத் தலைவர்களுடன் தனது முதல் போரை தொடுக்க வேண்டியதாயிற்று.

அடுத்த நாள் ஏப்ரல் 30 லா ஹையர் நகரின் வடக்கில் இருக்கும் செயின்ட் போவே கோட்டையின் மேல் தாக்குதலை நடத்தினாள். ஜோனுக்கு சின்னச்சின்னப் போர்களில் விருப்பம் இல்லை. அவள் பெரிய யுத்தத்தை விரும்பினாள். அவள் கடிதம் கொடுத்தனுப்பிய தூதுவன் ஆங்கிலேயர்களால் சிறைபிடிக்கப்பட்டிருந்தான். அதனால் அவள் டால்போட் பிரபுவிற்கு இன்னொரு கடிதம் எழுதினாள்: அந்தத் தூதுவனை விடுதலை செய்ய வேண்டும் என்று. தன்னுடைய சவாலை மறுபடி நினைவூட்டினாள். ஆங்கிலேயர்கள் முற்றுகையைக் கைவிட்டுவிட்டு தங்கள் நாட்டிற்குத் திரும்பவேண்டும்;

இல்லையென்றால் பணிப்பெண்ணிடம் தோல்வி அடையவேண்டும். கடிதம் கிடைத்தவுடன் தூதுவன் விடுதலை செய்யப்பட்டான்.

அவன் ஆங்கிலேயர்களிடமிருந்து ஒரு கடிதம் கொண்டு வந்திருந்தான். கடிதம் அவமானத்தில் தோய்த்து எடுக்கப்பட்டிருந்தது. அந்தக் கடிதத்தில் 'ஜோன் ஒரு நடத்தை கெட்டவள்; அவள் தன்னுடைய ஊருக்குத் திரும்பி மறுபடி கால்நடைகளை மேய்க்கச் செல்ல வேண்டும்; இல்லாவிட்டால் அவளை உயிருடன் எரிப்பார்கள் ஆங்கிலேயர்கள்' என்று எழுதப்பட்டிருந்தது. அவர்களது திமிர் ஜோனை பெரும் கோபத்திற்கு உள்ளாக்கியது. கோட்டையின் மேலேறி ஆங்கிலேயர்களைப் பார்த்து 'கடவுளுக்கு அடிபணியுங்கள்' என்று கத்தினாள் ஜோன். அவளது இந்தச் செய்கை அவர்களிடையே மேலும் கோபத்தைக் கிளறியது. ஒரு பெண்ணிற்கு அவர்கள் அடிபணிவார்கள் என்று அவள் உண்மையிலேயே நினைக்கிறாளா?

பாஸ்டர்ட் ஆஃப் ஆர்லியன் (ஆர்லியன் பிரபு ஒன்றாம் லூயியின் மகன்) ஒரு நடைமுறைச் சிக்கலை உணர்ந்தான். ஓர் இரட்சகி அனுப்பப்பட்டிருக்கிறாள். அவளுடன் அவன் நகரின் வீதிகளில் வலம் வந்தான். நகரமே ஓர் எதிர்பார்ப்பில் உயிர்ப்பித்திருந்தது. பொதுமக்கள் நம்ப விரும்பினர். ஒரு பெண் என்ன செய்ய முடியும் என்று தோன்றினாலும், அவனும் நம்ப விரும்பினான். வேறு வழியில்லை. அவளை நம்பித்தான் ஆக வேண்டும். அவள் தலைமையில் தான் போர் செய்ய வேண்டும். அடுத்தநாள் கிழக்கு வாசல் வழியே நகரத்தை விட்டுப் புறப்பட்டான். பணிபெண்ணின் வீரர்கள் இருந்த இடத்திற்குச் சென்று ஆர்லியன் நகருக்குத் திரும்பி யுத்தம் செய்யவேண்டும் என்று பணிந்து கெஞ்சினான்.

ஜோன் தனிமையில் விடப்பட்டாள். என்ன நடக்கிறது என்றே தெரியவில்லை. இரண்டு நாட்கள் அவள் ஒருத்தியாக நகரின் உள்ளேயும், வெளியே ஆங்கிலேயர்களின் கோட்டை வழியேவும் போய் வந்தாள். இரு பக்கங்களிலும் உள்ள படைகளையும், பாதுகாப்பு ஏற்பாடுகளையும் பார்வையிட்டாள். அவள் தங்களைக் காப்பாற்ற வந்த தேவதை என்று அவளைப் பார்க்கத் திரண்டு வந்த மக்களுக்குத் தன்னைக் காண்பித்தவாறே நகரின் பல்வேறு இடங்களுக்கும் போய்வந்தாள்.

மூன்றாம் நாள் அந்த நகரின் குடிமக்கள் ஜோனுக்கு மரியாதை கொடுக்கும்வகையில் ஓர் ஊர்வலத்தை ஏற்பாடு செய்தனர். அவளுக்குப் பரிசுகள் கொடுக்கப்பட்டன. தங்கள் நகரை முற்றுகையிலிருந்து விடுவிக்க தங்களுக்கு உதவுமாறு சம்பிரதாய

பூர்வமாகக் கேட்டுக்கொண்டனர். சம்பிரதாயங்கள் தேவையில்லை. ஆயினும் பாஸ்டர்ட் திரும்பி வரும்வரை அவளால் ஒன்றும் செய்ய முடியவில்லை என்பதுதான் உண்மை. மே நான்காம் தேதி அவன் திரும்பி வந்தான். ஜில்லஸ் டி ரெய்ஸ், ஆம்ப்ரோஸ் டி லோர் ஆகியோர் அவன் பக்கத்திலும், ஜோனின் படைகளும், பாதிரியார்களும் அவனுக்குப் பின்பக்கத்திலும் இருந்தனர்.

கிழக்குப் பக்கத்தில் தனியாக இருந்த செயின்ட்-லோப் கோட்டை அவர்களது முதல் குறி. பார்ப்பதற்கு மிகவும் எளிமையானதாக இருந்தது. வீரர்கள் நகரின் உள்ளேயும், வெளியேயும் போய் வர பலவீனமான தடையாக இது இருந்தது. ஆயினும் 3 மணி நேரக் கடுமையான போருக்குப் பிறகே அதைக் கைப்பற்றி எரிக்க முடிந்தது. ஜோன், பாஸ்டர்ட்டின் கூடவே பயணப்பட்டாள். ஆனால் அவள் ஆயுதத்திற்குப் பதில் தனது பதாகையை ஏந்தியபடி வந்தாள். அவளால் யாரும் கொல்லப்படவில்லை. முதன்முதலாக மரணத்தை மிக அருகில் பார்த்தாள்.

அன்று மாலை அவள் மனவருத்தத்துடன் இருந்தாள். மிகவும் குறைவாகச் சாப்பிட்டாள். அடுத்தநாள் அவள் எதிரிகளுக்கு மறுபடியும் ஒரு கடிதம் எழுதினாள். 'இங்கிலாந்து நாட்டு மக்களாகிய உங்களுக்கு இந்த பிரான்ஸ் நாட்டில் எந்தவித உரிமையும் இல்லை. சுவர்க்கத்தின் அரசர் ஜோன் என்னும் பணிப்பெண் மூலம் உங்களுக்குக் கட்டளையிடுகிறார். உங்களது இரும்புப்பிடியில் இருக்கும் இடங்களை விட்டுவிட்டு நீங்கள் உங்கள் தேசத்திற்குச் சென்று விடுங்கள். இல்லையெனில் எனது யுத்த முழக்கம் உங்களால் என்றைக்கும் மறக்க முடியாத ஒன்றாக இருக்கும்'.

சுற்றி வளைக்காமல் வெளிப்படையாக இருப்பவள் ஜோன். இப்போது அவள் பொறுமையை இழந்துகொண்டிருந்தாள். 'நான் மூன்றாவது முறையாக உங்களுக்கு எழுதிக்கொண்டிருக்கிறேன். இதுவே கடைசி தடவை. இனி எழுத மாட்டேன்'. அவள் சொல்லியபடியே ஜீசஸ், மேரி என்ற இரண்டு பெயர்களும் அவளது பெயரான 'ஜோன் - பணிப்பெண்' என்ற பெயருக்கு முன் எழுதப் பட்டன. அந்தக் கடிதத்தை ஓர் அம்பில் கட்டி ஒரு வில்லாளியைக் கூப்பிட்டு அதை ஆங்கிலேய முகாமில் விழும்படி எறியச் சொன்னாள். அந்த அம்பு அந்தப்பக்கம் போய்த் தரையைத் தொட்டவுடன் 'ஆர்மன்யாக் விபச்சாரியிடமிருந்து செய்தி!' என்று எழுந்த சத்தம் இங்கும் கேட்டது.

செயின்ட் லோப் இப்போது பிரஞ்சுக்காரர்கள் வசம் வந்து விட்டதால் அவர்களால் சுலபமாக நதியைக் கடக்க முடிந்தது. அன்றைக்கே அவர்கள் லோவா நதியின் தெற்குக் கரையில் இருந்த செயின்ட் டி ஜோன் லா ப்ளாங்க் கோட்டையை நோக்கி முன்னேறினர். டூரல்ஸின் இணைப்புப் பாலம் இதன் கிழக்கில் அமைந்திருந்தது. அங்கு போய்ச் சேர்ந்தவுடன் அது காலியாக இருப்பதைக் கண்டனர். முதல் நாள் செயின்ட் லோப் விழுந்தவுடன் ஆங்கிலேயர்கள் தங்கள் பிடியில் இருந்த டூரல்ஸ் கோட்டைக்கும் மற்றும் அதன் பாதுகாப்பான அகஸ்டின்ஸ் கோட்டைக்கும் பின்வாங்கியிருந்தனர்.

ஜோனைப் பற்றி எத்தனைதான் அவதூறுகளையும், ஏளனங்களையும் பேசினாலும் உண்மை அவர்களைச் சுட்டது. தனி ஓர் ஆளாக வந்திருக்கும் ஜோன் தனது உறுதியான நிலைப்பாட்டால் எதிரிகளைக் கலவரப்படுத்திக்கொண்டிருந்தாள். இப்போது அவர்கள் தங்கள் நிலையைப் பரிசீலனை செய்யவேண்டிய வேளை வந்துவிட்டது. அகஸ்டின்ஸ் மற்றும் டூரல்ஸ் இரண்டும் நகரத்தின் பாதுகாப்பிற்கு மிகவும் இன்றியமையாதவை. கடைசியாக பணிப்பெண் முற்றுகையை விடுவிக்க இங்கு வரப்போகிறாள். படைகளுக்குத் தலைமை தாங்கி அவர்கள் மேல் தாக்குதலை நடத்தப்போகிறாள். வெற்றியோ தோல்வியோ அவளது நோக்கத்தின்மீது கடவுளின் தீர்ப்பு சொல்லப்பட்டுவிடும்.

6 ஆம் தேதி விடியற்காலை ஜோன் பாவமன்னிப்பு செய்துகொண்டு தனக்காகவும், தன் ஆட்களுக்காகவும் பிரார்த்தனை செய்தாள். ஆங்கிலேயர்களுக்குத் தோல்வி பயம் என்றால், ஆர்லியன் வாசிகளின் மனதில் நெருப்பும், நம்பிக்கையும் கனன்று கொண்டிருந்தன. கடவுள் இந்தப் பணிப்பெண்ணை அனுப்பியிருப்பது பிரான்ஸ் நாட்டைக் காப்பாற்ற. இதுதான் அந்தத் தருணம். இங்குதான் ஆர்லியன் நகரில் அந்த மீட்பு ஆரம்பமாகப் போகிறது. அவளது சேவையில் பல பிரான்ஸ் நாட்டு விசுவாசிகள் இங்கு உயிரிழக்கப் போகிறார்கள். அது தவிர்க்க முடியாதது. இறைவனின் சேவையின்போது மரணம் ஏற்படுவது பக்தி மிக்கவர்கள் வேண்டுவது இல்லையோ? இந்த ஆர்வம் மிகுந்த நோக்கத்துடன் படைகள் நதியைக் கடந்து மறுபடியும் பாஸ்டர்ட் மற்றும் டி ரெய்ஸ் உடன்வர பணிப்பெண் ஜோனின் தலைமையில் புறப்பட்டனர்.

ஆங்கிலப் படைகள் உடனடியாக அகஸ்டின்ஸிலிருந்து எதிர்பாரா தாக்குதலை நிகழ்த்தின. ஆனால் ஜோனும், லா ஹேயரும்

மூர்க்கத்தனமாக தாக்குதலை நடத்தினர். இது எதிரிகளை தங்கள் கோட்டைக்குள் ஓடி ஒளியும்படிச் செய்தது. ஒரு நாள் முழுவதும் ரத்தக் களரியான யுத்தம் நடந்தது ஆனால் சூரியன் அஸ்தமிக்கும் நேரம் அகஸ்டின்ஸ் பிரெஞ்சுக்காரர்களின் கைவசம் வந்தது. அதைக் கைப்பற்றியிருந்த ஆங்கிலேயர்கள் பிணமாகவோ, சிறைக் கைதிகளாகவோ ஆகியிருந்தனர்.

திடீரென்று நிலைமை மாறியது. ஆர்லியன் அல்ல, டூரல்ஸ் முற்றுகையில் சிக்கியது. கோபுரத்தின் வடக்குப் பகுதியில் லோரே நதியும், ஒருகாலத்தில் நகருக்குள் நுழைய உதவிய கற்பாலத்தின் உடைந்த பகுதிகளும் காணப்பட்டன. இதற்குத் தெற்குப் பகுதியில் இருந்த அகஸ்டின்ஸ் கோட்டை ஆங்கிலேயர்களைக் காப்பாற்று வதற்கு பதில் இப்போது அவர்களை பயமுறுத்தியது. ஆங்கிலேயர்கள் கோட்டைக்குள் சிக்கிக்கொண்டனர்.

டூரல்ஸ் கோட்டை சுவர்களின் வெளியே ஆர்மன்யாக் படை இரவு முழுதும் காவல் காத்தது. அடுத்தநாள் தாக்குதலை எதிர்கொள்ளத் தேவையான வலிமையை அவர்கள் பெற, அவர்களுக்கு உணவும், மதுவும் ஊர்மக்கள் கொண்டுவந்து கொடுத்தார்கள். பொழுது புலரும் முன்பே சண்டை ஆரம்பித்தது. ஏவுகணைகள் பாதுகாப்பு அரணிலிருந்து ஆலங்கட்டி மழைபோல சரமாரியாகப் பொழிய யாருக்கு வெற்றி என்று தெரியாமல் ஒரு மிகப்பெரிய போராட்டம் ஆரம்பித்தது. ஆங்கிலேயர்கள் தங்கள் நிலைக்காகவும் தங்கள் உயிருக்காகவும் கடவுள் இன்னும் தங்கள் பக்கம் இருக்கிறார் என்று நம்பிக்கையில் போரிட்டனர். ஆனால் பிரெஞ்சுப்படைகள் அற்புதமான பணிப்பெண் என்னும் உருவில் சுவர்க்கத்திலிருந்து தங்களுக்கு உதவி கிடைத்திருக்கிறது என்ற புதிய நம்பிக்கையுடன் போரிட்டனர்.

பலமணி நேரம் வல்லமை மிக்க ஆங்கில எதிரியின்மீது அலை அலையாக ஆர்மன்யாக் பகைவர்கள் வந்து மோதினர். வீரர்கள் அயர்ந்து போனார்கள். சூரியன் சாயும்போது ஓர் அம்பு ஜோனை கழுத்திற்கும் தோளிற்கும் இடையில் வந்து தாக்கியது. தங்களது பணிப்பெண் அடிபட்டு ரத்தம் சிந்தி கீழே விழுந்து தடுமாறுவதைக் கண்டு வீரர்கள் துணிவிழந்தனர். அதைக்கண்டு பாஸ்டர்ட் பின்வாங்க உத்தரவிடத் தயாரானான். ஜோன் அவனைத் தடுத்தாள். இது வெறும் மேல் காயம் அவ்வளவே மோசமான அடி அல்ல என்று சொல்லி முன்னேறினாள்.

ஜோன் தனது பதாகையை ஏந்திக்கொண்டு கோபுரத்தின் அடித்தளத்தை நோக்கிச் சென்றாள். அவள் எழுந்து முன்னேறுவதைப் பார்த்த அவளது வீரர்கள் அரணை நோக்கி வந்து அங்கிருந்த ஏணிகளின் வழியே மதிலின் மேல் ஏறத்தொடங்கினார். திடீர் பயம் ஆங்கிலேயர்களைத் தொற்றிக் கொண்டது. நதியின் இன்னொரு பக்கத்திலிருந்து நகர மக்கள் உடைந்து போன பாலத்தை சரிசெய்ய பெரிய பெரிய மரப்பலகைகளைத் தூக்கிக்கொண்டு வருவதைக் கண்டனர். அவர்களுக்குப் பின் அவர்களைத் தொடர்ந்து வர இன்னும் நிறைய வீரர்கள் காத்திருந்தனர். இவற்றையெல்லாம் கண்ட ஆங்கில வீரர்களின் தைரியம் அவர்களை விட்டு விலகியது. இதுநாள் வரை ஜோனை நாகரீகமற்ற முறையில் வசைபாடிக் கொண்டிருந்த அவர்களது தளபதி ஸர் வில்லியம் க்ளாஸ்டெல் ஆயுதங்களை ஏந்தியபடியே கால் தடுமாறி நிலைகுலைந்து நதியில் விழுந்தான். அவன் திரும்ப வரவேயில்லை. அவனது ஆட்களிடையே பீதி பரவ, சூரிய அஸ்தமனத்தின் போது டூரல்ஸ் ஆர்மன்யாக் வசம் வந்தது.

பாலத்தின் அருகே தச்சர்கள் தங்கள் வேலையை சிறப்பாகச் செய்திருந்தனர். ஜோன், பாஸ்டர்ட், படைவீரர்கள் டூரல்ஸிலிருந்து பாலத்தின் வழியே நேராக நகருக்குள் நுழைந்தனர். ஆறுமாத முற்றுகைக்குப் பிறகு முதல்முறையாக உள்ளே வந்தனர். நகரில் எங்கெங்கும் மகிழ்ச்சி ஆரவாரம். தேவாலயங்களில் மணிகள் இடைவிடாது முழங்கின. வீதிகள் மக்களாலும் மதகுருமார்களாலும் நிறைந்தன. இறைவனுக்கு நன்றி சொல்லி பாடல்கள் பாடப் பட்டன. மறைந்துபோன புனிதர்களை மக்கள் அழைத்து இப்போது புதிதாக தங்களுக்குக் கிடைத்திருக்கும் மீட்பாளரான பணிப்பெண்ணை ஆசீர்வதிக்கும்படிக் கேட்டுக்கொண்டனர்.

வெளியே கொண்டாட்டங்கள் நடந்து கொண்டிருந்தபோது ஜோன் தனது காயத்திற்குச் சிகிச்சை பெற்றுக்கொண்டு, சாப்பிட்டுக் கொண்டிருந்தாள். அவளுக்குத் தெரியும் அவளது வேலை இன்னும் முடியவில்லை என்று. டூரல்ஸ் கைப்பற்றப்பட்டது ஆங்கிலேயர்களின் பிடி தளர்ந்திருந்தபோதும், அவர்களது படைகள் இன்னும் வடக்கிலும், மேற்கிலும் இருந்தன. அடுத்த நாள் காலை நகரின் மதில் சுவர்களின் மேலிருந்து பார்த்துக்கொண்டிருந்த காவல்காரர்கள் எதிரிகள் சண்டைக்கு ஆயத்தம் செய்துகொண்டிருப்பதாகச் சொன்னார்கள்.

ஆர்லியன் பாதுகாவலர்கள் அவர்களைச் சந்திக்கத் திரண்டனர். லா ஹையர், டி ரெய்ஸ் இன்னும் மற்ற தளபதிகள் ஜோன் கூடவே

குதிரைகளின் மேல் நகரை விட்டுக் கிளம்பினர். இப்போது அவர்கள் அவளது ஆயுதம் ஏந்திய சகோதரர்களாக மாறியிருந்தார்கள். ஆங்கிலப் படைகள் இருந்த இடத்திற்கு அருகில் படைகளை நிறுத்தினர். எச்சரிக்கையுடன் தயார் நிலையில் காத்திருந்தனர். ஆனால் அவர்கள் அசையவில்லை. போர்க்களத்திற்கு வந்து முதல்முறையாக ஜோன் அவர்களை முன்னே போகச் சொல்லி ஆணையிடவில்லை. ஆங்கிலேயர்கள் தாக்க வந்தால் தங்களை அவர்கள் காப்பாற்றிக் கொள்ளவேண்டும். சண்டையை அவர்கள் ஆரம்பிக்கக்கூடாது.

நேற்றைய வெற்றிக்குப் பிறகு அவர்கள் மிகவும் அயர்ந்து போயிருந்தாலும் எதிரியை ஓட ஓட விரட்டுவதில் ஆர்வம் மிகுந்தவர்களாக அவர்கள் இருந்தார்கள். ஆனாலும் தங்களது தலைவியின் கட்டளைக்குக் கீழ்படிந்தனர். ஆங்கிலப் படையின் பின்னே இருந்த முற்றுகையிடப்பட்ட கோட்டைக் கொத்தளங்கள் காலியாக இருந்தன. சில எரிந்துகொண்டிருந்தன. இந்தக் கொடுமையான நாடகத்தின் கடைசி காட்சி இதுதான் என்று தோன்றியது. ஒருமணி நேரம் கடந்தது. கடைசியில் ஓர் ஆணை பிறப்பிக்கப்பட்டது. ஆங்கிலப்படைகள் கலைந்து போக ஆரம்பித்தது. முற்றுகை முடிந்தது.

ஆங்கிலத் தரப்பில் அதிகமான அழிவு நேர்ந்திருந்தது. கோட்டை களின் இணைப்புபாலங்கள் தகர்க்கப்பட்டு சரி செய்யமுடியாத அளவிற்கு சேதமடைந்திருந்தன. இனியும் இந்தக் கோட்டை களைத் தங்கள் வசம் வைத்திருப்பது புத்திசாலித்தனம் இல்லை என்று நினைத்த தளபதிகள் சஃபோல்க்ஸ், டால்பாட் மற்றும் ஸ்கேல்ஸ் ஆகியோர் தாங்கள் பற்றியிருக்கும் கோட்டைகளி லிருந்து படைகளை சிறிது சிறிதாக பின்வாங்க வைப்பது சிறந்ததாக இருக்கும் என்று தீர்மானித்தனர். ஆர்மன்யாக் படையினர் தாக்க வந்தால் சண்டையைத் தொடரலாம். சண்டை இல்லாதபோது, படைகள் பின்வாங்க ஆணையிட்டனர். கடவுளால் அனுப்பப்பட்ட பெண்ணின் வருகை அவர்களை நிலைகுலைய வைத்தது என்பது சொல்லாமலேயே புரிந்தது. அந்தப் பெண்ணும், அவளது தளபதிகளும், அவளது படைவீரர்களும், மகிழ்ச்சியில் மிதந்த ஆர்லியன் மக்களும் ஆங்கிலேயர்கள் வெளியேறுவதைப் பார்த்தனர்.

அற்புதம் நிகழ்ந்துவிட்டது. ஆறுமாத முற்றுகைக்குப் பிறகு, சின்னாபின்னமாகிவிட்ட போர்ஷ் அரசுடன், பணிப்பெண் ஜோன் ஆர்லியனை நான்கு நாட்களில் - நான்கே நாட்களில் யுத்தத்திலிருந்து விடுவித்துவிட்டாள். ஆங்கிலேயர்கள் லுவா

நதியை ஆக்கிரமித்துக் கொண்டு விடுவார்களோ என்ற பயம் நீங்கியது. மிக முக்கியமாக சார்ல்ஸ் அரசனின் நியாயம் சட்டபூர்வமாக கடவுளால் நிரூபிக்கப்பட்டுவிட்டது. ஒரு 17 வயது உழவப்பெண் யுத்தத்தைப் பற்றி ஒன்றுமே தெரியாதவள். எப்படி அவளால் சாத்தியம் ஆயிற்று? இருப்பினும் அவளால் என்ன செய்யமுடியும் என்று அவளுக்குத் தெரிந்திருந்தது. பாய்டியேவில் இருந்த அறிஞர்கள் அவள் கூறுவது உண்மையென்று நிரூபிக்க அடையாளம் காட்டுமாறு கேட்டனர். அடையாளம் இங்கு சுவர்க்கத்தால் அனுப்பப்பட்டு, வந்துவிட்டது.

ஆர்லியன் நகர தேவாலயங்கள் மக்கள் கூட்டத்தால் நிரம்பி வழிந்தன. வியப்பு மேலிட தங்களுக்குக் கிடைத்த இந்த விடுதலைக்கு மக்கள் நன்றி கூறிக்கொண்டிருந்தனர். தங்கள் நகரைக் காக்கவென்று அனுப்பப்பட்ட படைவீரர்களைக் கண்டு ஒருகாலத்தில் மிரண்டவர்கள் இப்போது அவர்களை தங்கள் குழந்தைகளை அணைப்பதுபோல அணைத்துக் கொண்டனர் என்று சரித்திரப் பதிவாளர் தனது குறிப்பில் எழுதினார்.

எல்லோருடைய கவனமும் ஜோன் மீதே இருந்தன இப்போது. அவளது புகழ் பரவ ஆரம்பித்தது. ஆங்கிலப்படைகள் பின்வாங்கிய இரண்டு நாட்களுக்குப் பிறகு போர்ஷ் நகரில் இருந்த இத்தாலிய வணிகர் பான்க்ரேசியோ ஜோயஸ்டினியானி வெனிஸ் நகரில் இருக்கும் தனது தந்தைக்கு ஆர்லியனில் நடந்ததை எழுதினர்: 'ஆடுமேய்க்கும் பணிப்பெண் ஒருத்தி இளவரசருக்கு முற்றுகையை முறியடிப்பேன் என்று உறுதி கொடுத்தாள். அவள் பூமிக்கு வந்த இன்னொரு புனித காதரீன் ஆக இருக்கக்கூடும் என்று தோன்றுகிறது' என்று தனது கடிதத்தில் குறிப்பிட்டிருந்தார்.

ரோம் நகரில் கேஹோர்ஸ் பாதிரியார் ஜோன் டிபுயி அவசரம் அவசரமாக தனது சிறந்த படைப்பான 'ஒரு சுருக்கமான உலக வரலாற்று' புத்தகத்தில் ஒரு புது அத்தியாயத்தைச் சேர்த்தார். அதில் ஜோன் என்னும் பெயருடைய பணிப்பெண்ணை விவரிக்கும்போது அவள் சாதனை மனிதத் தன்மையாக இல்லாமல் தெய்வத்தன்மை வாய்ந்ததாக இருந்தது என்று எழுதினர்.

லியானில் வயோதிகத்தால் தளர்ந்திருந்த ஜோன் கர்சன் பகுத்தறிவு கொண்டு ஆவிகளைப் பிரித்தறிவது என்ற தனது கொள்கையை ஜோன் நிகழ்த்திய அற்புதத்தை ஆய்வு செய்வதில் கடைபிடித்தார். தனது முதல் கட்டுரையில் ஜோன் கூறுவதற்கு எதிராகவும் அவளுக்கு ஆதரவாகவும் வைத்த கருத்துக்களை 'ஒரு குறிப்பிட்ட பணிப்பெண்ணைப் பற்றி' என்று குறிப்பிட்டார். இரண்டாவது

ஆய்வறிக்கையில் 'ஆர்லியனின் பணிப்பெண் பற்றி', என்று குறிப்பிட்டு அவளுடைய 'வியத்தகு வெற்றி' என்றும் எழுதுகிறார்.

மே மாதம் முதல் வாரத்தில் நடந்த திடீர் நிகழ்வுகள் அவரது இந்தக் கருத்துக்களில் ஏற்பட்ட மாற்றத்தை உணர்த்துகிறது. இப்போது அவளைப் பற்றிய தீர்ப்பைச் சொல்ல முடியும். அரசனுக்கு அவனது ராஜ்ஜியத்தை மீட்டுத் தந்தாள்; பிரான்ஸ் நாட்டின் கடும் எதிரிகளை தோல்வியடையச் செய்தாள்; இதனால் தெய்வீக அகத்தூண்டுதல் அவளிடம் இருக்கிறது என்று நம்ப முடிகிறது. மந்திர தந்திரங்களோ, மூடநம்பிக்கைகளோ அவளிடத்தில் இல்லை. மாறாக தனது நோக்கம் நிறைவேற அவள் ஆபத்துக்களை துணிந்து ஏற்றாள். அரசனுக்கும், அவனது குடிகளுக்கும் நம்பிக்கையைக் கொடுத்தாள். எதிரிகளுக்கு பயத்தை உண்டு பண்ணினாள். நியாயமற்ற முறையில் நடந்து கடவுளை சோதனைக்கு ஆளாகவில்லை.

டெபோரா, ஜூடித், செயின்ட் காதரீன் போன்றவர்களின் வாழ்க்கை யோடு ஜோனின் வாழ்க்கையை இணையாகச் சொல்லலாம். பெண்கள் ஆண் உடையை அணிவது பழைய ஏற்பாட்டில் தடை செய்யப்பட்டிருந்தது. அதை அவள் மீறினாள் என்பதையும் நாம் நியாயப்படுத்த முடியும். ஏனெனில் பழைய ஏற்பாடுக்குப் பிறகு புதிய ஏற்பாடு வந்துவிட்டது. அதுவும் அவள் போர்க்களத்தில் ஆண்களுக்கு இணையாகப் போர் புரியும் சூழ்நிலையில் அவள் அப்படிச் செய்ய வேண்டிய அவசியம் இருந்தது. 'இந்தக் காரியம் கடவுளால் செய்யப்பட்டது' என்று எளிமையாக முடித்துவிட்டார்.

ஜோனைப்பற்றிய புதிய ஆய்வுக்கட்டுரையின் கையெழுத்துப் பிரதிகள் பிரான்ஸ் நாட்டிலும் அதற்கு வெளியேயும் விநியோகிக்கப் பட்டுக் கொண்டிருந்தபோது ஷினான் அரசவை கோலாகலத்தில் இருந்தது. திங்கட்கிழமை மே 9 ஆம் தேதி லாங்க்டாக்கிலிருந்து 300 மைல் தொலைவிலிருந்த நார்பான் மக்களுக்கு அரசன் தைரியம் கொடுக்கும் ஒரு கடிதத்தை எழுதிக்கொண்டிருந்தான். கடந்த வாரம் ஆர்லியன் முற்றுகை வெற்றிகரமாக முறியடிக்கப்பட்டது. செயின்ட் லோப் கோட்டை கைப்பற்றப்பட்டது; ஆங்கிலேயருக்கு பெருத்த தோல்வி ஏற்பட்டுள்ளது என்ற செய்திகளைத் தாங்கியிருந்தது அந்தக் கடிதம்.

இதயம் நிறைந்த நன்றியையும், பிரார்த்தனைகளையும் இறைவனுக்கு செலுத்திக் கொண்டிருந்தான் சார்ல்ஸ். காலை ஒருமணிக்கு ஒரு தூதுவன் கோட்டையின் கதவுகளை இடித்துக்கொண்டு ஒரு செய்தியைக் கொண்டு வந்தான். நம்பவே முடியாத ஒரு செய்தி

அது. யாராலும் நிஜம் என்று உறுதிப்படுத்தவே முடியாத ஒரு செய்தி அது. அகஸ்டின்ஸ் கோட்டையும், டூரல்ஸ் கோபுரமும் வீழ்ந்துவிட்டன; எல்லாப் புகழும் இறைவனுக்கே; இறைவனின் கருணை பிரான்ஸ் நாட்டை மறக்கவில்லை; இந்த வெற்றிகள் எல்லாம் பணிப்பெண்ணின் முன்னிலையில் சாதிக்கப்பட்டன. இந்தச் செய்திகளை தனது கடிதத்தில் அரசன் சார்ல்ஸ் சேர்த்துக் கொண்டிருக்கும் வேளையில், ராவுல் டி ஜாகோர் அனுப்பிய இரண்டு தூதுவர்கள் வந்து ஆங்கிலேயர்கள் ஓடிவிட்டனர்; ஆர்லியன் விடுதலை பெற்றுவிட்டது என்று கூறினர்.

மூன்று நாட்களுக்குப் பின் பணிப்பெண்ணே பாஸ்டர்டுடன் அரசரைக் காண வந்தாள். தாங்கள் வெற்றி பெற்றதைச் சொல்லி இன்னும் அதிகமான ஆட்களும், அதிகமான பணமும் தங்களது காரியத்தை முடிக்கத் தேவைப்படுவதாகச் சொன்னாள். சார்ல்ஸ் ரீம்ஸ் நகருக்குக் கட்டாயம் செல்லவேண்டும்; அங்கு முடிசூட வேண்டும். இதனால் அவனது அரசுரிமை தெய்வீக ஒப்புதலைப் பெறும். அவளே அரசனை அங்கு அழைத்துச் செல்லுவாள். ஆனால் அதற்கு முன் லுவாவின் வடக்கு, மற்றும் கிழக்குப் பகுதிகளில் எஞ்சியுள்ள ஆங்கிலப்படைகளை வெளியேற்றவேண்டும்.

ஆர்லியனில் நடந்த அற்புதத்திற்குப் பின் பணிப்பெண் சொல்வதை யாரும் கேள்வி கேட்கவோ, மறுக்கவோ போவதில்லை. ஆனால் அவளது வெற்றி போர்ஷ் அரசு எதிர்கொண்டிருந்த நிதி மற்றும் ராணுவச் சவால்களை அகற்றவில்லை. புதிய படைகளை உருவாக்க ஒரு மாதம் ஆயிற்று. அந்த நேரத்தில் ஜோன் தனது போர்த்திறனையும், குதிரையேற்றத் திறனையும் ஆயுதங்களைக் கையாளும் திறனையும் வளர்த்துக் கொண்டாள். ஒருமுறை ஓர் இளம் கனவான் கை டி லாவல் அரசவைக்கு வந்தபோது ஜோன் உலோகத் தகடுகளால் ஆன கவசம் அணிந்திருப்பதையும், சிறிய கோடரியைக் கையில் பிடித்தபடி கறுப்புக் குதிரையின் மேல் சவாரி செய்வதைக் கண்டான். அவள் தங்கியிருந்த இடத்திற்கு அவன் சென்றபோது அவள் மது கொண்டு வரும்படி கட்டளையிட்டாள். கூடிய விரைவில் அவள் அவனுக்கு பாரிஸ் நகரில் மது கொடுப்பாள் என்றும் கூறினாள். அவனது வியப்பிற்கு எல்லையே இல்லாமல் போயிற்று. தனது தாயாரிடம் அவன் கூறினான்: 'அவளை அங்கு சந்தித்தது, அவளை நான் பார்த்தது, அவள் சொன்னதை நான் கேட்டது எல்லாமே எனக்கு சுவர்க்கத்திலிருந்து கிடைத்த ஒரு பரிசு'.

ஜூன் 8 ஆம் தேதி முன் தயாரிப்புகள் பெரும்பாலும் முடிந்து விட்டன. ப்லைஸிலிருந்து சுமார் இருபது மைல் தொலைவில்

இருந்த செல்-ஷ-செர் என்ற இடத்தில் டி லாவல் அவளைச் சந்தித்தான். புதிய படையை அமைக்க உதவிய இளம் அலென்கன் டியூக் அங்கு வந்து ஜோனுடன் சேர்ந்துகொண்டான். பாஸ்டர்ட், ஜெயின்ட்ரைன், லா ஹையர், டி லோர் ஆகியோரும் ஆவலுடன் சேர்ந்துகொண்டனர். ஆர்லியனிலிருந்து பத்து மைல் தொலைவில் ஆங்கிலேயரின் இரும்புப்பிடியில் இருந்த ஜார்கியக்குச் சென்றனர். இந்தப் படையெடுப்பிற்கு அரசனின் தளபதியாக அலென்கன் டியுக் செயல்பட்டான். ஆனால் ஜோனின் அயராத நோக்கம், அவளது நம்பிக்கை, வளர்ந்து வரும் அவளது வசீகரம் ஆகியவையே இந்த ராணுவத்தை முன்னோக்கிச் செலுத்தியது என்பதில் துளியும் ஐயமில்லை.

ஜூன் 11 ஆம் தேதி ஸ்டாக்ஃபோக்ஸ் படைகள் இருந்த ஜார்கியை முற்றுகை இட்டனர். நகரின் வெளிப்புறத்தில் இருந்த ஆங்கிலேயர்கள் வெளியேறும்வரை சண்டை இட்டனர். ஆர்லியனில் செய்தது போலவே போருக்கு முன்னிரவில் ஒரு செய்தியை அனுப்பினாள்: நகரை கடவுளுக்கும், சார்ல்ஸ் அரசருக்கும் திருப்பிக் கொடுப்பதன் மூலம் அவர்கள் தங்கள் உயிரைக் காப்பாற்றிக்கொள்ளலாம் என்று. சென்ற தடவைபோல எந்தவிதமான ஏளனமும், கேலியும் இல்லாமல் மறுப்பு வந்தது இந்தத் தடவை. இந்த ஏளனங்களும், கேலிகளுமே ஆர்லியனில் பெரும் அழிவைத் தேடித் தந்தது. பிரான்ஸ் துப்பாக்கிகள் முழங்கின. அடுத்தநாள் காலைக்குள் சுவர்கள் இடிக்கப்பட்டு அழிக்கப்பட்டன. பெரிய கோபுரங்களுள் ஒன்று வீழ்ந்தது.

இத்தனைக்குப் பிறகும் கோட்டைகளால் சூழப்பட்டிருக்கும் நகரை கண்மூடித்தனமான தாக்குவது சற்று அச்சத்தைக் கொடுத்தது. ஹெர்ரிங்ஸ் போரில் வெற்றி வாகை சூடிய சர் ஜான் பாஸ்டோல்ஃப் பாரிஸிலிருந்து வலிமை வாய்ந்த படைகளுடன் வந்து கொண்டிருப்பதாகத் தகவல் வந்தது. பிரெஞ்சு தளபதிகள் எச்சரிக்கை விடுத்தனர். இப்போது அவர்கள் முன் இருப்பது இரண்டு தேர்வுகள்: முதலாவது பின்வாங்குவது இரண்டாவது பாஸ்டோல்ஃபை போர்க்களத்தில் சந்திப்பது - அவன் ஜார்கியை நெருங்குவதற்கு முன்.

உடனடித் தாக்குதலை ஜோன் வற்புறுத்தினாள். தனது பதாகையை எடுத்துக்கொண்டு அவள் மதில் சுவற்றுக்கு வெளியே நின்றாள். இந்த முறையும் ஜோன் ஓர் ஏவுகணையால் தாக்கப்பட்டாள் அவளது தலையைக் குறிபார்த்து ஓர் ஆங்கில வீரன் கல் எறிந்தான்.

மறுபடியும் எழுந்திருந்து தனது வீரர்களைப் பார்த்து சத்தம் போட்டாள்: 'கடவுள் நம் பக்கம் இருக்கிறார். அதனால் நமது வெற்றிக்கு சந்தேகம் இல்லை'. ஆர்லியனில் நடந்த நிகழ்வுகளே இங்கேயும் மறுபடியும் நடக்கிறதோ என்று ஆங்கில, மற்றும் பிரஞ்சுப் படைகள் நினைத்தன. நான்கு மணிநேர விடாத தாக்குதலுக்குப் பின் ஜோன் தனது வீரர்களை முன்னேறச் சொன்னாள். ஆங்கிலப்படைகள் சுருண்டு உள்வாங்கின. பிரெஞ்சுப் படைகள் ஏணிகளின் மேலேறி கோட்டைக்குள் நுழையும்போது சஃபோல்க் பிரபு சரணடைந்தான். கைதியாக சிறைபிடிக்கப் பட்டான். அவனுடன் ஜார்கிய் வீழ்ந்தது. அவனை அழைத்துக் கொண்டு ஜோன், பாஸ்டார்ட், அலென்கன் ஆர்லியன் திரும்பிய போது அவர்கள் வெற்றிக் களிப்புடன் வரவேற்கப்பட்டனர்.

அங்கிருந்து இன்னொரு அரண் சூழ்ந்த நகரான மாங் நோக்கி நகர்ந்தனர். அங்குதான் டால்பாட் மற்றும் ஸ்கேல்ஸ் இருவரும் ஆர்லியன் நகரிலிருந்து பின்வாங்கியபின் அடைக்கலம் புகுந்திருந்தனர். அந்த நகரையும், கோட்டையையும் தாக்குவதற்கு பதிலாக அங்கிருந்த லுவா நதியின் பாலத்தை தங்கள் வசப்படுத்திக் கொண்டு ஒரு படையை நிறுத்திவைத்து விட்டு பிரெஞ்சுப் படைகள் சில மைல் தூரத்திலிருந்த பஜென்சிக்கு சென்றனர். இதனால் டால்பாட் மற்றும் ஸ்கேல்ஸ் இருவரும் நதியின் வடக்குக் கரையில் தனிமைப்படுத்தப்பட்டனர். இது நடந்தது ஜூன் 15 ஆம் தேதி. ஆனால் அடுத்தநாள் வடக்கிலிருந்து சர் ஜான் பாஸ்டோல்ஃப் அவர்களுக்கு மிக அருகில் வந்துகொண்டிருப்பதாக தகவல் வந்தது.

அதைவிட அதிர்ச்சியூட்டும் இன்னொரு செய்தி தென்மேற்குப் பக்கத்திலிருந்து போர்ஷ் அரசின் துரோகி ரிச்சிமான்ட் பிரபுவின் வருகை. ஆங்கிலேயருக்கு எதிரான போரில் பணிப்பெண்ணின் தொடர் வெற்றியில் தனக்கும் ஒரு பங்கு வேண்டுமென்று அவன் நினைத்தான் போலிருக்கிறது. அரசன் அவனை போருக்குச் செல்ல அனுமதியாத போது அவன் வருவது ஜோனுக்கும், மற்ற தளபதி களுக்கும் அச்சமூட்டுவதாக இருந்தது. அவனிடத்தில் ஆயிரக்கணக்கான படைவீரர்கள் இருந்தனர். அதேசமயத்தில் பாஸ்டோல்ஃப் மிகுந்த படையுடன் வருவது உடனடியாக அவர்கள் எதிர்கொள்ள வேண்டிய ஆபத்து. தீவிர ஆலோசனைக்குப் பின் ரிச்சிமான்ட் பிரபுவை சந்திப்பது என்று ஜோனும் மற்ற தளபதிகளும் தீர்மானித்தனர்.

பிற்காலத்தில் ரிச்சிமான்ட் சரித்திரத்தை எழுதிய அவனது வரலாற்றாசிரியர் இந்த நிகழ்வின்போது அவன் ஒரு வீர

உரையாற்றியதாகக் குறிப்பிடுகிறார். ஜோன் அவனது காலடியில் மண்டியிட்டுக்கொண்டு உட்கார்ந்திருந்ததாகவும் அப்போது அவன் 'நீ என்னுடன் போர் புரிய விரும்புகிறாய் என்று கூறுகிறார்கள். நீ கடவுளிடமிருந்து வந்தாயா என்பது எனக்குத் தெரியாது. நீ கடவுளிடமிருந்து வந்திருந்தாலும் நான் உன்னைப் பார்த்து பயப்படவில்லை. கடவுளுக்கு என்னுடைய நல்ல நோக்கங்கள் தெரியும், நீ சாத்தானிடமிருந்து வந்திருந்தால் இன்னும் குறைவாகவே பயப்படுவேன்' என்று கூறியதாகச் சொல்லுகிறார். ஆனால் உண்மையில் நடந்தது இதுதான்: ஜோனும், மற்ற தளபதிகளும் அவனுடன் சேர்வதற்கு முன், அரசருக்கு விசுவாசமாக இருப்பேன் என்று அவனிடத்தில் உறுதி வாங்கிக்கொண்டார்கள். ரிச்சிமான்ட் தனது படையுடன் முற்றுகையில் கலந்துகொண்டான். டால்பாட், ஸ்கேல்ஸ் உடன் பாஸ்டோல்ஃப் வந்தபோது பிரெஞ்சுக்காரர் களின் நிலைமை மிகவும் வலிமையாக இருந்தது. மாங்க் நகரின் மதில் சுவருக்கு வெளியே ஆங்கிலப்படைகள் பின்வாங்கின.

அடுத்த நாள் ஜூன் 18 ஆம் நாள் பஜென்சியிலிருந்து வீரர்கள் உயிருடனும் தங்கள் உடமைகளுடனும் பாரிஸ் நகருக்குப் புறப்பட்டனர். இதைக் கேள்விப்பட்ட பாஸ்டோல்ஃப், டால்பாட், ஸ்கேல்ஸ் தங்களது வீரர்களுடன் அவர்களை வடக்கு சாலை வழியே பின்தொடர்ந்தனர். இவர்கள் அதிக தூரம் செல்ல முடியவில்லை. பாடேய் கிராமத்தை நெருங்கிக்கொண்டிருந்தனர். இவர்களின் பின்னே பணிப்பெண் ஜோனின் தலைமையில் மீதமிருக்கும் ஆங்கிலேயர்களை வாளின் நுனியில் வெளியேற்ற வேண்டும் என்ற உறுதியுடன் அவளது தளபதிகள் மிக வேகமாக வந்துகொண்டிருந்த செய்தி வந்தது.

முன் போலவே பாஸ்டோல்ஃப் தற்காப்பு நிலையை எடுத்துக் கொண்டான். டால்பாட்டும் அவனது நூற்றுக்கணக்கான வில்வீரர்களும் முன்னிலை வகிக்க காடுகளின் வழியே சென்றுகொண்டிருந்தனர். நடுவில் படையின் முக்கியப்பகுதி இப்படி பாதுகாக்கப்பட்டது. ஆர்மன்யாக்காரர்கள் நெருங்கும்போது அவர்களை அம்பு மழை எதிர்பாராதவிதமாகத் தாக்கும். இவர்கள் இப்படி எல்லாவித முன்னேற்பாடுகளுடன் இருந்தபோது காட்டின் ஒரு பகுதியிலிருந்து திடீரென ஒரு கலைமான் ஆங்கிலப் படைவீரர்களின் நடுவில் வந்து விழுந்தது. பிரெஞ்சுப்படைகள் கிட்டத்தட்ட நெருங்கிவிட்ட நிலையில் இது மிகுந்த கூச்சலையும் குழப்பத்தையும் ஆங்கில வீரர்களிடையே விளைவித்தது. இதனால் ஆங்கிலேயர்கள் விரிப்பதாக இருந்த வலையில் அவர்களே விழும்படியாயிற்று. பெரிய

முழக்கத்துடன் ஆர்மன்யாக் படைவீரர்கள் டால்பாட் வீரர்களை தாக்கினர். ஆங்கில வீரர்கள் நிலைகுலைந்த வேலையில் டால்பாட், ஸ்கேல்ஸ் இருவரும் சிறைபிடிக்கப்பட்டனர். பாஸ்டோல்ஃப் தனது குதிரையைத் திருப்பிக்கொண்டு புறமுதுகிட்டு ஓடினான்.

ஜோன் வோரின் என்கிற பர்கண்டி மாவீரன் இந்தப் போருக்கு முன்னால் சொன்னது இது: 'பாஸ்டோல்ஃப் தலைமையில் போரிட்டவர்கள் ஜோன் என்னும் பணிப்பெண்ணின் புகழினால் மனம் மாறினார்கள். அவர்களது இதயம் பலவீனமானது. அதிர்ஷ்டச் சக்கரம் அவர்களுக்கு எதிராக, ஜோனுக்கு ஆதரவாகச் சுற்றுகிறது என்று நம்பினார்கள்'. இவையெல்லாம் ஜோன் ஆர்லியனில் அடியெடுத்து வைத்து 7 வாரங்களுக்குள் நிகழ்ந்தவை. இந்த நிகழ்வுகளினால் ஜோனுக்கு நிறைந்த பாராட்டுக்களும், புகழும் கிடைத்தது. அவள் இருக்குமிடங்களில் சார்ல்ஸ் அரசனின் எதிரிகள் தங்கள் வலிமையை இழந்துவிடுகிறார்கள் என்று எல்லோரும் நம்பினார்கள். அவளது இருப்பின் மூலம் வெகு சீக்கிரம் அரசன் இழந்த சாம்ராஜ்யத்தை திரும்பவும் ஸ்தாபித்து விடுவான் என்று தோன்றுகிறது.

இதைத்தான் இத்தனை நாட்களும் ஜோன் சொல்லி வந்தது. அடுத்ததாக அவள் அரசனை அவனது முடிசூட்டு விழாவிற்கு அழைத்துப் போவாள்.

பிரபலமான கடிதத்தை ஜோன் ஆங்கிலேயருக்கு எழுதிய பின் 50 நாட்கள் கழித்துத்தான் போர் ஆரம்பித்தது. ஆனால் எட்டே நாட்களில் ஆர்லியன் விடுவிக்கப்பட்டது. மே 8 ஆம் தேதி பிரஞ்சுப்படைகள் பதட்டமான நிலையில் இன்னொரு யுத்தத்தை எதிர்பார்த்துக் கொண்டிருந்தபோது ஆங்கிலேயர்கள் பின்வாங்கி ஓடினர். படைகள் தன்னிச்சையாக இந்த வெற்றிக்கு நன்றி கூற தேவாலயத்தை நோக்கிப் புறப்பட அணிவகுத்தன. ஆங்கிலேயருக்கு எதிரான இந்த வெற்றிக்குத் துணை புரிந்த பணிப்பெண் ஜோனிற்கு கருஞ்சிவப்பு, மற்றும் ஆழ் பச்சைநிறத்தில் ஆயத்த உடைகள் ஆர்லியனின் சார்ல்ஸ் கொடுத்தான்.

ஆர்லியன் முற்றுகையை முறியடிப்பதற்கு நிறைய போராட வேண்டியிருந்தது. ஆர்லியன் முற்றுகையை முறித்தது ஜோனின் பெரிய சாதனை அல்ல. அவளது பங்கு இதில் மிகவும் பெரிது படுத்தப்பட்டுப் பேசப்படுகிறது. ஆர்லியன் நகரம் என்றைக்குமே ஜோனின் பெயருடன் சம்மந்தப்பட்டது. சிலசமயம் வரலாற்றில் அளவுக்கு ஒவ்வாத வகையில் இப்படிப்பட்ட சில வெற்றிகள்

பேசப்படும். இவைகளை முழுக்க நியாயப்படுத்த முடியாது. நிஜத்தில் இந்த வெற்றி வேறு ஒரு பெரிய உண்மையைக் குறிக்கும்.

சாக்வில் வெஸ்ட் தனது செயின்ட் ஜோன் ஆஃப் ஆர்க் புத்தகத்தில் எழுதுகிறார்: 'வேறு வார்த்தைகளில் சொல்லவேண்டுமானால் ஆர்லியன் வெற்றி ஜோனின் உண்மையான சாதனை அல்ல. துவண்டு கொண்டிருந்த பிரான்ஸ் நாட்டின் நாடித்துடிப்பை உயிர்ப்பித்ததுதான் அவளது சாதனை'. மேரி கார்டன் வேறு ஒரு கோணத்தில் இதைப் பார்த்தார்: ஆங்கிலேயர்கள் பெரும்போர் ஒன்றைத் தவிர்த்துவிட்டு வெளியேறினார்கள். ஆங்கிலப்படை பின்வாங்கியது விவரிக்க முடியாத ஒரு நிகழ்வு. அவர்களின் படை வலிமை வாய்ந்தது; நிச்சயம் அவர்களால் தாக்குப்பிடிக்க முடிந்திருக்கும்'. நிரம்பப் பயிற்சி பெற்ற, சிறப்பாக ஏற்பாடு செய்யப்பட போர்களை நடத்திய தளபதிகளால்கூட ஆறுமாதத்தில் செய்ய முடியாத ஒன்றை ஜோன் ஒரே வாரத்தில் செய்து முடித்தாள்.

'ஆனால் இந்தப் போரிலிருந்து நாம் அறிந்தது என்ன?' கேட்கிறார் கோர்டன். இந்தப் போர் மூலம் ஜோன் போர்முறைகளை அறிந்த மிகப்பெரிய தந்திரசாலி என்று சொல்லமுடியாது. ஏனெனில் பெரும் ராணுவ முடிவுகளை அவள் எடுக்கவில்லை. இப்படிச் சொல்லுவதானால் ஜோனுடைய உடல்வலிமையையோ, தைரியத்தையோ கோர்டன் குறைத்துப் பேசவில்லை. ஆனால், 'அவளது முக்கியத்துவமும், வலிமையையும் அவளைச் சுற்றி இருந்த சூழலும், முன்னால் நிலவிய சூழ்நிலைகளில் இருந்து பிறந்தவை. அதனால் அவள் ஏதோ ஒரு காரியம் செய்யவேண்டும் என்றிருக்கவில்லை. அவள் அங்கு இருக்கவேண்டியது மட்டுமே அவசியம் என்றாயிற்று. பிரான்ஸ் நாட்டு மக்களை அவர்களைப் பீடித்திருந்த முடக்குவாதத்திலிருந்து தட்டி எழுப்ப ஒருவர் தேவைப்பட்டார். ஜோன் அதைச் செய்து வெற்றியை அவர்களுக்குத் தந்தாள்.

ஆக்கிரமிப்பிற்கு ஆளான பிரான்ஸ் நாட்டுமக்களுக்கு வெற்றியை வாங்கித் தந்ததைவிட அதற்கு முன்பாகவே 'வாங்கித் தருவேன்' என்று அவள் சொன்னது மிகவும் முக்கியமானதாக இருந்தது. தொம்ரேமியிலிருந்து வந்த படிக்காத ஒரு பெண்ணிற்கு எங்கிருந்து இத்தனை தொலைநோக்கும், நம்பிக்கையும் வந்திருக்கும்?

தனக்குக் கேட்கும் குரல்கள் - அவை கடவுளுடையவை என்று ஜோன் நம்பியதன் மூலம் மட்டுமே ஜோன் இவற்றை அடைந்திருக்கக்கூடும், இல்லையா?

7. முடிசூட்டு விழாவும், சிறைபிடிப்பும்...

ஜோன் யுத்தத்தில் அடைந்த வெற்றிகள் அவளது அடுத்த முயற்சியிலும் வெற்றியைத் தேடித் தந்தது. ஒருங்கிணைந்த பிரான்ஸ் நாடு வேண்டும் என்ற அவளது பேரார்வமும், அவளது பிடிவாதப்போக்கும் சேர்ந்து இன்னொரு காரியத்தை நடக்க வைத்தது. அவள் சொன்னதுபோலவே ஜோன், சார்ல்ஸ் இளவரசனை ரீம்ஸ் நகருக்குப் பயணப்பட வைத்தாள். அங்கு அவனுக்கு முறைப்படி முடி சூட்டுவிழா நடத்த அவனது சம்மதத்தைப் பெற்றாள். ஒரே ஒரு தடை அவள் முன்னே இருந்தது. அது தான் ரீம்ஸ் நகரவாசிகளின் பர்கண்டிய விசுவாசம். பர்கண்டியர்கள் பால் ஒருவித ஆழ்ந்த இரக்கம் அந்த நகரம் முழுவதும் பரவியிருந்தது. அரசனை அங்கு அழைத்துப் போகும் அந்தப் பயணம் அத்தனை சுலபமாக இருக்கமுடியாது.

பிரான்ஸ் நாட்டிலிருந்து வந்த செய்தியை அறிந்து லண்டனில் ஒரே ஒருவன் சந்தோஷப்பட்டான். தனது 35 வயதில் 14 வருடங்களை இங்கிலாந்தில் கைதியாகக் கழித்த ஆர்லியன் பிரபுதான் அவன். அரசனுக்குரிய மரியாதையுடன் சிறைவைக்கப்பட்டிருந்தான். பிரான்ஸ் நாட்டிலிருந்து அவனது பணியாட்கள் அவனை வந்து பார்த்துக் கொண்டிருந்தனர். இவர்கள் எல்லோரும் பரிசோதிக்கப் பட்ட பின்னரே அனுமதிக்கப்பட்டனர். இருப்பினும் ஆர்லியன் நகர மக்கள் ஆங்கில அரசின் நீண்ட முற்றுகையில் இன்னல் பட்டுக்கொண்டிருந்தபோது உதவ முடியாத இருந்த நிலை அவனை மிகவும் வருத்தியது. இப்போது அந்த நகரம் அற்புதமான அந்தப் பெண்ணின் தலையீட்டினால் விடுதலை பெற்றுவிட்டது.

அவளுக்கு நன்றி. அவளுக்கு தனது காணிக்கையாக ஆர்லியனின் அரசவை பணியாளர்கள் அணியும் கறுத்த பச்சை மற்றும் கருஞ்சிவப்பு வர்ணத்தில் அவளுக்காகவே சிறப்பு தையல்காரர் ஒருவரால் தைக்கப்பட்ட சீருடையை அனுப்பி வைத்தான்.

பாடேய் வெற்றிக்குப் பின்னர் ஜோனும், அலென்கன் பிரபுவும் அரசனின் பிரியத்துக்குரிய ஜியார்ஜஸ் டி லா டிரேமோலிற்கு சொந்தமான சல்லி-சூர்-லூவா என்ற கோட்டையில் அரசனுடன் மறுபடி சேர்ந்தனர். ஆர்லியன் நகரிலிருந்து 25 மைல் கிழக்கே லுவா நதியை ஒட்டி அமைந்திருந்த அகழி சூழ்ந்த கோட்டை இது. அவர்களிருவரையும் மகிழ்ச்சியுடன் வரவேற்றான் சார்ல்ஸ். மிகவும் தைரியமாக தனது நோக்கத்தை நிறைவேற்றிய பணிப்பெண்ணை தனக்குக் கடவுள் கொடுத்ததற்கு நன்றி சொன்னான்.

ரிச்சிமாண்ட் ஒருவனைத் தவிர அவளுடன் வந்த முக்கியத்துவம் வாய்ந்த எல்லாக் கைதிகளுக்கும் வரவேற்பு சொன்னான். அதைக்கண்டு ஜோன் அவன் முன் மண்டியிட்டு ரிச்சிமாண்ட் தனக்காக பல வீரர்களை கூட்டிக்கொண்டு வந்தான்; வீரத்துடன் அவள் பக்கம் சேர்ந்து போரிட்டான்; அதனால் அவனை அரசன் மன்னிக்கவேண்டும் என்று கேட்டபோது அவன் நிறைவான பதிலைச் சொல்லவில்லை. கடைசியில் ரிச்சிமாண்ட்டை தான் மன்னிப்பதாகவும், ஆனால் அவன் அரசவைக்கு வரக்கூடாது என்றும், தான் முடிசூட்டிக்கொள்ள ரீம்ஸ் நகருக்குப் போகும் போது அவன் இணைந்து கொள்ளக்கூடாது என்றும் சொன்னான். ஜோனுக்கு இந்த பதில் குழப்பத்தைத் தந்தது. ஒருங்கிணைந்த பிரான்ஸ் நாட்டை உருவாக்க கடவுள் தன்னை அனுப்பியிருக்கும் போது ஏன் அவனைத் தன்னுடன் இணைத்துக் கொள்ள அரசன் மறுக்கிறான்? கடவுளே! என்னுடைய நல்ல நோக்கம் இவர்களுக்குள் ஏற்பட்டிருக்கும் பிளவுகளை சரி செய்யும் என்று நினைத்தேனே! அது இத்தனை கடினமா? இந்தத் துன்பம் தரக்கூடிய பாடத்தை அன்று ஜோன் கற்றாள்.

இத்தனை நாட்கள் மிகவும் பாதுகாப்பான இடத்திலிருந்த அரசனுக்கு ஜோனுக்கு அளித்த வாக்குறுதியின்படி முடிசூட்டு விழாவிற்காக ரீம்ஸ் நகருக்கு வருவது அத்தனை உடன்பாடில்லாத விஷயம். ஏனெனில் ரீம்ஸ் நகரும் அதைச் சுற்றி 100 மைல் தொலைவிற்கும் அதிகமான பகுதிகள் ஆங்கிலேயர்கள் அல்லது பர்கண்டியர்கள் கைவசம் இருந்தன. அவன் சம்மதித்தே பெரிய விஷயம்தான். தன்னுடைய படையை ஒருநாளும் முன்னின்று

நடத்திச் செல்லாத அந்த அரசனுக்கு முதல் முறையாக எதிரியின் பிடியில் இருக்கும் பகுதிகளுக்குப் போவது அத்தனை உற்சாகம் அளிக்கக்கூடியதாக இல்லை.

ஆனால் ஜோன் கூறினாள்: கடவுளே அவனுக்கு அரச பதவியைக் கொடுத்திருக்கும்போது அவனது எதிரிகள் மறைந்துவிடுவார்கள்; அதனால் அவனுக்கு நிச்சயம் புனித நீராட்டு செய்விக்கப்பட்டு, மகுடம் சூட்டப்படவேண்டும் என்று அவள் வற்புறுத்தினாள். அவள் ஆர்லியன் நகரில் செய்தது சரி என்று பாடேய் வெற்றியால் நிரூபணம் ஆயிற்று. ஆண்கள் பலவருடங்களுக்குப் பின்னர் திரண்டு வந்து அரசனின் படையில் சேர்ந்தனர். அவளது நோக்கம் கைம்மாறு செய்ய முடியாததாயிற்று. அதனால் ஜூன் 29 ஆம் தேதி அரச விருந்தினர் கூட்டம் ரீம்ஸ் நகரம் நோக்கிப் புறப்பட்டது.

ஆயிரக்கணக்கானவர்கள் பின்தொடர அரசன் முன்னே சென்றான். யாரெல்லாம் ஆயுதம் ஏந்தி போர் செய்யத் தகுதி உடையவர்களோ அவர்களையெல்லாம் தன் உதவிக்கு வரும்படி அறைகூவல் விடுத்தான். தான் செல்லும் வழியில் இருக்கும் ஆங்கில - பர்கண்டிய நகரங்களுக்கு எச்சரிக்கை விடுத்தான்: அவனுக்கு உரிமையான பகுதிகளை அவனிடம் ஒப்படைத்துவிட்டு, அவனுக்குக் கீழ்படிந்து போக வேண்டும்; அப்படிச் செய்தால் அவர்கள் செய்த கடந்த காலத் தவறுகள் மன்னிக்கப்படும்; அவர்களின் விசுவாசமின்மைக்காக பழி வாங்கப்பட மாட்டார்கள் என்று அறிவித்தான். அவனது இந்தத் திரைமறைவு பயமுறுத்தல் நல்ல பலனை அளித்தது. பர்கண்டி ஆளுநர்கள் யுத்தத்திற்குத் தயாராக இல்லை என்பது தெரியவந்தது. ஜூலை 5 ஆம் தேதி ஆர்மன்யாக் படைகள் ட்ராயிஸ் நகரை அடைந்தது. அவனால் மறக்க முடியாத நகரம் அது. பத்து ஆண்டுகளுக்கு முன் பிரான்ஸ் நாட்டின் சொத்துரிமையைக் கோர அவனுக்கு உரிமையில்லை என்று இந்நகரில்தான் பிரகடனம் செய்யப்பட்டது. ஜோன் என்னும் பணிப்பெண் அவனுக்கு வாங்கிக் கொடுத்த வெற்றியால், இன்று நிலைமை மாறிவிட்டது

ஆனால் ட்ராயிஸ் நகர மக்கள் அவ்வளவு சுலபத்தில் அவனை உள்ளே விட இசையவில்லை. காரணம் தேவாலயத்தில் ஏற்படுத்தப் பட்ட அமைதி ஒப்பந்தம். அந்த ஒப்பந்தத்தில் மக்களின் அன்புக்குரிய அரசன் 6 ஆம் சார்லஸின் சட்டப்படியான அடுத்த வாரிசு இங்கிலாந்தின் ஹென்றி என்பதை ஏற்றுக்கொண்டு இவர்கள் கையெழுத்திட்டிருந்தனர். மேலும் பர்கண்டி பிலிப்பிற்கும்,

ஹென்றி அரசனுக்கும் கூட்டாளிகளாக இருப்போம் என்றும் உறுதி அளித்திருந்தனர். அதனால் அவர்களது வாரிசு என்று ஒருகாலத்தில் அழைக்கப்பட்ட சார்லஸுக்கு ட்ராயிஸ் நகரில் அனுமதி இல்லை. மேலும், அவனது கொள்ளைக்கார படைகளின் தாக்குதலிலிருந்து அவர்களைப் பாதுகாக்க ஆங்கில மற்றும் பர்கண்டி படைகள் தயாராக நின்றிருந்தனர். தன்னைப் பணிப்பெண் அழைத்துக்கொள்ளும் அந்தப் பெண்ணிற்கும் அவர்கள் அடிபணியத் தேவையில்லை.

இன்னொரு விஷயமும் அங்கு நடந்திருந்தது. ஜோன் கொண்டு வந்த செய்திகள் சுவர்க்கத்திலிருந்து வந்தவையா, சாத்தானின் வார்த்தைகளா என்பதை நியாயப்படுத்திப் பார்க்க அந்த நகரிலேயே ஒருவர் இருந்தார். மூன்று மாதங்களுக்கு முன்தான் அப்படி ஒருவர் இருப்பது தெரிந்தது. அவர்தான் துறவி சகோதரர் ரிச்சர்ட். ஏப்ரல் மாதம் ஏசுவுக்கு எதிரான செயல்கள் நடக்கப்போவதைப் பற்றி அவர் கூட்டத்தினரை முன்னமேயே எச்சரித்திருந்தார்.

இப்போது ட்ராயிஸ் மக்கள் ஜோன் சுவர்க்கத்திலிருந்து வந்தவளா, நரகத்திலிருந்து வந்தவளா என்று கண்டறிய அவரை அனுப்பினர். அவர் திரும்பி வந்து ஜோன் ஒரு சூனியக்காரி; மதநிந்தனை செய்பவள்; விஷச்செடியின் வேர் போன்று மூடநம்பிக்கைகளை பரப்புபவள்; அவளை கண்டனம் செய்யவேண்டும் என்று சொல்லுவார் என்று எதிர்பார்த்திருந்தனர். ஆனால் அவரோ ஜோனால் மிகவும் கவரப்பட்டு, ஜோன் ட்ராயிஸ் நகரின் வாசலை அடைவதற்கு முன் ட்ராயிஸ் நகர மக்களுக்கு அவள் எழுதிய கடிதத்தைக் கையுடன் கொண்டு வந்திருந்தார். அவர்களுக்கு ஏற்கெனவே சார்ல்ஸ் ஒரு கடிதம் அனுப்பியிருந்தான். இப்போது சுவர்க்கத்திலிருக்கும் எல்லாம் வல்ல இறைவனின் வார்த்தைகளை ஜோன் கொண்டுவந்திருந்தாள். ட்ராயிஸ் மக்கள் பிரெஞ்சுக்காரர்கள்; கடவுளின் கோபத்திற்கு ஆளாக வேண்டியவர்கள் இல்லை. அவர்களை நல்வழிக்குக் கொண்டு வரவேண்டும் என்பதை ஜோன் மறக்கவில்லை. அவர்களை ஒன்று சேர்க்க திறந்திருந்த கைகளுடன் அவள் இருந்தாலும், அவளது வார்த்தைகள் கடினமாகவே இருந்தன. கடிதத்தில் ஜோன் எழுதியிருந்தாள் இப்படி:

'அன்பிற்குரிய நல்ல நண்பர்களே, நீங்கள் பிரான்ஸ் நாட்டைச் சேர்ந்தவர்கள். ஜோன் என்னும் பணிப்பெண் உங்களுக்கு சுவர்க்கத்திலிருக்கும் அரசரிடமிருந்து செய்தி கொண்டு வந்திருக்கிறாள். அவரே அவளுடைய அரசர்; அவரது பிரார்த்தனையிலேயே அவள் தனது ஒவ்வொருநாளையும் கழிக்கிறாள். பிரான்ஸ் நாட்டின்

உண்மையான வாரிசான அரசனை நீங்கள் அங்கீகரித்து அவருக்கு அடிபணியவேண்டும். ஜீசஸ் என்னும் புனித அரசரின் உதவியுடன் அவர் கூடிய விரைவில் ரீம்ஸ் நகரிலும், பாரிஸ் நகரிலும் இருப்பார். விசுவாசமுள்ள பிரெஞ்சுக்காரர்கள் அவர் முன் வரத் தவறாதீர்கள். அப்படி வரும் பட்சத்தில் உங்கள் உயிருக்கோ, உடமைகளுக்கோ சேதம் ஏற்படாது. நீங்கள் ஒருவேளை இதைச் செய்யவில்லை என்றால் இந்த அரசுக்குச் சொந்தமான எல்லா நகரங்களிலும் நாங்கள் நுழைவோம். நிலையான அமைதியை நிலைநாட்டுவோம். கடவுளிடம் உங்களை ஒப்படைக்கிறேன். அவர் உங்களைக் காக்கட்டும். உடனே பதில் சொல்லுங்கள்.'

ஆனால் ட்ராயிஸ் அதிகாரிகள் அத்தனை சுலபத்தில் இந்தக் கண்டிப்புக்குப் பணிய விரும்பவில்லை. அவர்கள் ஜோனின் கடிதத்தைப் படித்துக் கேலி செய்தனர். அவள் பணிப்பெண் அல்ல; தற்பெருமை பேசுபவள் என்று சொல்லி அந்தக் கடிதத்தைத் தீக்கிரையாக்கினர். ஜோனை அவர்கள் சரியாகப் புரிந்து கொள்ள வில்லை. அவர்கள் பார்த்துக்கொண்டிருக்கும்போதே அவர்கள் கண் முன்னே, ஆர்மன்யாக் ராணுவம் மதில்களுக்கு வெளிப்புறம் நிற்க ஆரம்பித்தனர். அவசரமாக பெட்போர்ட்டுக்கும், பர்கண்டி பிரபுவுக்கும் தங்களுக்கு உதவுமாறு கடிதம் அனுப்பினர். அதே சமயம் தங்கள் நகரத்தை அழிவிலிருந்து காத்துக்கொள்ளவும் முயன்றனர்.

முற்றுகை ஒரு நாளிலிருந்து இரண்டாம் நாள், மூன்றாம் நாள் என்று நீடித்துக்கொண்டு போனது. ட்ராயிஸ் நகர மக்களின் நம்பிக்கை கரைய ஆரம்பித்தது. தங்களைவிட எதிரியின் படை பெரியது என்பதும் புரிய ஆரம்பித்தது. உண்மையிலேயே சகோதரர் ரிச்சர்ட் சொன்னதுபோல இந்தப் பெண் கடவுளிடமிருந்து அதிகாரம் பெற்றவளோ? இவர்களின் நிலை இப்படியிருக்க கோட்டைக்கு வெளியே முற்றுகையிட்டவர்களின் நிலையும் அத்தனை சரியாக இல்லை. உணவுப் பற்றாக்குறையுடன் கூட ஆயுத பற்றாக்குறை, பணப்பற்றாக்குறையும் சேர்ந்தது. ட்ராயிஸ் நகரம் பலத்த பாதுகாப்பில் இருந்தது. பேசாமல் முற்றுகையை விட்டுவிட்டு, பாதுகாப்பான இடத்திற்குச் சென்றுவிடலாமா என்று யோசிக்க ஆரம்பித்தனர். ஜோனிடம் யோசனை கேட்கப்பட்டது. அவளால் தானே அவர்கள் இங்கு இருப்பது?

ஜோனை அழைத்தனர். அவர்களது கஷ்டங்களைக் கூறினர். ஜோனின் எண்ணம் வேறுவிதமாக இருந்தது. இப்படி அவர்கள்

கூறுவது இது முதல் தடவை அல்ல; இந்த விவரங்கள் தேவையற்றவை. கடவுள் குறித்திருக்கும் நோக்கத்தைவிட்டு எதற்காக நாம் விலகவேண்டும்? இரண்டு மூன்று நாட்களில் அவள் அரசனை அழைத்துக்கொண்டு இந்த நகரத்திற்குள் நுழைவாள் என்பதில் சந்தேகமே இல்லை. அவர்கள் முன் இப்போது இருப்பது இரண்டு விருப்பத்தேர்வுகள்: ஒன்று அவளது பாதையைப் பின்பற்றவேண்டும்; இரண்டு அதை வேண்டாம் என்று ஒதுக்கி விடவேண்டும். இரண்டாவதைத் தேர்ந்தெடுக்கிறோம் என்றால் ஏன் அவர்கள் ரீம்ஸ் நகரத்தை நோக்கி ஓர் அபாயகரமான பயணத்தை மேற்கொண்டனர்? ட்ராயிஸ் நகரம் பர்கண்டியரின் விசுவாசமுள்ளவர்கள் வசிக்கும் இடம் என்று தெரிந்ததுதானே? முன் வைத்த காலை பணிப்பெண் பின்வைக்கமாட்டாள் என்பது எல்லோருக்கும் தெரிந்த விஷயம். ஏற்கெனவே கடவுளால் முடிவு எடுக்கப்பட்டாயிற்று.

ஜோனின் கூற்றை தயக்கத்துடன் ஒப்புக்கொண்டனர் அரச ஆலோசகர்கள். ஜோன் தனது போர்க் குதிரையின் மேலேறி தனது வீரர்களை ஆயுதங்களை தயார் நிலையில் வைக்கச் சொல்லி உத்தரவு பிறப்பித்தாள். கோட்டையைச் சுற்றியிருந்த குழிகளில் புதர்ச் செடிகளை நிரப்பச் சொன்னாள். இவ்வளவையும் நகர மக்கள் பார்த்துக் கொண்டிருந்தனர். பயமும், என்ன நடக்குமோ என்ற அச்சமும் சேர நான்காவது நாள் ஜோனின் இந்த தயார் நிலை அந்த நகரின் நம்பிக்கைகளை தகர்த்தெறிந்தது. கதவுகள் திறந்து, சரணடைகிறோம் என்று தூதுவர் மூலம் சொல்லியனுப்பினார்கள். அடுத்த நாள் காலை அரசன் அந்த நகருக்குள் ஜோன் அவளுடைய பதாகையுடன் பக்கத்தில் வர நுழைந்தான்.

அடுத்த நாள் ஜூலை 11 ஆம் தேதி ட்ராயிஸ் நகரின் ஆளுநர் ரீம்ஸ் நகர அதிகாரிகளுக்கு ஒரு கடிதம் அனுப்பினார். அந்தக் கடிதத்தில் தாங்கள் ஹென்றி அரசனுடன் செய்துகொண்ட ஒப்பந்தம் பற்றிய பேச்சே இல்லை. பெட்போர்ட், பர்கண்டி பிரபுவின் பெயர்களோ, ஹென்றி அரசனுக்கு சேவை செய்வதாக அவர்கள் அளித்த உறுதியோ குறிப்பிடப்படவில்லை. அவர் அழுத்திச் சொல்லியிருந்தது இதுதான்: சார்லஸ் அரசன் கடந்துபோனவற்றை மறந்து அவனது முன்னோரான புனிதர் லூயி செய்ததுபோல அமைதியை நிலைநாட்ட உறுதி பூண்டிருக்கிறான். அவனை ஏற்றுக்கொண்டு ட்ராயிஸ் மக்கள் இப்போது உணர்ந்திருக்கும் சந்தோஷத்தை ரீம்ஸ் நகர மக்களும் பகிர்ந்துகொள்ளவேண்டும். வீரமும், வலிமையையும் உடைய ஓர் இளவரசனுக்கு அடிபணியவேண்டும்.

இந்தக் கடிதம் வந்தடைந்தபோது, ரீம்ஸ் மக்களின் துரதிர்ஷ்டம் அவர்களது ராணுவ தளபதி அப்போது அங்கு இல்லை. கடிதத்தைப் படித்த அவனது சகோதரன் அவசரமாக ரீம்ஸ் நகர மக்களுக்கு ஒரு கடிதம் எழுதினான். ரீம்ஸ் நகரின் வீரர்கள் இப்படி நிபந்தனையற்ற சரணாகதி செய்ய விரும்பவில்லை என்று. இப்படிப்பட்ட எதிர்ப்பு வந்தபோதிலும் சகோதரர் ரிச்சர்ட் அங்கிருந்த பாதிரிமார்களையும், பொதுமக்களையும், நகரின் வாசல்களைத் திறப்பதற்கு ஒப்புக் கொள்ளச் செய்திருந்தார். பலருக்கு ஒரு விவசாயப்பெண் கவசம்தரித்து, கடவுளைப்பற்றிப் பேசிக்கொண்டு, வீரர்களுடன் விளையாடிக்கொண்டு இருப்பது பிடிக்கவில்லை. ஆயினும் சில உண்மைகளை அவர்கள் புரிந்துகொண்டிருந்தனர். தங்களைக் காப்பாற்ற பெட்போர்ட், பர்கண்டி பிரபு இருவரும் வருவதற்குப் பல வாரங்கள் ஆகும் என்பதும், தங்கள் எதிரி கூப்பிடு தூரத்தில் வந்து கொண்டிருப்பதும் மட்டுமே இப்போதைய நிஜம் என்று உணர்ந்தனர். பக்கத்தில் இருந்த ஊர்களும் அடிபணிந்துவிட்ட நிலையில் தாங்களும் அப்படிச் செய்வதே சாலச்சிறந்தது என்று தீர்மானித்தனர்.

அன்று மாலை ரீம்ஸ் நகருக்குள் நுழைந்தான் சார்ல்ஸ் அரசன்.

ஜூலை 17, 1429 ஆம் வருடம் காலை 9 மணியிலிருந்து மதியம் 2 மணிக்குள் இளவரசன் சார்ல்ஸ் 7 ஆம் சார்ல்ஸ் மன்னனாக பிரான்ஸ் நாட்டின் அரசனாக முடி சூட்டிக்கொண்டான். முடிசூட்டு விழாவின் போது பணிப்பெண் ஜோன் வெள்ளை சாட்டின் துணியில் தைக்கப்பட்ட வெள்ளைக் கவசம் அணிந்து கையில் பதாகையை ஏந்தியபடி அரசனின் பக்கத்தில் நின்றாள். பின்னாளில் எதற்கு அந்தப் பதாகைக்கு அத்தனை முக்கியத்துவம் கொடுத்தாய் என்று விசாரணையில் கேட்டபோது அவள் சொல்லுவாள்: 'அதுதான் சுமைகளைச் சுமந்தது. அத்தனை மரியாதை அதற்குக் கொடுப்பது தான் சரி' என்று.

முடிவாக பிரான்ஸ் நாட்டின் உண்மையான மன்னன் உண்மையில் முடி சூட்டிக்கொண்டான். விழா முடிந்த பின் ஜோன் அவனது காலடியில் மண்டியிட்டுச் சொன்னாள்: 'உன்னதமான அரசே! கடவுளின் விருப்பம் நிறைவேற்றப்பட்டது'. இதைச் சொல்லி விட்டு அவள் அழ ஆரம்பித்தாள். சுவர்க்கத்திலிருந்து தனக்குக் கிடைத்திருக்கும் உதவியின் பரிமாணத்தை இப்போது அவள் முழுமையாக உணர்ந்தாள். அவள் உறுதிமொழி கொடுத்திருந்த படியே அரசரை முடிசூட்ட வைத்தாள்.

அரசனின் முடிசூட்டு விழாவிற்கு வந்திருந்த விருந்தினர்களுள் ஜோனின் உற்றார் உறவினர்களும் அடங்குவர். மிகுந்த ஆச்சரியத்துடன் அவளது தந்தை, சகோதரர்கள், ஒன்றுவிட்ட சகோதரியின் கணவர் அவளது ஞானப்பிதா ஆகியோர் வருகை தந்தனர். அவர்கள் எல்லோரையும் அந்த நகரின் விடுதி ஒன்றில் தங்க வைக்கும் செலவை அந்த நகர மக்கள் ஏற்றுக்கொண்டனர்.

அழுகையும், ஆனந்தமும் கலந்த அந்த வேளையில் சிலர் வராதது இன்னும் செய்யவேண்டிய காரியங்கள் நிறைய இருக்கின்றன என்பதைச் சொல்லிற்று. முக்கியமாக பர்கண்டி பிரபு வராதது பிரான்ஸ் நாட்டின் சகோதரர்கள் நடுவில் நிலவும் பகையை சுட்டிக்காட்டியது. பிரான்ஸ் நாடு முழுமை பெற வேண்டுமானால் பர்கண்டியின் பிலிப் இப்போது சார்ல்ஸ் அரசனின் பக்கத்தில் நின்றுகொண்டிருக்க வேண்டும். எத்தனைதான் பெரிய பகை இருவருக்குள்ளும் இருந்தபோதிலும் இரண்டு அரசர்களின் தூதுவர்கள் சமாதானப் பேச்சு வார்த்தைகளை நடத்திக்கொண்டு தான் இருந்தார்கள். ஜோனும் தன் பங்கிற்கு பர்கண்டி அரசனுக்கு சார்லஸின் முடிசூட்டு விழாவிற்கு அவன் வரவேண்டிய அவசியத்தை உணர்த்தி ஒரு கடிதம் எழுதினாள்.

இப்போது இந்த வெற்றித் திருநாளிலும் அவனுக்குக் கடிதம் எழுத தனது எழுத்தரைக் கூப்பிட்டு அனுப்பினாள் ஜோன். ஜீசஸ் மேரி என்ற இரண்டு வார்த்தைகளுடன் தனது கடிதத்தைத் தொடங்கினாள்: 'உயர்ந்த, வலிமையான இளவரசரே, பர்கண்டி பிரபுவே, சுவர்க்கத்திலிருக்கும் எனது அரசரின் பெயரால் உன்னைக் கேட்டுக் கொள்கிறேன். நீயும், பிரான்ஸ் நாட்டின் மன்னனும் நீடித்து நிலைக்கும் ஓர் அமைதிக்காக விசுவாசமுள்ள கிறிஸ்தவர்கள்போல ஒருவரையொருவர் மன்னித்துவிடவேண்டும்'. அவள் மிகவும் மரியாதையுடன், அதேசமயம் தான் என்ன சொல்ல வேண்டுமோ அதைத் தெளிவாகத் தயக்கமின்றிக் கூறினாள்:

'உனது நன்மைக்காக, உனது மரியாதைக்காக நான் உனக்கு சுவர்க்கத்திலிருந்து என் அரசர் சொல்லும் செய்தியைக் கூறுகிறேன். நீ என் அரசர் மேல் போர் தொடுக்க விரும்பினால் நீ அந்தப் போரில் வெற்றி பெறமாட்டாய். புனித பிரான்ஸ் அரசின் மேல் போர் தொடுப்பது ஜீசஸ் அரசரின் மேல் போர் தொடுப்பதுபோல. நான் என் கைகளைக் கூப்பி உன்னிடம் பணிந்து கெஞ்சுகிறேன். நீயோ, உன் ஆட்களோ எங்கள் மேல் போர் தொடுக்கக்கூடாது. எத்தனை ஆட்களை நீ எங்களுக்கு எதிராகக் கொண்டுவந்து நிறுத்தினாலும்

வெற்றி கிடைக்காது. எங்களை எதிர்த்தவர்களின் ரத்தம் மண்ணில் பாயும்'.

அவளது வார்த்தைகளில் இருந்த உண்மை ஆர்லியனில் ஆங்கிலேயர் களின் தோல்வியிலும், ட்ராயிஸ் நகரத்தில் பிரெஞ்சுக்காரர்களின் சரணாகதியிலும் பிரதிபலித்தது. ஆயினும், பர்கண்டி அவளது முதல் கடிதத்திற்கு பதில் சொல்லாததுபோலவே இரண்டாவது கடிதத்தையும் மதிக்கவில்லை.

ஜோனின் வாழ்வில் 7 ஆம் சார்ல்ஸ் அரசனின் முடிசூட்டு விழா பெரும் மகத்துவம் வாய்ந்த தருணம். யுத்தகளத்தில் அவளது அனுபவம் விறுவிறுப்பும் அதே சமயம் திகிலூட்டுவதாகவும் அமைந்திருந்தது. கூடவே பயங்கரமானது; ரத்தக்களரியானது. ஓர் இளம் பெண் கற்பனையில்கூட நினைத்துப் பார்த்திராத மோசமான கொடூரத்தை அவள் பார்த்திருந்தாள். ஆனால் பிற்காலத்தில் அவள் சாட்சியத்தில் சொன்னதுபோல அவள் ஆயுதமேந்திய போதிலும் யாரையும் கொல்லவில்லை. இருப்பினும் முடிசூட்டுவிழா ஆடம்பரத்துடனும், அலங்காரத்துடனும் நடந்த ஒரு திருவிழா. அதில் கொலைகளும் குழப்பங்களும் இல்லை. அன்றிலிருந்து தொடங்கும் அரசியல் சுழல் ஒரு வருடத்திற்குள் ஜோனின் மரணத்தில் முடியும். முடிசூட்டு விழாவரை ஜோன் அழைத்துச் சென்ற அரசனே பிற்காலத்தில் அவளை வஞ்சிப்பான்.

ஜோனின் முன் இப்போது மீதமிருந்த வேலை பிரான்ஸ் மண்ணிலிருந்து ஆங்கிலேயர்களை முற்றிலுமாக வெளியேற்றுவது. அதுவரை கடவுள் தெளிவாகச் சொல்லியிருக்கிறார். ஆனால் அதை எப்படி செய்யப் போகிறாள்? பர்கண்டி மன்னனுடன் சமாதான ஒப்பந்தம் பல புண்களை ஆற்றும். இதுவரை இதுபோல பல சமாதான ஒப்பந்தம் ஏற்பட்டுள்ளது. எந்தப் பலனும் இல்லை. அதனால் ஜோனுக்கு அதில் நம்பிக்கை இல்லை. இப்போது ஜோனுக்கு வேண்டியது பர்கண்டி மன்னன் தனது அரசனான சார்லஸிடம் அடிபணிவது. சமாதானம் இல்லை.

பாரிஸ் நகரை ஆங்கிலேயர்களிடமிருந்து கைப்பற்றிவிட்டால் அது கடவுள் கொடுக்கும் ஒரு மிகப்பெரிய வெற்றி. ஆனால் மன்னனுடன் ரீம்ஸ் நகருக்கு வந்த மிகப்பெரிய ராணுவத்தலைமை அதிகாரிகளில் அவளும் ஒருத்தி. அவ்வளவே. கொள்கை சம்மந்தமான பேச்சு வார்த்தைகளில் அவளுக்கு இடமில்லை. இருந்தபோதிலும், ஜோன் இப்போது பாரிஸ் நகரை விடுவிப்பதில் தன் கவனத்தைத் திருப்பினாள்.

ஆனால் சார்ல்ஸ் வேறு திட்டங்களை வைத்திருந்தான். ஜோனின் விரிந்து பரந்திருந்த பிரபல்யம் காரணமாக அவனிடம் இப்போது அவன் ராஜ்ஜியமே பார்த்திராத அளவிற்கு மிகப்பெரிய சேனை ஒன்று சேர்ந்திருந்தது. ஆனால் அவனிடம் இத்தனை பெரிய சேனையை கட்டிக்காக்கும் அளவிற்கு பணம் இருக்கவில்லை. பாரிஸ் மேல் தாக்குதல் என்றால் அவனுடைய கையிருப்பு முழுவதும் செலவழிந்துவிடும். அவனது தயக்கம் வெறும் பண விஷயத்தை மட்டும் சார்ந்திருக்கவில்லை என்று பல எழுத்தாளர்கள் கூறுகிறார்கள்.

முடிவுகள் எடுப்பதில் அவன் மிகவும் காலதாமதம் செய்பவன். இது ஜோனின் முரட்டுத்தனமான நேரடி அணுகுமுறைக்கு நேர்மாறாக இருந்தது. ஒரு விஷயத்தை செயல்படுத்துவதற்கு முன் அவன் நீண்ட காலத்திற்கு அதைப்பற்றி யோசனை செய்துகொண்டே இருப்பான். செயலில் இறங்கி அதை முடிப்பதற்கு முன் வரமாட்டான். ஜோன் விரும்பியபடி வேகமான, தீர்மானமான முடிவுகளை எடுப்பதற்கு பதில் நழுவலும், சந்தேகமுமாக அவன் பேச்சுவார்த்தைகளை விரும்பினான். சார்ல்ஸை அரசனாகியதன் பின்விளைவுகளை அவள் ஏற்றுக்கொள்வது கட்டாயமாகியது.

முடிசூட்டு விழாவிற்குப் பிறகு ஆரேகான் யோலாண்டேவிற்கு மன்னன் அடுத்தநாள் பாரிஸிலிருந்து கிளம்புவதாக ஒரு கடிதம் எழுதப்பட்டது. இதற்குள் எதிர்பாராதவிதமாக ஒரு நிகழ்ச்சி நடந்தது. முடிசூட்டுவிழா நடந்த அன்றே பர்கண்டியின் தூதுவர் ஒருவர் சார்ல்ஸ் அரசனைப் பார்க்க வந்தார். அரசனின் ஆர்வத்தைத் தூண்டும்வகையில் இரண்டு வாரப் போர் நிறுத்தத்தையும் அதைத் தொடர்ந்து பாரிஸின் அதிகாரத்தை அவருக்கே கொடுப்பதாகவும் செய்தி கொண்டு வந்தார். இந்த ஒப்பந்தத்தைப் ஒப்புக்கொண்ட சார்ல்ஸ் பாரிஸ் படையெடுப்பை கைவிட்டுவிட்டதாகச் சொன்னான்.

அரசரின் செயல்கள் ஜோனிற்கு மிகுந்த கோபத்தை வரவழைத்தது. அரசனுக்கு மரியாதை கொடுப்பதற்காக அந்த ஒப்பந்தத்தை அவள் ஏற்றுக்கொள்வதாகவும், அவனது செய்கை அவளுக்கு திருப்தியைத் தரவில்லை என்றும் வெளிப்படையாகச் சொன்னாள். அவளது செய்கைகளை அரசன் விரும்பாதபோதும் தனது நோக்கத்திலிருந்து அவள் சற்றும் விலகவில்லை. இதற்கு நடுவில் பாரிஸ் நகரை நோக்கி அவர்கள் முன்னேறாதபோதும், பல பர்கண்டி நகரங்கள் காம்பியன் உட்பட சார்லஸிடம் அடிபணியத் துவங்கின. இதுவும் பாரிஸ் படையெடுப்பை அவன் கைவிடக்

காரணம் என்று சொல்லலாம். சார்ல்ஸ் காம்பியனில் தங்கியிருந்தான்.

ஆகஸ்ட் மாதம் 23 ஆம் தேதி தனது படை வீரர்களுடனும், தனது சக தளபதி அலென்கன் பிரபுவுடனும் ஜோன், காம்பியன் விட்டுக் கிளம்பினாள். மூன்று நாட்களுக்குப் பிறகு பாரிஸ் நகரின் சுவர்களுக்கு வெளியே இருந்த செயின்ட் டெனிஸ் நகரத்தை அடைந்தாள். கோட்டைகள் இல்லாமல் இருந்த அந்த நகரத்தில் தங்கள் படைகளை நிறுத்த ஆங்கிலேயர்கள் விரும்பவில்லை. மேலும் அங்கிருந்த மக்களும் ஆர்மன்யாக்காரர்கள் தங்கள் நகரம் நோக்கி வருவதை அறிந்து பாரிஸ் நகரத்திற்குள் சென்றுவிட்டனர். இதனால் ஜோனுக்கும், அவளது ஆட்களுக்கும் செயின்ட் டெனிஸ் நகரத்தைப் பிடிப்பது சுலபமாயிற்று.

செப்டம்பர் 8 ஆம் தேதியிலிருந்து ஜோனின் படைத் தளபதிகள் அரை மனதுடன் பாரிஸ் படைகளுடன் மோதினார்கள். இந்த சின்னச்சின்ன சண்டைகளின்போது ஜோனின் படைவீரர்கள் போர்க்களத்திலிருந்து பின்வாங்கினர். வீரர்களிடையே அவள் இதுநாள் வரை கொடுத்து வந்த தைரியமும் தன்னம்பிக்கையும் குறையத் தொடங்கின. ஜோன் மறுபடியும் போர்க்களத்தில் ஓர் அம்பால் காயப்படுத்தப்பட்டாள் - இந்தமுறை அவளது தொடையில் காயம் ஏற்பட்டது.

செப்டம்பர் 22 ஆம் தேதி ஜோனின் படை பணமுடையைக் காரணம் காட்டிக் கலைக்கப்பட்டது. ஜோனிடம் அரசன் அவளை பாரிஸ் தாக்குதலை நிறுத்துமாறு பணித்தான். வீரர்கள் இந்தச் செய்தி கேட்டு மிகுந்த சோர்வடைந்தனர். புனித டெனிஸ் தேவாலயத்தில் ஜோன் தனது கவசத்தைக் களைந்தாள். இடையில் நடந்த பல நிகழ்வுகள் ஜோனை, அவளது முக்கியத்துவத்தைப் பின்னுக்குத் தள்ளிவிட்டன. அற்புதங்கள் நிகழ்ந்த நாட்கள் மறைந்துவிட்டனவா? அவள் நடத்த வந்த யுத்தமும் தாற்காலிகமாக நிறுத்தப்பட்டு விட்டது. அவள் நிறையக் கற்றுக்கொண்டிருக்கிறாள் என்பது உண்மை என்றாலும், யுத்தத்தின் போக்கு இனி ராணுவ தளபதிகளால் தீர்மானிக்கப்படும் என்றால் இறைவனின் கருணை திரும்பப் பெறப்பட்டுவிட்டது என்று அர்த்தம், இல்லையா? இந்தச் சூழ்நிலையில் யுத்தகளத்தில் ஒரு பெண் இருப்பது மிகவும் ஆபத்தானது.

ஜோன் தனக்குச் செய்த அளப்பரிய உதவிக்காக 7 ஆம் சார்ல்ஸ் அவளது கிராமத்தை எல்லாவிதமான வரிகளிலிருந்தும்

விடுவித்தான். ஜோனும், அவளது குடும்பத்தாரும் மேன்மைமிகு குடும்பத்தவர்களாக அறிவிக்கப்பட்டனர். அவர்களது சமூக அந்தஸ்து உயர்த்தப்பட்டது. வழக்கத்திற்கு மாறாக இன்னொரு அறிவிப்பும் செய்யப்பட்டது: அதாவது, இனி ஜோனின் குடும்பத்தவர்கள் மட்டுமின்றி அவர்களது வழித்தோன்றல்களும் ஆண், பெண் பாகுபாடின்றி உயர்குடி மக்களாக நடத்தப்படுவார்கள்.

அரசனின் சிறப்பு சாசனம் ஜோனின் எதிர்காலச் சேவையையும், முன்பு அவள் செய்த சாதனைகளையும் பட்டியலிட்டபோதும் இது ஜோனுக்கு அரசன் எழுதும் முடிவுரை போலத் தோன்றியது. ஆனால் 18 வயது கூட நிரம்பாத ஜோன் இன்னும் இறைவன் தனக்கிட்ட பணியை முழுவதுமாக முடிக்கவில்லை என்று நினைத்தாள்.

ஆறுமாதங்களுக்குப் பிறகு மத்திய பிரான்சில் ஏற்பட்ட ஒரு சின்னக் கலவரத்தை தன்னுடைய சிறிய படையின் உதவியுடன் சரி செய்து விட்டு திரும்பிக்கொண்டிருந்த ஜோன், காம்பியன் வாயிலுக்கு அருகில் பர்கண்டிய படைகளால் 1430 ஆம் வருடம் மே மாதம் 23 ஆம் நாள் சிறை பிடிக்கப்பட்டாள். வாயிலில் இருந்த தூக்குப்பாலத்தைக் கடந்திருந்தால் அவளுக்கு பாதுகாப்பான வழியும், அடைக்கலமும் கிடைத்திருக்கும். ஆனால் தூக்குப்பாலம் அந்தச் சமயத்தில் சந்தேகத்துக்கு இடமான வகையில் தூக்கப் பட்டிருந்தது. தவறுதலாக அவள் பிடிக்கப்பட்டாளோ அல்லது நேரடியாகக் காட்டிக் கொடுக்கப்பட்டாளோ, சிறைபிடிக்கப் பட்டாள். அப்பட்டமான வஞ்சகச் செயல் அது. துணிவுடன் தன்னுடைய ஒரே பாதுகாப்பாக அரணின் சுவர்களை நம்பி சண்டையிட்டாள் ஜோன். இருந்தும் குதிரையிலிருந்து கீழே தள்ளப்பட்டு சிறைபிடிக்கப்பட்டாள்.

செய்தி வேகவேகமாகப் பரவியது. பர்கண்டியர்கள் மற்றும் ஆங்கிலேயர்களின் கூடாரங்களிலிருந்து ஆச்சரியக் கூச்சலும், ஆபாசமொழி கலந்த சிரிப்புகளும் எழுந்தன. பர்கண்டி பிலிப் தனது சொகுசுக் கூடாரத்திலிருந்து வெளிவந்து தனக்குக் கிடைத்த அரிய பரிசுப் பொருளை பார்த்துவிட்டுச் சென்றான். அவனுடைய மகிழ்ச்சி வெளிப்படையாகத் தெரிந்தது. அன்றிரவு அவன் தனக்குக் கீழ் இருக்கும் நகரங்களுக்கு செய்தி அனுப்பினான். ‘நம்மைப் படைத்தவரின் அருளாசியால் விஷயங்கள் நமக்கு சாதகமாக நடந்து வருகின்றன. பணிப்பெண் என்று தன்னை அழைத்துக்கொள்ளும் பெண் நம் கைதியாக சிறை பிடிக்கப்பட்டிருக்கிறாள். அவள் நம்மிடம் பிடிபட்டது எல்லோருக்கும் மகிழ்ச்சியான செய்தியாக

இருக்கும். அவளது செயல்களை இதுவரை ஏற்றுக்கொண்டிருந்தவர்கள் எத்தனை பெரிய முட்டாள்கள் என்று இப்போது புரிந்திருக்கும். நாங்கள் இதை உங்களுக்கு அனுப்புவதன் நோக்கம், இந்தச் செய்தி உங்களுக்குப் பெரும் ஆறுதலையும், மகிழ்ச்சியையும் தரும் என்றுதான். நம்மைப் படைத்தவருக்கு, இங்கு நடப்பதை பார்த்துக் கொண்டும், அறிந்து கொண்டும் இருக்கும் அந்த இறைவனுக்கு எல்லோரும் நன்றி கூறுங்கள்'

ஜோன் தங்களிடம் பிடிபட்டது பர்கண்டி பிரபுவின் மகிழ்ச்சியைப் பலமடங்காக்கியது. ஆங்கிலக் கூட்டணிப் படைக்கு பல தொந்திரவுகளைக் கொடுத்துக்கொண்டிருந்த பெண் ஒருவழியாகப் பிடிபட்டாள் என்று அகமகிழ்ந்தான். முதலில் ஜோனையும் அவளது உதவியாளர் ஜோன் டி ஆலோனையும் தனது வெர்மாண்டைஸ் மாளிகையில் சிறை வைத்தான். ஜோன் அங்கிருந்து தப்பிக்க முயற்சி செய்தாள் என்று தெரிந்தவுடன் வடக்குப்புறமிருந்த மாளிகைக்கு அவளை மாற்றினான். இது பிரான்ஸ் நாட்டிலிருந்து இன்னும் சற்றுத் தள்ளியிருந்தது. ஜோன் இங்கிருந்தும் தப்பித்துச் செல்ல முயற்சித்தாள். இந்தமுறை மிகவும் அபாயகரமாக இருந்தது அவளது இந்த முயற்சி. அறுபது அடி உயரத்திலிருந்த சிறைக் கோபுரத்திலிருந்து அகழிக்குள் குதித்தாள். நிறையக் காயங்களுடன் மயங்கிக் கிடந்தாளே தவிர அபாயம் எதுவுமில்லை. இந்நிகழ்ச்சிக்குப் பிறகு பாதுகாப்பு நிறைந்த அர்ஸ் சிறைக்கு ஜோன் மாற்றப்பட்டாள். பலவிடங்களில் சிறை வைக்கப்பட்ட ஜோன் கடைசியாக ருவன் நகருக்குக் கொண்டு செல்லப்பட்டாள்.

அவள் பிரான்ஸ் படையைச் சேர்ந்த ஒரு வீரத் திருமகள். அவளிடம் போதிய பணம் இருந்திருந்தால் விடுதலையை வாங்கி இருக்கலாம். அது இல்லாதபோது தன்னுடைய அரசன் தனக்காக ஒரு பெரும் பணத்தைக் கொடுத்து தன்னை மீட்பான் அல்லது வேறு ஒரு கைதிக்காக தன்னை பண்டமாற்று செய்யக்கூடும் என்றும் ஜோன் எதிர்பார்த்தாள்.

ஆனால் மற்றவர்கள் அவளை வேறுவிதமாகப் பார்த்தார்கள். அவள் ஒரு பதினெட்டு வயதுப் பெண்; தனது நாட்டிற்காக உயரிய நோக்கத்திற்காக ராணுவ சேவை செய்தாள். அவள் ஒரு தன்னிகரில்லாத தலைவி. அற்புதங்களை நிகழ்த்தும் ஒரு பெண். சுவர்க்கத்தின் விருப்பப்படி தனது நாட்டின் தலைவிதியை மாற்றியவள். கடவுள் அவள் பக்கத்தில் இருப்பது அவளுக்குத்

தெரியும். இன்னும் அவள் செய்வதற்கு நிறைய இருந்தது. ஆயினும் அவளைச் சுற்றியிருப்பவர்கள் அவளது அற்புதம் நிகழ்த்தும் தருணங்கள் கடந்துவிட்டன என்று நினைத்தால் என்ன செய்வது? பர்கண்டியர்களுக்கும், பிலிப் பிரபுவிற்கும் அவள் சிறைப்படுத்தப் பட்டதன் மூலம் இதுவரை அவள் சுவர்க்கத்தின் பிரதிநிதியாக செயல்பட்டதாகச் சொன்னது பொய் என்று தெளிவாக நிரூபிக்கப் பட்டுவிட்டதாகத் தோன்றியது.

ரீம்ஸ் தேவாலயப் பாதிரியார் அரசன் சார்லஸிற்கு ஜோன் சிறைப் படுத்தப்பட்ட செய்தியை அனுப்பினார். அவள் சிறைப்பிடிக்கப் பட்டதற்குக் காரணம் அவளது அத்துமீறிய செயல்கள் என்றும், அவள் யாருடைய அறிவுரையையும் கேட்கவில்லை என்றும் குறிப்பிட்டிருந்தார். அரசவையில் சுவர்க்கத்திலிருந்து வந்ததாகச் சொல்லி இன்னொரு செய்தியாளர் - ஆடுகள் மேய்க்கும் ஓர் இளம் ஆண் வந்திருந்தார். அவர் சொன்னது: ஆங்கிலேயர்களும், பர்கண்டி பகைவனும் வெல்லப்படுவார்கள். பணிப்பெண் அவளது தற்பெருமையாலும், செல்வச் செழிப்பாலும் தான் விரும்பியதைச் செய்தாளே தவிர, கடவுளின் கட்டளையை நிறைவேற்றவில்லை. அதனாலேயே கைதியானாள்.

ஜோனின் அற்புதங்கள் நிகழ்த்தும் தருணங்கள் கடந்து போனபின் அவளை என்ன செய்வது என்று தெரியவில்லை. அவள் சிறைபிடிக்கப்பட்டதன் மூலம் கடவுள் அவளுக்கான தனது ஆதரவை விலக்கிக்கொண்டுவிட்டார் என்று சொல்ல முடியுமா? அப்படிச் சொல்ல முடிந்தால் என்ன ஒரு துக்ககரமான விஷயம் அது! அவள் சொன்னது, செய்தது எல்லாம் அற்புதங்கள் என்று எல்லோரும் நம்பியிருந்தார்களே! ஆர்லியனில் முற்றுகையை விடுவித்ததும் அரசனுக்கு ரீம்ஸ் நகரில் முடிசூட்டியதும் அற்புதங்கள் இல்லையா? இவை அற்புதங்கள் இல்லை என்றால், ரீம்ஸ் நகரில் மன்னன் முடிசூட்டிக் கொண்டதை எப்படி எடுத்துக் கொள்வது?

ஜோனின் கதையில் அரசன் அவளுக்காகப் பரிந்து பேசாதது இன்றுவரை புரியாத புதிராகவே இருந்து வருகிறது. பல ஊகங்கள் இருந்தாலும் எதுவும் முடிவான காரணங்களைச் சொல்லவில்லை. முதல் ஊகம்: முடிசூட்டிக் கொண்ட பின்னும் அவள் தன்னை இதைச் செய், அதைச் செய் என்று சொல்வதை அவன் விரும்ப வில்லை. அவளை எப்படி வெளியேற்றுவது என்று புரியாமல் இருந்திருக்கலாம். ஆங்கிலேயர்களிடம் சிறைப்பட்டதன் மூலம்

தன்னை விட்டு அவள் விலகி விடுவது அவனுக்கு மகிழ்ச்சியைக் கொடுத்திருக்கலாம்.

இரண்டாவது ஊகம்: அவள் ஒரு சூனியக்காரி என்பதை அவன் நம்பியிருக்கலாம். அதனால் அவள் இறப்பதே சரி என்று தோன்றியிருக்கலாம். இது உண்மையென்றால் அவனது முடிசூட்டு விழாவும் ஓர் ஏமாற்று வேலையா? மூன்றாவதாக பணிப்பெண் என்று சொல்லிக் கொள்பவள் அரசனைக் காட்டிலும் அதிக வலிமை வாய்ந்தவளாக, மக்களின் அன்பைப் பெற்றவளாக இருப்பது அவனுக்கு பொறாமையை வளர்த்தது என்று சொல்லலாமா? இவையெல்லாம் இல்லை, ஜோன் அவள் செய்த பாவங்களுக்காக தண்டிக்கப்பட்டாள் என்று நினைத்தானோ?

ஜோன் சிறைபிடிக்கப்பட்டது தெரிந்ததும் ஒரு பாதிரியார் சார்ல்ஸ் அரசனுக்கு ஒரு கடிதம் எழுதினர்: உடனடியாக அவன் தனது அதிகாரத்தைப் பயன்படுத்தி அவளை விடுவிக்கச் செய்ய வேண்டிய எல்லாவற்றையும் செய்யவேண்டும். இல்லையெனில் அவன் நன்றி கொன்றவன் என்ற பழியை காலாகாலத்திற்கும் சுமக்க வேண்டி வரும் என்று. அரசன் அந்தக் கடிதத்தைப் புறக்கணித்தான் என்று சொல்லப்படுகிறது.

ஜோன் ஆங்கிலேயர்களிடம் சிறைப்பட்டதன் மூலம் நிலைமை மாறிவிட்டது. ஆங்கிலேய கைதியான அவளுக்காக மன்னன் பரிந்து பேச முடியாது. இந்த நிகழ்ச்சியின் நிழல் மன்னனின் மேல் விழக்கூடாது. அதனால் அரசியல்வாதிகள், இறையியல் நிபுணர்கள் மற்றும் எல்லோரும் சொன்னது ஒன்றுதான்: கடவுள் ஜோனுக்கு என்ன விதித்திருக்கிறாரோ, அது நடக்கட்டும் என்று விட்டுவிட வேண்டியது தான். ஜோனின் தோல்வி அவள் நோக்கத்தின் தோல்வி. வாரிசு என்று சொல்லி சார்ல்ஸ் அரசனை முடிசூடு விழாவிற்கு அழைத்துச் சென்றது அவள் செய்த பெரும் தவறு. கடவுளால் உரிமையுள்ளவர் என்று தேர்ந்தெடுக்கப்பட்ட அரசர் ஹென்றியை எதிர்த்தது இன்னொரு தவறு. இந்த விஷயத்தில் விசாரணையும் கண்டனமும் தேவைப்படுகிறது.

மூன்று நாட்களுக்குப் பிறகு பாரிஸ் பல்கலைக்கழக இறையியல் நிபுணர்களும், புலன் விசாரணை அதிகாரிகளும், பர்கண்டி பிரபுவிற்கு ஜோனை தங்கள் வசம் ஒப்படைக்கும்படி எழுதினார்கள். தேவாலயத்தின் அதிகாரிகள் அவளை அவளது குற்றங்களுக்காக விசாரணை செய்யவேண்டும்; அவள் கடவுளை பழித்திருக்கிறாள். தன்னை நம்பியவர்களை ஏமாற்றியிருக்கிறாள். அவளை

போவைஸ் பாதிரியாரிடம் ஒப்படைக்கவேண்டும். வழக்கு மிகவும் தெளிவாக இருக்கிறது. அவள் போர்க்களத்தில் தோல்வியடைந்து விட்டாள். இப்போது அவள் இதுவரை சொன்னதெல்லாம் கட்டுக்கதை என்று நிரூபிக்க வேண்டியது அவர்களது கடமை. இவ்வளவு நடந்தபிறகும் ஜான் லக்சம்பேர்க் தன்னிடம் உள்ள பிரபலமான கைதியை ஒரு பெருத்த தொகைக்கு வியாபாரம் செய்ய நினைத்தான்.

ஜோனின் விசாரணை தள்ளிக்கொண்டே போயிற்று.

அடுத்த 7 மாதங்களுக்கு ஜோன் ஒரு மதிப்புள்ள பொருள்போல ஏலத்தில் விடப்பட்டாள். ஆங்கிலேயர்கள் அவளை மிக உயர்ந்த விலையான 10,000 பவுண்டுகளைக் கொடுத்து வாங்கினார்கள். போவைஸ் பாதிரியார் பியர் கோகன் எல்லா ஏற்பாடுகளையும் ஒருங்கிணைத்துச் செய்தார். பலவிடங்களில் அவள் சிறை வைக்கப்பட்டாள். பலமுறை தப்பிக்க அவள் செய்த முயற்சிகள் பலிக்காமல் போயின. கடைசியில் ரூவானுக்கு விசாரணைக்குக் கொண்டு செல்லப்பட்டாள். 7வது சார்ல்ஸ் அரசன் பிரான்ஸின் நாயகிக்கு மீட்புத் தொகை கொடுக்க ஒருமுறைகூட முன்வரவில்லை சார்ல்ஸ் அரசனுக்கு ரீம்ஸ் நகரில் முடிசூட்டிய தினத்திலிருந்து பர்கண்டிய படைகளால் காம்பியன் நகரில் சிறைபிடிக்கப்பட்ட தினம் வரை ஜோன் தொடர்ந்து எதிர்கொண்டதெல்லாம் வெறும் ஏமாற்றங்களே!

8. விசாரணை

முதல்கட்ட நீதி விசாரணை, ‘தெய்வ நம்பிக்கை சம்பந்தப்பட்ட விஷயமாக ஜோன் என்னும் பணிப்பெண்ணின் விசாரணை இங்கு தொடங்குகிறது’ என்ற வார்த்தைகளுடன் ஜனவரி 9, 1431 ஆம் ஆண்டு நீதி விசாரணை தொடங்கியதாக ஜோனின் விசாரணை ஆவணங்களில் பதியப்பட்டிருக்கிறது. அந்த ஆவணங்களின் தலைப்பகுதியில் ‘ஜோன் ஆஃப் ஆர்க்’ என்ற அவளது பெயர் காணப்படுகிறது.

பல மாதங்கள் புழுக்கமும், அயர்வும் நிறைந்த ரூவான் சிறையில் அடைபட்டிருந்த ஜோனின் பொது விசாரணை 1431 ஆம் வருடம் பிப்ரவரி 21 ஆம் நாள் புலன் விசாரணை, அதிகாரி போவைஸ் பாதிரியார் பியர் கோகன் தலைமையில் தொடங்கியது.

இந்தப் பொதுவிசாரணைக்கு முன்பு அவள் குற்றவாளி என்பதை நிரூபிக்க என்ன விஷயம் கிடைக்கும் என்று துருவித் துருவிப் பார்த்தார் விசாரணை அதிகாரி கோகன். ஆரம்பகட்டமாக அவளது கன்னித்தன்மை மறுபடியும் பெட்போர்ட் பிரபுவின் மனைவியால் பரிசோதனை செய்யப்பட்டது. அவள் கன்னிதான் என்று அந்த சீமாட்டி உறுதி கூறினாள். மேலும் பலரை ஜோனின் பிறந்த ஊரான தொம்ரேமிக்கு அனுப்பி அவளைப்பற்றிய செய்திகளை சேகரிக்கச் செய்தார். ஏதாவது ஒரே ஒரு விஷயம் ஜோனுக்கு எதிராகச் சிக்கினால் கூட போதும்; ஆங்கிலேயர்களை மிகமிக மோசமான தோல்விக்கு ஆளாக்கிய அந்த இளம் பெண்ணை அழித்துவிடலாம் என்ற நிலையில் இருந்தார் போவைஸ் பாதிரியார் பியர் கோகன்.

கோகன் ரீம்ஸ் நகருக்கு அருகில் 1371 ஆம் ஆண்டு பிறந்தவர். பாரிஸ் பல்கலைக்கழகத்தில் படித்தவர். 1398 ஆம் வருடம் சட்டத்தில் உரிமம் பெற்றார். பாரிஸ் பல்கலைக்கழகத்தின் பரிந்துரையின் பெயரில் 1420ஆம் வருடம் ஆகஸ்ட் 21 ஆம் நாள் போவைஸ் பாதிரியாராகத் தேர்ந்தெடுக்கப்பட்டார். அன்றிலிருந்து ஆங்கிலேயர்களுக்காகப் பணி புரியத் தொடங்கி அரசன் 5 ஆம் ஹென்றியுடன் கூடப் பாரிஸ் வந்தார். மிக முக்கியமான பணிகளுக்குப் பொறுப்பாக அவர் இருந்தார். ஆங்கிலேயர்களுடன் கூட 1429 ஆம் வருடம் போவைஸிலிருந்து வெளியேற்றப்பட்டு ரூவானுக்கு தப்பித்து வந்தார். ரூவானுக்கு அவர் பலமுறை வருகை தந்திருக்கிறார்.

ஆரம்பகட்ட விசாரணை முடிந்து பிப்ரவரி மாதம் 21 ஆம் தேதி காலை 8 மணிக்கு ஜோனின் முதல் பொது விசாரணை ரூவான் கோட்டையில் அரச சிற்றாலயத்தில் தொடங்கியதாக ஒரு குறிப்பு கூறுகிறது. 42 மதிப்பீட்டாளர்களை கோகன் வைத்திருந்தார். முதலில் ஜோன் சரணடைந்ததையும், தங்களிடம் ஒப்படைக்கப் பட்டதையும் தெரிவிக்கும் அரச கடிதங்கள் படிக்கப்பட்டன. தனது விசாரணை தொடங்கு முன் பிரார்த்தனையைக் கேட்க வேண்டும் என்ற ஜோனின் வேண்டுகோளை பரிசீலித்தனர். அவள் செய்த குற்றங்களுக்குக்காகவும், ஆணுடையில் அவள் இருந்ததற்காகவும் அவளது வேண்டுகோளை நிராகரிக்கத் தீர்மானித்தனர்.

விசாரணை, ஜோனின் சார்பில் அவளது மதிப்பீட்டாளர்களால் பதிவு செய்யப்பட்டது.

கேட்கப்படும் கேள்விகளுக்கு எல்லாம் உண்மையை சொல்ல வேண்டும் என்றும் அது அவளது ஆத்மாவிற்கு நல்லது என்றும் நீதிபதிகள் அவளிடம் சொன்னார்கள். உண்மையில் இப்படிச் சொன்னது ஜோனை குழப்பி, அவளிடமிருந்து தந்திரமாக தாங்கள் கேட்க விரும்பும் பதில்களை வாங்குவதற்காக அவர்கள் செய்த முதல் முயற்சி என்று பல அறிஞர்கள் தங்கள் குறிப்புகளில் எழுதியிருக்கிறார்கள். தாங்கள் சொல்லும் குற்றங்களைச் செய்த குற்றவாளி அவள் என்று நிரூபிக்க இது உதவும் என்று நினைத்தனர்.

விசாரணை அதிகாரிகளால் புனையப்பட்ட குற்றங்களுள் ஒன்று அவள் ஒரு சூனியக்காரி என்பது. இதனை நிரூபிப்பதற்காக அந்த இளம்பெண்ணை கருப்பு ஆடையை அணிந்து கொள்ளச்சொல்லி அவளை சங்கிலியால் கட்டிவைத்தனர். சூனியக்காரிகளால் காற்றில் பறக்க முடியும்; அதனால் அவளைக் கட்டி வைத்திருப்பதாகச்

சொல்லப்பட்டது. சம்பிரதாய பூர்வமான குற்றச்சாட்டுகள் எதுவும் பதிவு செய்யப்படவில்லை. ஒருவிதத்தில் இப்படிச் செய்ததும் நன்மை அளித்தது. அதனாலன்றோ ஜோனின் மரணத்திற்குப் பிறகு அவள் குற்றவாளி என்று சொல்லப்பட்ட தீர்ப்பை தலைகீழாக மாற்ற முடிந்தது.

விசாரணை அதிகாரிகள் அவர்கள் கேட்கும் கேள்விகளுக்கெல்லாம் அவள் உண்மையைச் சொல்லுவதாகப் புனிதப் புத்தகத்தின் மீது கையை வைத்து பிரமாணம் செய்யச் சொன்னபோது அவள் சொன்னாள்: ‘நீங்கள் என்னை என்ன கேட்க விரும்புகிறீர்கள் என்று எனக்குத் தெரியவில்லை. ஒருவேளை நான் சொல்லக்கூடாத விஷயங்களை என்னிடம் கேட்கிறீர்கள் போலிருக்கிறது’. கோகன் அப்போது கூறினார்: ‘உண்மை சம்மந்தப்பட்டவற்றை நாங்கள் கேட்கும்போது நீ உண்மையைக் கூறுவதாக பிரமாணம் செய்’ என்றார்.

‘நான் பிரான்ஸ் நாட்டிற்குப் (தனது கிராமமான தொம்ரேமியி லிருந்து ஷினானுக்கு வந்ததை இப்படிக் குறிப்பிடுகிறாள் ஜோன்) போவதற்காக தீர்மானித்தபின் என்ன நடந்தது என்பதை என் அம்மா, என் அப்பா மேல் பிரமாணம் செய்து கூறுவேன். ஆனால் எனக்கு கடவுளிடமிருந்து தெரிய வரும் விஷயங்களை நான் யாருக்கும் சொல்லமாட்டேன். அவற்றைப்பற்றி வெளிப்படை யாக பேசமாட்டேன். எனது அரசர் சார்ல்ஸ் தவிர வேறு யாருக்கும் இவற்றைப் பற்றிச் சொல்லமாட்டேன். இதற்காக என் தலையே போனாலும் நான் கவலைப்படமாட்டேன். அவற்றை என்னால் வெளியே சொல்ல முடியாது, சொல்லவும் மாட்டேன். எனக்கு இவை அகக்கண்கள் மூலமாகவும், ரகசிய ஆலோசனைகள் மூலமாகவும் தெரிய வந்தன. நான் அவற்றைச் சொல்லாமல் இருப்பேனாக’ என்று ஜோன் பதிலளித்தாள். அவர்களுக்குச் சற்று ஆசுவாசம் கொடுப்பதற்காக ‘எட்டு நாட்கள் போகட்டும். நான் உங்களுக்கு இவற்றைச் சொல்லலாமா என்று இறைவனின் அருட்கூற்று மூலம் தெரிய வரும்’ என்றாள்.

இந்த பதில், விசாரணை அதிகாரிகளிடையே பெரும் கூச்சலைக் கிளப்பியது. அவர்கள் மறுபடியும் அவளை உண்மையைப் பேசுமாறு எச்சரித்தனர். அவள் பேசும்போது அவளைப் பார்த்து சத்தம் போட்டனர்; அவள் பதில் பேச முயலும்போது இடைமறித்துக் கேள்விகள் கேட்டனர். ஜோன் கடைசியில் முழந்தாளிட்டு உண்மையைப் பேசுவதாக பிரமாணம் எடுத்தாள். தனக்குத் தெரிந்த

உண்மைகளைச் சொல்வதாகச் சொன்னாள். ஆனால் தனக்கு சுவர்க்கத்திலிருந்து வெளிப்படும் செய்திகளைப் பற்றிப் பேச மறுத்தாள். மறுபடி மறுபடி அவள் இதனைச் சொல்லிக் கொண்டேயிருந்தாள்.

இதனால் அதிகாரிகள் வேறு கேள்விகளைக் கேட்க ஆரம்பித்தனர். ஜோனிடம் அவளது பெயர், குடும்பப்பெயர், அவள் பிறந்த இடம், தாய், தகப்பனாரின் பெயர்கள், புனித நீராட்டு நடந்த இடம், அவளது வழிகாட்டும் தாய்மார்கள், தந்தையர்களின் பெயர்கள், அவளுக்கு ஞானஸ்நானம் செய்வித்த பாதிரியார் இவர்களின் பெயர்களைக் கேட்டனர்.

'என்னுடைய குடும்பப்பெயர் எனக்குத் தெரியாது. தொம்ரேமி கிராமத்தில் நான் பிறந்தேன். இது க்ராவ் கிராமத்துடன் இணைந்தது. முக்கிய தேவாலயம் அங்குதான் உள்ளது. எனது தந்தை ஜாக்வஸ் டி ஆர்க். எனது தாய் இஸபெல். எனக்கு தொம்ரேமி தேவாலயத்தில் புனித நீராட்டு நடந்தது. என்னுடைய வழிகாட்டும் தாய்மார்கள் ஆக்னஸ் மற்றும் ஜோன். மூன்றாவதாக சிபில். எனது வழிகாட்டும் தந்தையர்களில் ஒருவர் ஜோன் லிங். இன்னொருவர் ஜோன் பெர்ரி. எனக்கு இவர்களைத் தவிர பல வழிகாட்டும் தாய்மார்கள் இருப்பதாக என் அம்மா சொல்லிக் கேள்விப் பட்டிருக்கிறேன். எனக்கு திரு ஜோன் மிநெட் என்பவரால் புனித நீராட்டு நடைபெற்றது. அவர் இன்னும் உயிருடன் இருக்கிறார். எனக்குத் தெரிந்தவரையில் இப்போது என் வயது 19'.

'உன்னுடைய பிரத்யேக இறைவனின் பிரார்த்தனைப் பாடலைச் சொல்லு' என்று கட்டளையிட்டார் கோகன். 'என்னுடைய பாவமன்னிப்பின்போது கேளுங்கள். நானே விருப்பப்பட்டுச் சொல்லுவேன்' என்றாள். இந்த பதிலால் நீதிபதிகளிடையே சலசலப்பு ஏற்பட்டது. விசாரணை நின்று போனது. மேலே தொடராமல் தேக்க நிலை ஏற்பட்டது. பாவமன்னிப்பின்போது ஜோன் சொல்லும் பிரத்தியேக பிரார்த்தனைப் பாடல் இது. அவளது பாவமன்னிப்பை கேட்டுக்கொள்ள ஜோனுக்கென்று பிரத்தியேக மாக ஒரு பாதிரியார் நியமிக்கப்பட்டிருந்தார். அப்படியிருக்க வேறு ஒரு பாதிரியாரிடம் தனது பாவங்களைச் சொல்ல ஜோனிற்கு அனுமதி மறுக்கப்பட்டிருப்பதால் அந்தப் பிரத்தியேக பிரார்த்தனையையும் ஜோன் சொல்ல மறுத்தாள்

பின்னர் ஜோன் தன்னைச் சங்கிலியால் கட்டிப்போட்டிருப்பதைப் பற்றி தன்னுடைய எதிர்ப்பைச் சொன்னாள் ஜோன். அதைத்

தொடர்ந்து அவள் சிறையிலிருந்து தப்பிக்க முயற்சித்ததைப் பற்றி விசாரணை அதிகாரிகள் அடுத்ததாக கேள்விகள் கேட்டனர். ‘உன்னை சிறையில் அடைத்து வைத்திருந்தபோது பலதடவை சிறையிலிருந்து தப்பிக்க முயன்றாய். நீ எங்கும் போய்விடக்கூடாது என்று உறுதிப்படுத்தத்தான் உன்னை சங்கிலியால் பிணைத்து வைக்கச் சொல்லி ஆணை வந்தது. அதனால்தான் அப்படிச் செய்யப்பட்டது’.

‘நான் தப்பிக்க முயன்றது உண்மைதான். இப்போதும் அதையே ஆசைப்படுகிறேன். எல்லா சிறைக்கைதிகளுக்கும் சட்டப்படி அது உரிமை அல்லவா? சிறையிலிருந்து தப்பிப்பது இயலும் என்றால் எந்தக் கைதி வேண்டுமானாலும் தப்பிக்கலாம்; அது அவனது உரிமை’ என்று சொன்னாள். தப்பித்தல் கைதியின் உரிமை என்பதை திரும்பத் திரும்ப சொன்னாள். ‘நான் எப்போதாவது தப்பித்தால், யாரும் நான் விதியை மீறிவிட்டேன், சத்தியத்தை மீறிவிட்டேன் என்று சொல்லமுடியாது. நான் யாருக்கும் தப்பிக்கமாட்டேன் என்று ஒரு வாக்குறுதியைக் கொடுக்கவில்லை’.

முதல் விசாரணை முடிந்தபின் ஏற்கெனவே ஜோனை பாதுகாத்துக் கொண்டிருந்த ஐந்து ஆங்கில காவலாளிகள் தவிர ஜோனின் காவலுக்கு இன்னொரு கூடுதல் காவலாளி நியமிக்கப்பட்டான். பாதிரியாரின் உத்தரவு இல்லாமல் யாரும் ஜோனுடன் எந்தவிதப் போக்குவரத்தும் வைத்துக் கொள்ளக்கூடாது. யாரும் ஜோனை நெருங்கக்கூடாது. ஜோனைப் பார்க்க யாரையும் அவன் அனுமதிக்கக்கூடாது என்று அவனுக்கு ஆணைகள் பிறப்பிக்கப் பட்டது. அவளைக் காவல் காக்கும் ஆங்கிலக் காவலாளிகள் முரட்டுத்தனமானவர்கள். அடிக்கடி அவளை மிரட்டுபவர்கள். இவர்களிடமிருந்து அவளைக் காப்பாற்ற இந்த ஏற்பாடு என்றே தோன்றியது. விசாரணை அடுத்தநாள் காலைக்கு ஒத்திவைக்கப் பட்டது. ரூவான் கோட்டையில் கிரேட் ஹாலின் முடிவில் இருந்த ஆர்னமெண்ட் அறையில் நடக்கவிருந்த அடுத்த விசாரணைக்கு ஜோன் ஆஜராக வேண்டும் என்று கட்டளை இடப்பட்டது.

இரண்டாவது நாள் விசாரணையின்போது ஜோனின் விசாரணை, பொது விசாரணை பாதிரியாருடனும், 48 மதிப்பீட்டாளர்களுடனும் நடந்தது. முக்கிய விசாரணை அதிகாரியின் துணை அதிகாரி திரு ஜோன் லோமேத்ரவை தங்களுடன் ஜோனின் விசாரணையில் சேர்ந்துகொள்ளுமாறு விசாரணை அதிகாரிகள் கேட்டனர். ‘என்னுடைய மனச்சாட்சி இதற்கு சம்மதிக்காது. விசாரணையினால்

என் மன அமைதியை நான் இழக்கக்கூடும்' என்ற காரணத்தைச் சொல்லி அவர் அவர்களுடன் சேர்ந்துகொள்ள மறுத்தார். ஆனால் விசாரணை தடங்கல் இல்லாமல் தொடரவேண்டும் என்பதே தன் விருப்பம் என்றும், விசாரணையில் தனக்கு எந்தவித ஆட்சேபணையும் இல்லை என்பதையும் அவர் கூறினார்.

ஜோன் வரவழைக்கப்பட்டு முதல்நாள் செய்ததுபோல எல்லா விஷயங்களிலும் உண்மையை மட்டுமே பேசுவதாக சத்தியம் செய்யும்படி மறுபடி எச்சரிக்கப்பட்டாள். ஜோன் சொன்னாள்: 'நான் நேற்று சத்தியம் செய்தேன். அது போதும். ஓர் இளவரசன்கூட உண்மை விஷயத்தைச் சொல்ல சத்தியம் செய்ய மறுக்கலாம். நேற்று நான் செய்த பிரமாணம் உங்களுக்கு போதுமானது. நீங்கள் என்னை அளவுக்கதிகமாகத் துன்புறுத்துகிறீர்கள். அதிகமான பாரத்தை என் மேல் சுமத்துகிறீர்கள்'.

அப்போது மெத்ரே ஜோன் போபேர் என்ற எல்லோருக்கும் நன்கு அறிமுகமான ஆசிரியர் ஜோனைக் கேள்விகள் கேட்க ஆரம்பித்தார்:

போபேர்: முதலில் நான் உனக்கு உபதேசம் செய்கிறேன். அதாவது நீ பிரமாணம் செய்தபடி நான் உன்னைப் பற்றிக் கேட்கும் எல்லாவற்றிலும் உண்மையைப் பேசவேண்டும்.

ஜோன்: நீங்கள் என்னிடம் கேட்கும் சில கேள்விகளுக்கு நான் உண்மையைச் சொல்லுவேன். இன்னும் சில கேள்விகளுக்கு என்னால் உண்மையைச் சொல்ல முடியாது. உங்களுக்கு என்னைப் பற்றி நன்கு தெரிந்திருந்தால் நீங்கள் என்னை விட்டுவிடுவீர்கள். நான் எனக்கு சுவர்க்கத்திலிருந்து வெளிப்பட்ட கட்டளைகளின்படி நடந்து கொண்டதைத் தவிர வேறெந்த தவறும் செய்யவில்லை.

போபேர்: நீ உன் தந்தையின் வீட்டை விட்டுக் கிளம்பியபோது உன் வயது என்ன?

ஜோன்: என்னுடைய வயதை என்னால் சொல்லமுடியாது.

போபேர்: உன் இளம் வயதில் நீ ஏதாவது தொழில் கற்றாயா?

ஜோன்: ஆமாம். நான் நூல் நூற்கவும், தைக்கவும் கற்றேன். பர்கண்டியர்களின் மேல் ஏற்பட்ட பயத்தால் நான் என் தந்தையின் வீட்டைவிட்டு லோரைனில் இருக்கும் நப்சது நகருக்கு லோரிஸ் என்ற பெண்ணின் வீட்டிற்கு வந்தேன். அங்கு 15 நாட்கள் தங்கியிருந்தேன். நான் என் தந்தையின் வீட்டில் இருந்தபோது

வீட்டு வேலைகள் எல்லாம் செய்துகொண்டிருந்தேன். ஆடு அல்லது மற்ற விலங்குகளுடன் நான் வயல்வெளிக்குச் செல்லவில்லை.

ஜோன் தான் அடிக்கடி செய்து வரும் பாவமன்னிப்புப் பற்றியும், பரிசுத்த சடங்கு பற்றியும் கூறினாள். ஆனால் அவள் எப்போதாவது - ஈஸ்டர் விருந்து சமயத்தைத் தவிர்த்து - யூகரிஸ்ட் புனிதச் சடங்கைப் பெற்றிருக்கிறாளா என்று கேட்டபோது 'நான் இந்தக் கேள்வியைக் கடந்து செல்ல விரும்புகிறேன்' என்று கூறினாள். (Sacrament of Eucharist - இயேசுவின் இறுதி விருந்தினை நினைவு கூறும் வகையில் ப்ரெட் மற்றும் மது இரண்டையும் பரிசுத்தப் படுத்தி உண்ணும் சடங்கு அது.)

விசாரணையின்போது பல கேள்விகளுக்கு ஜோன் இப்படி பதிலளித்தாள். குறிப்பிட்ட கேள்விக்கு தான் பதிலளிக்க விரும்பவில்லை என்பதை இப்படி 'கடந்து செல்ல விரும்புகிறேன்' என்று சொல்வதன் மூலம் தவிர்த்தாள். இப்படிச் சொல்வதை அவள் வழக்கமாக்கிக் கொண்டிருந்தாள்.

அடுத்தபடியாக ஜோன் தனது நீதிபதிகளிடம் கூறினாள்:

'எனக்கு பதிமூன்று வயதாக இருக்கும்போது எனக்கு உதவவும், வழிகாட்டவும் கடவுளிடமிருந்து 'குரல்' வந்தது. முதல்முறை இப்படி குரல் கேட்டபோது எனக்கு மிகவும் பயமாக இருந்தது. அது ஒரு கோடைக்காலம்; நண்பகல்; நான் எனது தந்தையின் தோட்டத்தில் இருந்தேன். அதற்கு முதல் நாள் உண்ணா நோன்பு இருக்கவில்லை. என்னுடைய வலது பக்கத்திலிருந்து தேவாலயத்தை நோக்கி இந்தக் குரல் கேட்டது'.

எந்தவிதக் குறுக்கீடும் இல்லாமல் அவள் தொடர்ந்தாள்: 'மிக அரிதான சமயங்களில் மட்டுமே நான் இந்த அசரீரி வாக்கை 'ஒளி' இல்லாமல் கேட்டேன். இந்த ஒளியானது மிகப் பிரகாசமாக இருக்கும். அசரீரி வரும் திசையிலிருந்து இந்த ஒளியும் தோன்றும். நான் பிரான்ஸ் நாட்டிற்கு வந்ததிலிருந்து இந்த அசரீரி வாக்குகளை அடிக்கடி கேட்கத் தொடங்கினேன்'.

'ஆனால், நீ சொல்லும் ஒளி உன்னுடைய பக்கவாட்டிலிருந்து வரும்போது உன்னால் எப்படி அதைப் பார்க்க முடிந்தது?'

ஜோன் இந்தக் கேள்விக்கு பதிலளிக்காமல், வேறு ஒன்றைப் பற்றிப் பேசலானாள். 'நான் காட்டில் இருந்ததால் எனக்கு வரும் குரல்களை

என்னால் எளிதாகக் கேட்க முடிந்தது. நான் மிகவும் புனிதமாகக் கருதும் ஒருவரின் உதட்டிலிருந்து இந்தக் குரல் வருவதுபோல எனக்குத் தோன்றியது. நான் மூன்றாவது முறையாகக் கேட்டபோது அது ஒரு தேவதையின் குரல் என்று தெரிந்தது. இந்தக் குரல் எப்போதும் என்னை காத்துக்கொண்டே இருந்தது. அதை என்னால் எப்போதும் புரிந்துகொள்ளவும் முடிந்தது. என்னை நல்லவளாக இருக்கும்படியும், அடிக்கடி தேவாலயத்திற்குச் செல்லும்படியும் அந்தக் குரல் எனக்கு ஆணையிட்டது. நான் பிரான்ஸ் நாட்டிற்கு வருவது அவசியம் என்றும் சொல்லிற்று'

ஜோன் உண்மையில் பிரான்ஸ் நாட்டில்தான் இருந்தாள். ஆனால் அவள் தூரத்திலிருக்கும் தன்னுடைய சிறிய கிராமத்தை விட்டு வெளியேறி ஷினானுக்கு வந்ததை அப்படிக் குறிப்பிட்டாள். இதைப்பற்றிக் கவலைப்படாமல் அவள் கூறுவதைக் கேட்டுக் கொண்டிருந்தனர் விசாரணை அதிகாரிகள்.

'வாரத்திற்கு இரண்டு அல்லது மூன்று முறை இது நடந்தது. என் தந்தைக்கு இது எதுவும் தெரியாது. 'பிரான்ஸிற்குப் போ' என்றது அந்தக் குரல். என்னால் அதற்கு மேலும் வீட்டில் இருக்க முடியவில்லை. 'போ, முற்றுகையிலிருக்கும் ஆர்லியன் நகரை விடுவிக்க, உடனே போ. வோகுலர்ஸின் தலைவன் ரோபே டி போத்ரிகூரிடம் போ. அவன் உனக்குத் தேவையான துணையை, பாதுகாப்புடன் அனுப்பி வைப்பான்' என்றது அந்தக் குரல். ஆனால் நான் ஓர் ஏழைப் பெண். எனக்கு குதிரை ஏற்றமோ, சண்டையிடுவது பற்றியோ எதுவும் தெரியாது. என் மாமாவிடம் சென்று அவருடன் எட்டு நாட்கள் இருந்தேன். அவரிடம் வோகுலர்ஸ் செல்ல வேண்டும் என்றேன். அவர் அழைத்துச் சென்றார்'.

வோகுலர்ஸ் போனவுடன் தான் இதுவரை பார்த்தேயிராத ரோபே டி போத்ரிகூர் -ஐ அடையாளம் கண்டுகொண்டாள் ஜோன். எப்படி அவரை அடையாளம் கண்டுகொள்வது என்று தனக்கு கேட்கும் அசரீரிக் குரல்கள் சொல்லிக் கொடுத்ததாகச் சொன்னாள். 'நான் ரோபேயிடம் எனக்கு பிரான்ஸிற்குள் போகவேண்டும் என்றேன். இரண்டு முறை அவர் என்னை நம்ப மறுத்து திருப்பி அனுப்பி விட்டார். மூன்றாம் முறை அவர் என்னை வரவேற்று எனக்குத் தேவைப்பட்ட ஆட்களைக் கொடுத்தார். இப்படித்தான் நடக்கும் என்று அசரீரி கூறியிருந்தது.

லோரைன் பிரபு என்னை அவரிடம் வரச் சொன்னார். நான் அவரிடம் சென்று பிரான்ஸ் போக விரும்புகிறேன் என்று கூறினேன். அவர்

தனது ஆரோக்கியத்தைப்பற்றி என்னிடம் கேட்டார். எனக்கு அதுபற்றி எதுவும் தெரியாது என்றேன். என்னுடைய பயணத்தைப் பற்றி அவரிடம் எதுவும் சொல்லவில்லை. அவரிடம் சில உதவிகளைக் கேட்டேன். அவர் தனது மகனை என்னுடன் அனுப்ப வேண்டும்; அவரது மகன் இன்னும் சிலருடன் சேர்ந்து என்னை பிரான்ஸிற்கு அழைத்துச் செல்ல வேண்டும் என்று. நான் அவரது ஆரோக்கியத்திற்காக கடவுளிடம் பிரார்த்தனை செய்வேன் என்று கூறினேன்'.

'இவ்வளவும் நடந்த பின் நான் வோகுலர்ஸ் திரும்பிவிட்டேன். அங்கிருந்து ஓர் ஆணைப் போல உடையணிந்துகொண்டு ரோபே எனக்குக் கொடுத்த வாளை எடுத்துக்கொண்டு பிரான்ஸ் நோக்கிப் பயணப்பட்டேன். அந்த வாளைத் தவிர என்னிடம் வேறு எந்த ஆயுதமும் இல்லை' என்று கூறினாள். தன்னுடன் ஒரு மாவீரன் ஜோன் டி நோவலம்போர் வந்ததாகக் கூறினாள்.

'இவரே டி மெட்ஸ் என்றும் அழைக்கப்பட்டார். என்னுடன் கூட பெர்ட்ரண்ட் டி போலேங்கி, கோலட் டிவியன் அரசரின் தூதுவர், மற்றும் மூன்று பணியாட்கள் வந்தார்கள். செயின்ட் உர்பெயின் நகரை அடைந்தபோது அங்கிருந்த தேவாலயத்தில் நான் தூங்கினேன். ஆக்ஸா நகரைக் கடக்கும்போது முதன்மை தேவாலயத்தில் வழிப்பாட்டைக் கேட்டேன்' என்று கூறினாள்.

'ஓர் ஆணின் உடையை அணிந்துகொள்ளச் சொல்லி யார் உனக்குஆலோசனை கூறியது? என்ற கேள்வி அவளிடம் கேட்கப் பட்டது. இந்தக் கேள்விக்கு பதில் சொல்ல ஜோன் பலமுறை மறுத்தாள். கடைசியாக 'இதற்கு நான் யாரையும் குறிப்பிட்டுச் சொல்ல விரும்பவில்லை' என்றாள். இந்தக் கேள்விக்கு அவள் வேறு வேறு பதில்களைச் சொன்னதாகவும் கூறப்படுகிறது. 'ராபர்ட் டி போட்றி பத்திரமாகச் சென்று வருவதாக சத்தியம் செய்யச்சொன்னார். 'போ! என்ன வேண்டுமானாலும் நடக்கட்டும்!' என்றார்' என்று ஒருமுறை கூறினாள்.

இன்னொருமுறை 'ஆர்லியன் பிரபுவை கடவுள் மிகவும் நேசிக்கிறார் என்று எனக்கு நன்றாகத் தெரியும். என் அரசரைத் தவிர ஆர்லியன் பிரபுவைப் பற்றித்தான் எனக்கு நிறைய அருள்வெளிப் பாடுகள் கிடைத்திருக்கின்றன', என்றாள். நான் பெண் உடையி லிருந்து ஆண் உடைக்கு மாறுவது மிகவும் இன்றியமையாததாக இருந்தது. என்னுடைய ஆலோசகர் 'அரசருக்கு எந்தவிதத் தடங்களும் வராமல் நான் போகவேண்டும்' என்று சொன்னார்' என்றாள்

'நான் டி போத்ரிகூர் இருந்த அறையில் நுழைந்தவுடன் அங்கிருந்த பலபேர்களில் அவரை அடையாளம் கண்டுகொண்டேன். என்னுடைய அசரீரியின் ஆலோசனையின் மூலம் அவரை அடையாளம் தெரிந்தது'. ஜோன் இப்படி நீதிமன்றத்தில் சொன்னாள். 'நான் அவரிடம் போய் ஆங்கிலேயர்கள் மேல் போர் நடத்த விரும்புகிறேன்' என்று சொன்னேன்.

'எனக்குக் கேட்கும் அசரீரி கடவுளிடமிருந்து வருகிறது என்று நன்றாகத் தெரிந்துதான் நான் பயணம் மேற்கொண்டேன். என்னுடன் பயணப்பட்டவர்களுக்கும் நான் இதைக் கூறினேன். அவர்களுக்கும் இந்த அசரீரியைத் தெரியும். என்னுடைய அரசரும், மற்றும் பலரும் இது போல எனக்கு வரும் அசரீரி வாக்குகளைக் கேட்டிருக்கிறார்கள். இந்த அசரீரியை நான் கேட்காத நாட்களே இல்லை. இதற்குக் கூலியாக எனது ஆன்மாவின் முக்தியைத் தவிர நான் எதுவும் கேட்டதில்லை'.

இரண்டாவது நாளின் முடிவில், நீதிமன்றம் விசாரணையை சனிக்கிழமைக்கு ஒத்திவைத்தது.

சனிக்கிழமை பிப்ரவரி 24 ஆம் தேதி காலை 8 மணிக்கு மூன்றாவது நாளாக விசாரணை ஆரம்பித்தது. வழக்கம்போல, போபெருடன் 62 மதிப்பீட்டாளர்கள் இருந்தனர். மறுபடியும் அவளிடம் கேட்கப்படும் கேள்விகளுக்கு எந்தவிதத் தடையும் இல்லாமல் அவள் உண்மையை மட்டுமே பேசுவதாக மூன்று முறை சத்தியம் செய்யச் சொன்னார்கள்.

'எனக்குப் பேசுவதற்கு அவகாசம் கொடுங்கள். நான் சொல்ல முடியாத விஷயங்களில் நீங்கள் கேள்வி கேட்டால் முக்கியமாக எனக்குக் கிடைக்கும் அருள்வெளிப்பாடுகள் பற்றிக் கேட்டால் என்னால் உண்மையைச் சொல்லமுடியாது. நீங்கள் என்னைக் கட்டாயப்படுத்தினால் நான் பொய் வாக்குமூலம்தான் கொடுக்க நேரிடும். அதை நீங்கள் விரும்ப மாட்டீர்கள்'.

போபெரிடம் அவள் சொன்னாள்: 'நீங்கள் என்னுடைய நீதிபதி. என்னைக் கேட்பதற்கு முன் ஒரு விஷயத்தை கவனத்தில் கொள்ளுங்கள். என்னை குற்றவாளியாக்க வேண்டும் என்கிற மிகப்பெரிய பொறுப்பை நீங்கள் ஏற்றிருக்கிறீர்கள். இரண்டு முறை பிரமாணம் செய்தால் போதுமானது. ரூவான் மற்றும் பாரிஸில் இருக்கும் பாதிரியார்கள் என்னை நிச்சயம் குற்றம் சாற்ற

மாட்டார்கள். நான் உண்மையை மிகவும் விருப்பத்துடன் பேசுவேன். மற்ற விஷயங்களைப் பற்றிப் பேச மாட்டேன்'.

போபெர் மறுபடி கேள்விகள் கேட்க ஆரம்பித்தார்:

போபெர்: நீ சாப்பிட்டு எத்தனை நேரம் ஆகிறது?

ஜோன்: நேற்று மதியம் சாப்பிட்டதுதான்.

போபெர்: எத்தனை காலமாயிற்று நீ அசரீரி வாக்குகளைக் கேட்டு?

ஜோன்: நேற்று கேட்டேன். இன்றும் கேட்டேன். நேற்று மூன்று முறை கேட்டேன். முதல் தடவை காலையில். மாலைப் பிரார்த்தனையின் போது கேட்டேன். மாலையில் மறுபடியும் 'மேரிக்கு வாழ்த்துகள்' பாடும்போதும் கேட்டேன்.

போபெர்: நேற்றைக்குக் காலையில் குரல் கேட்டபோது நீ என்ன செய்துகொண்டிருந்தாய்?

ஜோன்: நான் உறங்கிக்கொண்டிருந்தேன். குரல் என்னை எழுப்பியது.

போபெர்: உன் கைகளைத் தொட்டு எழுப்பியதா, அந்தக் குரல்?

ஜோன்: என்னைத் தொடாமலேயே எழுப்பியது அந்தக் குரல்.

போபெர்: இது நடந்தது உன்னுடைய அறையிலா?

ஜோன்: எனக்குத் தெரிந்தவரையில் இல்லை, ஆனால் மாளிகையில்.

போபெர்: நீ நன்றி சொன்னாயா? முழந்தாளிட்டாயா?

ஜோன்: நான் நன்றி சொன்னேன். நான் எனது படுக்கையில் உட்கார்ந்திருந்தேன். அதனால் என் கைகளைக் குவித்தேன். அசரீரியின் உதவியை இறைஞ்சிக் கேட்டேன். அந்தக் குரல் என்னிடம் சொல்லிற்று. 'தைரியமாக பதில் கொடு'. நான் எப்படிப் பதில் சொல்லவேண்டும் என்று ஆலோசனைக் கேட்டேன். 'தைரியமாக பதில் சொல். கடவுள் உனக்கு உதவுவார்' என்றது. நான் எனக்கு ஆலோசனை சொல்லும்படி கேட்பதற்கு முன்பே அந்தக் குரல் பல வார்த்தைகளைச் சொல்லிற்று. எனக்கு உடனடியாக அர்த்தம் விளங்கவில்லை. நான் விழித்தவுடன் அது சொல்லிற்று: 'தைரியமாக பதில் சொல்'.

ஜோன் திரும்பி பாதிரியாரிடம் சொன்னாள்: 'நீங்கள் எனது நீதிபதி என்று சொல்கிறீர்கள். நீங்கள் செய்வதை கவனத்துடன்

செய்யுங்கள். ஏனெனில் நான் உண்மையில் கடவுளால் அனுப்பப் பட்டவள். நீங்கள் என்னைக் குற்றம் சாட்ட முயலுவதன் மூலம் மிகப்பெரிய ஆபத்தில் சிக்கிக் கொள்ளப்போகிறீர்கள்.'

போபெர்: இந்தக் குரல் வேறுவிதமான ஆலோசனை கொடுக்குமா?

ஜோன்: எதிர் எதிரான கருத்துக்களை இந்த அசரீரி சொன்னதே இல்லை. இன்று இரவு மறுபடியும் அந்தக் குரல் 'தைரியமாக பதில் சொல்' என்று சொல்வதைக் கேட்டேன்.

'உனக்கு வருவதாகச் சொல்லும் குரல்கள் ஒரு தேவதையிடமிருந்து நேரடியாக உனக்கு வருகிறதா? அல்லது கடவுளிடமிருந்து நேரடியாக வருகிறதா? அல்லது புனிதர் ஒருவரிடமிருந்து வருகிறதா?'

'அசரீரி வாக்குகள் எனக்குக் கடவுளிடமிருந்து நேரடியாக வருகின்றன. ஆனால் எனக்குத் தெரிந்த எல்லாவற்றையும் உங்களுக்கு என்னால் சொல்ல முடியாது. உங்களுக்குப் பதில் சொல்வதைவிட, அந்த அசரீரிக்கு விருப்பம் இல்லாதவற்றை உங்களிடம் சொல்வதற்கு நான் மிகவும் பயப்படுகிறேன்.'

'உண்மையைச் சொல்வது என்பது, கடவுளுக்கு விருப்பம் இல்லாததா?'

'அசரீரி வாக்குகள் சில விஷயங்களை அரசருக்கு மட்டுமே சொல்ல வேண்டும் என்று எனக்கு விதித்திருக்கிறது - உங்களுக்கு சொல்வதற்கு அல்ல'.

'நீ சிறையிலிருந்து தப்பிவிடுவாய் என்று அசரீரி சொல்லிற்றா?'

'இதைப்பற்றி நான் பேச எதுவுமில்லை'

இப்படி நடத்தப்பட்ட விசாரணையின் ஒரு கட்டத்தில் ஜோனை ஏமாற்றும் விதத்தில் ஒரு கேள்வி கேட்கப்பட்டது. அந்தக் கேள்வி அவளை தடுமாறச் செய்யும் விதத்தில் அமைந்திருந்தது. அந்தக் கேள்விக்கு அவள் ஆம் என்று சொன்னாலும், இல்லை என்று சொன்னாலும் அவள் தான் சார்ந்திருந்த மதத்திற்கு எதிராகப் பேசுபவளாக ஆகிவிடுவாள்.

'கடவுளின் கருணைக்கு நீ பாத்திரமானவளா? உனக்குத் தெரியுமா?'

யாருமே தான் கடவுளின் கருணைக்குப் பாத்திரம் ஆகியிருப்பதாக உறுதியுடன் சொல்லமுடியாது என்று தேவாலயக் கோட்பாடுகள்

சொல்லுகின்றன. ஆனால் நான் கடவுளின் கருணைக்குப் பாத்திரம் ஆகவில்லை என்று ஜோன் சொன்னால் அவள் ஒரு பாவி என்பதை அவளே ஒப்புக்கொண்டதுபோல ஆகிவிடும். ஒரு பாவிக்கு கடவுளின் அருள்வாக்கு கிடைக்காது. இதனால் இத்தனை நாள் அவள் சொன்னது பொய் என்று நிரூபணம் ஆகிவிடும்.

இந்தக் கேள்வியை கோகன் கேட்டபோது அங்கிருந்த மதிப்பீட்டாளர் களில் ஒருவர் இந்தக் கேள்வியை எதிர்த்தார். இதற்கு ஜோன் பதில் சொல்லத் தேவையில்லை என்றார். கோகன் மிகுந்த சீற்றத்துடன், 'நீங்கள் வாயை மூடிக்கொண்டிருப்பது நல்லது' என்று அவரைப் பார்த்து சத்தம் போட்டார்.

ஜோன் மிகவும் சாதுரியமாக அவர்கள் விரித்த வலையில் மாட்டிக் கொள்ளாமல் பதில் சொன்னாள்: 'ஒருவேளை நான் கடவுளின் அருட்பார்வையில் இல்லை என்றால் அவர் என்னை இப்போது அவரது அருட்பார்வையின் கீழ் வைக்கட்டும். ஏற்கெனவே அவரது கருணைப் பார்வையில் இருந்தால் அந்த அருள் தொடர்ந்து என்னைக் காப்பாற்றட்டும். நான் அவரது கருணைப் பார்வையில் இல்லாதிருந்தால் என்னைவிட வருத்தப்படுபவர்கள் வேறு யாரும் இருக்க முடியாது. ஆனால் நான் பாவம் செய்தவள் என்றால் எனக்கு அசரீரி வாக்குகள் கிடைக்குமா?'

சிறுவயதில் அவளது கிராமத்தில் பார்த்த பர்கண்டியர்களைப் பற்றிய தனது பயத்தை ஜோன் சொன்னாள். 'பர்கண்டியர்கள் எனது கிராமத்தை அடியோடு நாசமாக்கிவிட்டுச் சென்றனர். அன்றிலிருந்து எனக்கு பர்கண்டியர்கள் என்றால் பயம். ஒரே ஒரு பர்கண்டியனின் தலையை வெட்டிவிடவேண்டும் என்று எனக்குத் தோன்றும். அப்படி நான் செய்வது கடவுளை சந்தோஷப்படுத்தும் என்று நினைத்தேன். அதனால் அதைச் செய்ய விரும்பினேன்' என்று சொன்னாள்.

அவளை இன்னொரு கண்ணியில் மாட்டிவிட வேண்டும் என்று அடுத்த கேள்வியை விசாரணை அதிகாரிகள் கேட்டனர். அவளது ஊரில் செய்யப்படுவதாக அவர்கள் கேள்விப்பட்ட ஒரு சம்பிரதாயத்தைப் பற்றி விரிவாகப் பேச ஆரம்பித்தனர். அந்த சம்பிரதாயத்தில் அவள் குழந்தைப் பருவத்தில் பங்கு கொண்டிருந்தாளா என்ற கேள்விக்கு பதில் சொல்லும்படி கேட்டனர். ஜோன் மீது மண்ணை வாரி தூற்றவேண்டும் என்பதையே நோக்கமாகக் கொண்டிருந்தவர்களுக்கு இந்தக் கேள்விக்கு அவள் சொல்லப் போகும் பதில் முக்கியமாக இருந்தது.

‘உன்னுடைய கிராமத்திற்கு அருகில் இருக்கும் எல்லோராலும் பேசப்படும் ஒரு முக்கியத்துவம் வாய்ந்த மரம் பற்றி நீ என்ன சொல்ல இருக்கிறாய்?’

‘தொம்ரேமியிலிருந்து மிக அருகில் இருக்கும் அந்த மரத்தை ‘பெண்கள் மரம்’ என்று சொல்கிறார்கள்’ என்று பதிலளித்த ஜோன் தொடர்ந்து கூறினாள்.

‘சிலர் அதை ‘தேவதைகளின் மரம்’ என்றும் அழைக்கிறார்கள். அதற்குப் பக்கத்தில் ஒரு நீரூற்று இருக்கிறது. காய்ச்சலிலிருந்து மீண்டு எழுந்தவர்கள் அந்த நீரைக் குடிப்பதற்காக அங்கு வருவார்கள் என்று கேள்விப்பட்டிருக்கிறேன். நானே அவர்கள் அப்படி வருவதைப் பார்த்திருக்கிறேன். அவர்கள் குணமடைந்தார்களா என்று எனக்குத் தெரியாது. குணமடைந்தவர்கள் இங்கு வந்து அந்த மரத்தைச் சுற்றி வருவார்கள். அது ஓர் அழகான புங்கை மரம். நான் சில சமயம் இளம் பெண்களுடன் அங்கு விளையாடியிருக்கிறேன். தொம்ரேமியின் அன்னை மேரிக்கு மாலைகள் கட்ட அங்கு போவோம்’

‘எங்கள் குடும்பத்தில் இல்லாத சிலர் அந்த மரத்தில் தேவதைகள் குடியிருப்பதாகச் சொல்வார்கள். என்னுடைய ஞானத் தாய் அந்த மரத்தில் தேவதைகளைப் பார்த்ததாகச் சொல்லுவார். இது உண்மையா என்று எனக்குத் தெரியாது. எனக்குத் தெரிந்தவரையில் நான் பார்த்ததில்லை. வேறெங்காவது பார்த்திருக்கிறேனா என்றும் தெரியவில்லை. இளம்பெண்கள் மாலைகளை இந்த மரத்தின் கிளைகளில் அணிவிப்பார்கள். நானும் என் தோழிகளுடன் சில சமயங்களில் மாலைகளை அணிவித்திருக்கிறேன். சில சமயங்களில் மாலைகளை கழற்றிவிடுவோம். சில சமயங்களில் அப்படியே விட்டுச் செல்வோம். நான் பிரான்ஸ் வர வேண்டிய அவசியம் வந்தவுடன் நான் இந்த மாதிரியான விளையாட்டுக்களை நிறுத்தி விட்டேன். என்னுடைய கவனத்தை சிதற அடிக்கக்கூடிய விஷயங்களை விட்டுவிட்டேன். ஒருகாலத்தில் மற்ற சிறுவர் சிறுமியருடன் சேர்ந்து அங்கு நடனம் ஆடியிருக்கக் கூடும். வளர்ந்தபின் ஆடியதில்லை. நடனம் ஆடியதைவிட, அதிக தடவை பாட்டுப் பாடியிருக்கிறேன்’.

அந்த மரத்தில் அவள் தேவதைகளைக் கண்டதாகச் சொல்லி யிருந்தால் அவளுக்கு கண்ணால் காண முடியாததைக் கண்டதாகச் சொல்லும் பிரமை நோய் இருக்கிறது. அதனால் அவள் புனிதர்களைக் கண்டதாகச் சொல்லுவது எல்லாம் பொய் என்று சொல்லி

அவளைக் குற்றவாளி ஆக்கலாம். அல்லது அவள் உருவ வழிபாடு செய்பவள், சாத்தான்களை வணங்குபவள் என்று பழியை சுமத்தலாம். அவளை எப்படியாது சிக்க வைக்க வேண்டுமென்ற நோக்கிலேயே இப்படிப்பட்ட கேள்விகள் கேட்கப்பட்டன.

'உனக்குப் பெண் உடை வேண்டுமா?' அவர்கள் கேட்டார்கள்.

'கொடுங்கள், நான் அதை அணிந்துகொண்டு இங்கிருந்து சென்று விடுவேன்' என்று சொன்ன ஜோன் தொடர்ந்தாள்: 'இல்லை, வேண்டாம். இப்போது என்னிடம் இருப்பதே எனக்குத் திருப்தியை அளிக்கிறது. நான் இதை அணிந்துகொள்வது கடவுளை மகிழ்விக்கிறது'.

நாலாவது முறையாக பிப்ரவரி 27 ஆம் தேதி செவ்வாய்க்கிழமை விசாரணை செய்தபோது மறுபடியும் அவளை உண்மையை மட்டுமே பேசுவதாக சத்தியம் செய்யச் சொன்னார்கள். 'விசாரணைக்கு சம்பந்தப்பட்ட விஷயங்களில் நான் உண்மையைப் பேசுவேன். மற்ற எனக்குத் தெரிந்த விஷயங்களில் உறுதி கூறமாட்டேன்' என்றாள் ஜோன்.

போபெர் மறுபடி அவளை கேள்வி கேட்க ஆரம்பித்தார். கடைசியாக அவர்கள் பேசிய போதிலிருந்து இந்த நொடிவரை அவள் எப்படி இருக்கிறாள் என்று முதல் கேள்வியைக் கேட்டார். 'நீங்களே பாருங்கள். எத்தனை நலமுடன் இருக்கமுடியுமா அத்தனை நலத்துடன் இருக்கிறேன்' என்றாள்.

உண்ணாநோன்பு இருந்தாளா, மறுபடியும் அசரீரி வாக்குகளைக் கேட்டாளா என்று கேட்டார். 'ஆமாம், உண்மையில் அசரீரிக் குரல்களைப் பலமுறை கேட்டேன். எதையெல்லாம் உங்களிடம் சொல்வதற்கு எனக்கு அனுமதி கிடைத்ததோ அவற்றை மட்டுமே சொல்வேன். பிரான்ஸ் நாட்டின் அரசர் பற்றிய அருள்வெளிப் பாடுகளைத் தவிர மற்றவைகளைச் சொல்லுவேன். அருள்வெளிப் பாடுகளைப் பற்றிச் சொல்ல அனுமதி கிடைத்தால் மட்டுமே சொல்லமுடியும்'

தான் கேட்கும் அசரீரி குரல்கள் புனிதர்கள் காதரீன் மற்றும் மார்கரெட் ஆகியோரின் குரல்கள் என்றாள் ஜோன். 'அவர்கள் எப்படி இருந்தார்கள்?' என்ற கேள்விக்குப் பதில் சொன்னாள். 'அவர்களின் முகங்கள் அழகான கிரீடங்களுடன் அதி அற்புதமாகவும், செல்வச் செழிப்புடனும் காணப்பட்டன. இதை

உங்களிடம் சொல்வதற்காக நான் கடவுளிடமிருந்து அனுமதி பெற்றிருக்கிறேன். இதை நீங்கள் நம்பவில்லை என்றால் இதற்கு முன்னால் நான் பரிசோதிக்கப்பட்ட பாய்டியேவிற்குக்கு என்னை அனுப்புங்கள்'.

இரண்டு புனிதர்களும் வாழ்த்துக் கூறுவதிலிருந்து அவர்களது குரல்களைத் தன்னால் அடையாளம் கண்டுகொள்ள முடிகிறது என்றாள் ஜோன். 'அவர்கள் என்னை 7 வருடங்களாக வழிநடத்தி வருகின்றனர். அவர்களது பெயர்கள் எனக்குச் சொல்லப்பட்டதால் எனக்கு அவர்களை நன்றாகத் தெரியும். புனிதர் மைக்கேலிடமிருந்தும் எனக்கு கருணை வார்த்தைகள் கிடைத்தன.'

தனது 13 வது வயதில் தான் கேட்ட முதல் குரல் புனிதர் மைக்கேலிடமிருந்து வந்தது என்று கூறியவள் 'அப்போது அவரை என்னால் கண் முன்னே பார்க்க முடிந்தது. அவர் தனியாக இல்லை. சுவர்க்கத்திலிருக்கும் தேவதைகளால் அவர் சூழப்பட்டிருந்தார்' என்று தொடர்ந்தாள். புனிதர் மைக்கேல் எப்படி இருந்தார் என்ற கேள்விக்கு பதில் அளிக்க மறுத்தாள் ஜோன். 'என்னிடமிருந்து இதற்கு மேல் உங்களுக்கு பதில் கிடைக்காது. அவற்றைச் சொல்லும் சுதந்திரம் இன்னும் எனக்குக் கிடைக்கவில்லை' என்றாள்.

'கடவுள் உன்னை இந்த உடை உடுத்துமாறு பரிந்துரை செய்தாரா?' கேள்விகள் திரும்பவும் அவளது உடை பற்றி கேட்கப்பட்டன. 'இந்த உடையைப் பற்றிய விஷயம் மிக மிகச் சாதாரணமானது. இந்த உலகத்தில் இருக்கும் எவருடைய அறிவுரையையும் கேட்டு நான் இதை அணியவில்லை. நானாகவே இந்த உடையை அணியவில்லை. கடவுளுடைய மற்றும் தேவதைகளுடைய ஆணையின்படி இதை அணிகிறேன்'.

'இப்படி ஓர் ஆணின் உடையை அணிவது சட்டப்படி சரியானது என்று உனக்குத் தோன்றியதா?' மறுபடியும் கேள்வியில் ஓர் அழுத்தத்தைக் கொடுத்துக் கேட்டனர். 'நான் செய்ததெல்லாம் கடவுளின் ஆணைப்படிதான். அவர் வேறு எதையாவது அணியச் சொல்லியிருந்தாலும் அதைச் செய்திருப்பேன். அது இறைவனின் ஆணையாக இருந்திருக்கும் என்பதால்'.

'ரோபே போத்ரிகூர் சொன்னதால் இந்த உடையை அணிந்தாயா?'

'இல்லை'

‘ஓர் ஆணின் உடையை அணிவது நல்லது என்று உனக்குத் தோன்றுகிறதா?’

‘நான் செய்ததெல்லாம் கடவுளின் ஆணைப்படி. அதுவும் நல்லதாகவே நடந்திருக்கிறது. இந்த உடையில் நான் நன்றாக இருக்கிறேன்; எனக்கு நல்ல உதவிகள் கிடைத்திருக்கின்றன. கடவுளின் ஆணையைத் தவிர நான் வேறு எதையும் செய்யவில்லை’. இந்த இடத்தில் ஷினானிலும், பாய்டியேவிலும் அங்கிருந்த பாதிரிமார்களால் தான் கேள்வி கேட்கப் பட்டதை அவள் கூறினாள். ‘7ஆம் சார்ல்ஸ் அரசன் என்னை நம்புவதற்கு முன் 3 வாரங்கள் இவர்கள் என்னைக் கேள்விகேட்டார்கள். அரசருக்கும் எனது நோக்கத்தைப் பற்றிய முன் அடையாளம் தெரிந்திருக்கிறது. என் பக்கமிருந்த பாதிரிமார்களுக்கும் எனது நல்லெண்ணத்தைப் பற்றித் தெரிந்திருந்தது’.

ஜோன் தனது பதாகை பற்றி விவரித்தபோது அவளிடம் ஒரு கேள்வி கேட்கப்பட்டது. தனது வாள் பற்றியா அல்லது பதாகை பற்றியா எதற்கு அவள் அதிக முக்கியத்துவம் கொடுத்தாள்? அல்லது அக்கறை எடுத்துக் கொண்டாள் என்று. ‘நான் என்னைப்பற்றித்தான் அதிக அக்கறை கொண்டிருந்தேன். இந்தப் பதாகைக்கு நான் மிகவும் மரியாதை கொடுத்தேன். அது என் கையில் இருக்கும்போது நான் யாரையும் கொல்லக்கூடாது என்று மிகவும் ஜாக்கிரதையாக இருந்தேன். எங்கள் பக்கத்திலிருக்கும் யாரையாவது எதிரிகள் கொல்ல வந்தால் நான் அவர்களை காப்பாற்ற விரைவேன். அப்போது எதிரிகளைத் தாக்குவேன். ஆனால் நான் கையில் பதாகையை ஏந்தி இருப்பதால் அவர்களைக் கொல்லக்கூடாது என்ற அக்கறையுடன் இருப்பேன்’.

‘எந்த வகையான படையை அரசர் உனக்கு அளித்தார்?’

‘10000, 12000 வீரர்களைக் கொடுத்தார். ஆர்லியனின் முற்றுகையை தகர்த்துவிட முடியும் என்று நான் நிச்சயமாக இருந்தேன். இதைப் பற்றிய அருள்வெளிப்பாடு எனக்குக் கிடைத்திருந்தது. அங்கு செல்வதற்கு முன் நான் அரசரிடம் இதைப் பற்றிச் சொல்லி, ‘பயப்பட வேண்டாம். நான் முற்றுகையை அகற்றிவிடுவேன்’ என்று உறுதி கொடுத்தேன்.

பாலத்தின் மேலிருந்த கோட்டையைத் தாக்கியபோது தான் அடிபட்டதை அவர்களிடம் விவரித்தாள் ஜோன். ‘ஆனால் புனிதர் காதரீனிடமிருந்து எனக்கு இதமான வார்த்தைகள் கிடைத்தது. 15

நாட்களுக்குள் எனது காயம் ஆறிவிட்டது. இதற்காக நான் எனது வேலையையோ, குதிரை சவாரியையோ நிறுத்திக் கொள்ளவில்லை. காயப்படுவேன் என்று நான் அறிந்திருந்தேன். இதை நான் அரசரிடமும் சொல்லியிருந்தேன். ஆனால் என் வேலையைத் தொடர்ந்தேன். புனிதர்கள் காதரீன் மற்றும் மார்கரெட் இருவரும் எனக்கு இதை அசரீரி வாக்காகச் சொல்லியிருந்தார்கள்'

முற்றுகையை அகற்றும்போது தான் செய்த செயல்களை சற்றுப் பெருமையுடன் சொல்லிக் கொண்டாள் இந்த இளம்பெண். 'கோட்டைச் சுவரின் மேல் ஏறுவதற்கு நான்தான் முதலில் ஏணியை வைத்தது. ஏணியை தூக்கும்போதுதான் எனக்கு அடிபட்டது. ஏணியில் செருகப்பட்டிருந்த ஆணியினால் எனக்குக் கழுத்தில் அடிபட்டது'.

ஐந்தாம் முறையாக ஜோன் பொதுவெளியில் விசாரணைக்காக அழைக்கப்பட்டபோது ஒரு பாதிரியாரும், 58 மதிப்பீட்டாளர்களும் இருந்தனர். அவர்கள் கேள்விகள் கேட்பதற்கு ஆரம்பிக்கும் முன்பு ஜோன் சொன்னாள்: 'ஏற்கெனவே நான் உறுதி அளித்தது போல, இந்த வழக்கு சம்பந்தப்பட்ட எல்லா விஷயங்களிலும் நான் உண்மையையே பேசுகிறேன். ரோம் நகரின் பாதிரியார் முன்பு பேசுவதுபோல இங்கு உங்கள் முன்பு பேசுகிறேன்'.

விசாரணையின் நடுவே ஜோன் அடிக்கடி வருகை தருவதாகச் சொல்லும் புனிதர்களைப் பற்றிய கேள்விகள் அதிகம் கேட்கப் பட்டன. அவர்களது தோற்றம் பற்றி, அவர்களின் உடை பற்றி, கூந்தலை எப்படி அலங்கரித்திருந்தார்கள் போன்ற விஷயங்களை கேட்டனர்.

'நீ காண்பதாகச் சொல்லும் புனிதர்களுக்கு நீண்ட கூந்தல் இருந்ததா? அவர்கள் கூந்தலை விரித்துவிட்டுக் கொண்டிருந்தார்களா?'

'எனக்கு அவை பற்றி எதுவும் தெரியாது. அவர்களுக்கு கைகள் இருந்தனவா, அவர்களுடன் கூட வேறு யாராவது இருந்தனரா என்பது பற்றித் தெரியாது. அவர்கள் நன்றாகப் பேசுகிறார்கள்; அவர்களின் மொழி நன்றாக இருக்கிறது. என்னால் அவர்கள் சொல்வதை நன்றாகக் கேட்க முடிகிறது. அந்தக் குரல்கள் தெளிவாக, இனிமையாக அழகாக இருக்கின்றன. மிகவும் தாழ்ந்த குரலில் பேசுகிறார்கள். அவர்கள் பேசுவது பிரெஞ்சு மொழி'.

'புனிதர் மார்கரெட் ஆங்கில மொழி பேசுவதில்லையா?'

‘அவர் ஆங்கிலேயர்களின் பக்கம் இல்லாதபோது எதற்காக அவர் ஆங்கில மொழி பேசவேண்டும்?’

‘புனிதர் மைக்கேல் பார்ப்பதற்கு எப்படி இருந்தார்?’

‘நான் அவர் தலையில் கிரீடம் பார்க்கவில்லை. அவரது உடை பற்றி எனக்கு எதுவும் தெரியாது’.

‘அவர் நிர்வாணமாக இருந்தாரா?’

‘உடை அணிவதற்குத் தேவையான பொருட்களை இறைவன் அவருக்குக் கொடுத்திருக்க மாட்டார் என்று நினைக்கிறீர்களா?’

‘அவருக்குக் கூந்தல் இருந்ததா?’

‘அவர் எதற்காக கூந்தலை வெட்டிக்கொண்டிருக்க வேண்டும்?’

புனிதர்கள் காதரீன், மார்கரெட் இருவரும் தான் கேட்கும் பாவமன்னிப்பு பற்றி மகிழ்ச்சி அடைவதாகச் சொன்னாள் ஜோன். ‘மனதளவில் நான் எந்தப் பாவமும் செய்யவில்லை. உடலளவில் பாவம் செய்திருந்தால், அவை நான் அறியாமல் செய்தவையாகவே இருக்கும்’.

‘எப்படி நீ அசரீரியை கூப்பிடுகிறாய்?’ என்று கேட்டதற்கு அவள் அளித்த பதில் இது:

‘மிகவும் இனிமையான இறைவனே, உன்னுடைய புனிதமான விருப்பத்தின் மேல் நான் கொண்டுள்ள மரியாதை நிமித்தமாக, நான் உன்னை இறைஞ்சிக் கேட்டுக்கொள்கிறேன். நீ என் மேல் அன்பு செலுத்துகிறாய் என்றால், இந்த தேவாலய அதிகாரிகளிடம் நான் என்ன சொல்வது என்று எனக்கு கட்டளை இடு. என்னுடைய உடைகள் பற்றிச் சொல்ல வேண்டுமானால், எந்தக் கட்டளையின் படி நான் அவற்றை உடுத்த ஒப்புக்கொண்டேன் என்று புரிந்து கொள்கிறேன். ஆனால் எப்படி அவைகளை அணியாமல் ஒதுக்குவது என்று எனக்குத் தெரியவில்லை. இது பற்றி எனக்குச் சொல்லிக் கொடுப்பது உங்களை சந்தோஷப்படுத்தட்டும்’.

ஆறாவது நாள் - அதுவே கடைசி நாள் - விசாரணையின் போது ஒரு பாதிரியாரும் 41 மதிப்பீட்டாளர்களும் இருந்தனர். மறுபடியும் அவளை உண்மையைப் பேசும்படி உறுதி கொடுக்கச் சொன்னார்கள். ‘நான் ஏற்கெனவே உங்களுக்கு உறுதி அளித்தபடி உண்மையை மட்டுமே பேசுவதாக சத்தியம் செய்யத் தயார். நான் எனக்குத் தெரிந்தவற்றை எல்லாம் சொல்லவேண்டும் என்றால்

நீங்கள் எனது கழுத்தை அறுக்க வேண்டும். இந்த விசாரணைக்குத் தேவையானவற்றை, எனக்குத் தெரிந்தவற்றை விருப்பத்துடன் பேசுகிறேன்'.

'புனிதர் காதரீன், புனிதர் மைக்கேல் இருவருக்கும் மனிதத் தலைகள் இருந்தன என்று நீ நினைக்கிறாயா?'

'நான் அவர்களை என் கண்களால் பார்த்தேன். நான் கடவுள் இருக்கிறார் என்று எப்படி நம்புகிறேனோ அதுபோலவே நான் அவர்களைப் பார்த்ததையும் அது அவர்கள் தான் என்பதையும் நம்புகிறேன்'.

'நீ பார்த்த உருவத்திலும், அமைப்பிலும் தான் கடவுள் அவர்களைப் படைத்திருப்பார் என்று நீ நினைக்கிறாயா?'

'ஆம்'

'கடவுள் முதலிலேயே அவர்களை இப்படித்தான் படைத்திருப்பார் என்று நீ நினைக்கிறாயா?'

'நான் இப்போது சொன்னதைவிட அதிகமாக நான் எதுவும் சொல்ல முடியாது'

'நீ தப்பித்துவிடுவாய் என்று உனக்கு அருள்வெளிப்பாடு கிடைத்திருக்கிறதா?'

'இந்தக் கேள்வி உங்களுடைய இந்த வழக்கு சம்மந்தப்பட்டது இல்லை. நான் சொன்னதற்கு எதிராக நானே பேசவேண்டும் என்று நீங்கள் எதிர்பார்க்கிறீர்களா?'

'உன்னுடைய அசரீரி வாக்குகள் உன்னிடம் வேறு ஏதாவது கூறினவா?'

'ஆமாம். நான் சொல்வது உண்மை. நான் நிச்சயம் கடைத்தேறப் பட்டு விடுவேன் என்று கூறின. ஆனால் எந்த நாள் என்றோ எந்த நேரம் என்றோ எனக்குத் தெரியாது. அவர்கள் என்னை நல்ல தைரியத்துடனும், மகிழ்ச்சியான முகத்துடனும் இருக்கச் சொன்னார்கள்'.

மறுபடியும் அவளது உடை பற்றி நிறையக் கேள்விகள் கேட்கப் பட்டன. 'உன்னுடைய அரசரோ, அரசியோ, உன்னுடன் இருந்த மற்றவர்களோ நீ அணிந்திருக்கும் ஆண் உடையைக் களையச் சொல்லிச் சொல்லவில்லையா?'

'ஆமாம். சொன்னார்கள். கடவுளிடம் கேட்காமல் நான் அதைக் களைய முடியாது என்று மறுத்தேன்'. அவளுக்கு பெண் உடை கொடுக்கப்பட்டதையும், உடை தைத்துக்கொள்ள துணிமணிகள் கொடுக்கப்பட்டதையும் குறிப்பிட்டாள். 'அதற்கு எனக்கு இன்னும் நேரம் வரவில்லை. எல்லாவற்றிற்கும் மேலான கடவுளின் ஆணைக்குக் கட்டுப்படுவது நல்லது என்று சொன்னேன்'.

'நீ கடவுளால் அனுப்பப்பட்டவள் என்பதை உன்னைச் சேர்ந்தவர்கள் நிச்சயமாக நம்பினார்களா?'

'அவர்கள் நம்பினார்களா என்று எனக்குத் தெரியாது. இந்த விஷயத்தில் அவர்களது உணர்ச்சிகளை நான் குறிப்பிட விரும்ப வில்லை. அவர்கள் நம்பாவிட்டாலும் நான் கடவுளால் அனுப்பப் பட்டவள்தான்'.

'அவர்கள் இதை நம்பினால் அவர்களுக்கு நன்னம்பிக்கை இருக்கிறது என்று நம்புகிறாயா?' அதிகமாக அழுத்தம் கொடுத்து இந்தக் கேள்வி ஜோனிடம் கேட்கப்பட்டது.

'நான் கடவுளால் அனுப்பப்பட்டவள் என்று அவர்கள் நினைத்தால், அவர்கள் ஏமாற்றம் அடைய மாட்டார்கள். நிறைய பேர்கள் என்னை விருப்பத்துடன் வந்து பார்க்கிறார்கள். என் கையை முத்தம் கொடுக்கிறார்கள். என்னால் அவர்களுக்கு உதவ முடியவில்லை. ஏழை மக்கள் என்னிடம் உடனடியாக வருகிறார்கள் ஏனெனில் அவர்களிடம் நான் ஒருபோதும் கருணையற்றவளாக நடந்து கொண்டதில்லை. மாறாக அவர்களுக்கு நான் நன்மை செய்யவே விழைகிறேன்.

கேள்விகள் அவளது சிறை தண்டனை பற்றித் திரும்புகிறது.

'நீண்ட நாட்களாக பெரிவ்வா கோபுரத்தில் இருக்கிறாயா?'

'நான்கு மாதங்களாக இருக்கிறேன். ஆங்கிலேயர்கள் என்னைக் கூட்டிப் போக வருகிறார்கள் என்பதை அறிந்து மிகவும் கோபப் பட்டேன். ஆங்கிலேயர்களின் மேல் உள்ள பயத்தால் நான் குதித்தேன். காயம் பட்டுக் கொண்டேன். இருப்பினும், அசரீரி வாக்குகள் நான் குதித்துவிடாமல் என்னை தடை செய்தன. கடவுளிடமும், அன்னை மேரியிடமும் என்னை ஒப்படைத்துக் கொண்டேன். அப்போது புனிதர் காதரீன் மகிழ்ச்சியுடன் இருக்கச் சொல்லி, எனக்கு மிகுந்த ஆறுதல் கொடுத்து சீக்கிரமே என்னை குணப்படுத்திவிட்டார்.

‘நீ கோட்டையிலிருந்து குதித்தவுடன் என்ன சொன்னாய்?’

‘சிலர் நான் இறந்துவிட்டதாகச் சொன்னார்கள். ஆனால் நான் உயிருடன் இருப்பதைக்கண்ட பர்கண்டியர்கள் நான் குதித்ததற்காக என்னை கோபித்துக்கொண்டனர்’.

‘ஆங்கிலேயர்களின் கையில் அகப்படுவதைவிட சாவது மேல் என்று அப்போது நீ சொல்லவில்லையா?’

‘ஆங்கிலேயர்களின் கையில் அகப்படுவதை விட என்னுடைய ஆத்மாவை கடவுளுக்கு சமர்ப்பணம் செய்வேன், என்று சொன்னேன்’.

‘கடவுளின் பெயரை அவமானப்படுத்தும் அளவிற்கு உனக்குக் கோபம் வரவில்லையா, அப்போது?’

‘நான் எந்தப் புனிதரையும் இதுவரை இகழ்வாகப் பேசியதில்லை. அப்படிப் பேசுவது எனது வழக்கமும் இல்லை’.

‘கடவுள் ஆங்கிலேயர்களை வெறுக்கிறாரா?’ என்று கேட்டதற்கு, ‘அவர் ஆங்கிலேயர்களை விரும்புகிறாரா, வெறுக்கிறாரா, எனக்குத் தெரியாது. ஆனால் அவர்கள் எல்லோரும் பிரான்ஸ் நாட்டை விட்டு துரத்தப்படுவார்கள் என்பதை நான் நன்கு அறிவேன் - இங்கேயே இருந்து இறப்பவர்களைத் தவிர’.

கடைசி விசாரணை முடிந்து ஜோன் அவள் சிறையிலடைக்கப் பட்டிருந்த இடத்திற்கே மீண்டும் அழைத்துச் செல்லப்பட்டாள்.

இந்த விசாரணையின்போது நடந்த உரையாடல்களைப் பார்க்கும் போது ஜோன் சில பதில்களை திரும்பத் திரும்ப சொல்வது ஏன் என்ற கேள்வி நமக்குள் எழலாம். அவளை விசாரணை செய்தவர்கள் அவளை எப்படியாவது அவர்கள் சொல்படி கேட்கச் செய்ய வேண்டும் என்ற ஒரே நோக்கத்துடனேயே கேள்விகளைக் கேட்டனர். அவர்கள் எதிர்பார்த்த பதிலை அவள் சொல்லிவிட்டால் அவளைக் குற்றவாளி என்று தீர்ப்பு சொல்லி தண்டனை வழங்கி வழக்கை முடித்துவிடலாம் என்று எண்ணினர். அதனாலேயே ஜோன் தான் சொன்னவைகளையே திரும்பத் திரும்பச் சொல்லி அவர்களின் கவனத்தைத் திசை திருப்பினாள் என்று சொல்லலாம். அல்லது ஒரே பதிலை மறுபடி மறுபடி சொல்லுவதன் மூலம் அவர்களது கேள்விகள் தனக்குப் பிடிக்கவில்லை என்று மறைமுகமாக அவர்களுக்குப் புரிய வைக்க முயன்றாள் என்றும் சொல்லலாம்.

9. குற்றமும்... தண்டனையும்...

ஜோனுடைய பகிரங்க விசாரணைகளின் வாயிலாக அவள் சூனியக்காரி என்றோ, மத நம்பிக்கைகளுக்கு எதிரானவள் என்றோ நிரூபிக்க இயலவில்லை. எப்படி அவளை தங்கள் வழிக்குக் கொண்டு வருவது என்று அவளை விசாரணை செய்தவர்களுக்குப் புரியவில்லை. கடைசி பகிரங்க விசாரணை முடிந்து மூன்று வாரங்களுக்குப் பிறகு, மார்ச் மாதம் 10 ஆம் தேதி, 1431 ஆம் வருடம் கோகன் மறுபடியும் தனது விசாரணையை அவள் சிறையிருந்த அறையில் ஆரம்பித்தார். தாங்கள் நினைத்திருக்கும் பதிலை அவள் வாயிலிருந்து வரவழைக்கவேண்டும் என்ற நோக்கத்துடனேயே அவரது கேள்விகள் அமைந்திருந்தன.

விரோத மனப்பான்மையுடன் துளிக்கூடக் கருணையில்லாமல் கேள்விகளைக் கேட்க ஆரம்பித்தார். ஜோனின் உடல்நிலையும், அயர்ச்சியும் அவளது பதில்களை பலவீனமானவையாக்கின. அவளது தைரியம் குறைய ஆரம்பித்திருந்தது. அவளது முகத்திலிருந்த ஒளி மங்கியிருந்தது. இதையெல்லாம் கருத்தில் கொள்ளாமல் விசாரணை தொடர்ந்தது. அவளது உடை பற்றிய கேள்விகள் மறுபடி மறுபடி கேட்கப்பட்டன. தன்னைக் குற்றம்சாட்ட முயலுபவர்களிடம் ஜோன் கூறினாள்: 'எனக்கு நீண்ட பெண் உடையைக் கொடுங்கள். அதை அணிந்துகொண்டு நான் வழிபாட்டுரையைக் கேட்கிறேன். ஆனால், உங்களைக் கெஞ்சிக் கேட்டுக்கொள்கிறேன் எனது உடையை மாற்றாமல் வழிபாட்டுரையைக் கேட்க எனக்கு அனுமதி கொடுங்கள்'.

அந்தரங்க விசாரணை மார்ச் 18 ஆம் தேதி முடிவடைந்தது. ஜோன் அவள் கோரிய வழிபாட்டுரையைக் கேட்காமலேயே, தனது

உடையை மாற்றாமலேயே. மார்ச் மாதம் 27 ஆம் தேதி மறுபடியும் பகிரங்க விசாரணை மேடைக்குக் கொண்டுவரப்பட்டாள். அவள் செய்த குற்றங்கள் என்று குறிப்பிட்டு 70 குற்றப்பத்திரிகைகள் படித்துக் காண்பிக்கப்பட்டன. முதல் முறையாக அவளுக்காக வாதாட ஒருவரை, ஒரு வக்கீலை வைத்துக் கொள்ளலாம் என்று சொல்லப்பட்டது. ஆனால் ஜோன் மறுத்தாள். 'நான் கடவுளின் ஆலோசனையை விட்டு வெளியே வர விரும்பவில்லை' என்றாள்.

ஜோனுக்கு எதிராகச் சொல்லப்பட்ட குற்றங்களை அவளுக்குப் படித்துக் காட்ட 2 நாட்கள் ஆகியது. மூடநம்பிக்கைகளை பரப்பியதாகவும், அவற்றில் ஈடுபட்டதாகவும், துர்தேவதைகளை அழைத்ததாகவும் இந்தக் குற்றப்பத்திரிகையில் சொல்லப்பட்டது. அவள் அந்தக் குற்றங்களை தான் செய்யவில்லை என்று மறுத்தாள். அவளை மறுபடியும் சிறைச் சாலைக்கு அழைத்துச் சென்று சங்கிலியால் கட்டிலுடன் சேர்த்துக் கட்டி வைத்தார்கள். ஏற்கெனவே அவள் பலமுறை சிறைச்சாலையிலிருந்து தப்பித்துச் செல்ல முயன்று தோல்வி அடைந்ததால், மறுபடியும் அவள் அதைப்போல முயலக்கூடாது என்பதற்காக இப்படிச் செய்வதாக சொல்லப்பட்டது. அதே சமயம் குற்றப்பத்திரிகை 12 ஆக சுருக்கப்பட்டது.

புதன்கிழமை மே 9 ஆம் தேதி ஜோன் சித்திரவதை செய்யப்படுவாள் என்று பயமுறுத்தப்பட்டாள். ரூவான் கோட்டையின் உச்சிக் கோபுரத்திற்கு அழைத்து வரப்பட்டாள். நீதிபதிகள் முன் நிறுத்தப் பட்டாள். அவள் ஏற்கெனவே சொன்ன பதில்களிலிருந்து மேற்கோள் காட்டி அவற்றிற்கு உண்மையான பதில்களைச் சொல்லுமாறு வற்புறுத்தப்பட்டாள். அவள் இல்லையென மறுத்தவற்றை ஒப்புக் கொள்ளுமாறும் அவளை அச்சுறுத்தி எச்சரிக்கை செய்தனர்.

நீதிபதி அவளது பதில்களை படித்துக்காட்டி இந்த அத்துமீறல்களை அவள் ஒப்புக்கொள்ளவில்லை என்றால் அவள் சித்திரவதைக்கு ஆளாக நேரிடும் என்றும், எந்தெந்த ஆயுதங்களால் அவள் சித்திரவதை செய்யப்படுவாள் என்றும் காட்டினார். அவளை சித்திரவதை செய்வதற்கு ஆட்கள் தயாராக நின்றிருந்தனர். இந்தச் சித்திரவதை, 'அவளை சரியான பாதைக்குக் கொண்டு வரும். அவளது உடலுக்கும், ஆன்மாவிற்கு முக்தி கிடைக்கும். இதுவரை அவள் கற்பனை செய்து பொய் சொல்லி அதனால் சேர்த்த பாவங்களுக்கு பரிகாரம் செய்ய உதவும்' என்று சொல்லப்பட்டது.

ஜோன் பதிலளித்தாள்: 'நீங்கள் என்னை துண்டுதுண்டாகக் கிழித்துப் போட்டாலும், என்னுடைய ஆன்மாவை என் உடலிலிருந்து

பிரித்தாலும் நான் எதுவும் சொல்லமாட்டேன். ஒருவேளை நான் ஏதேனும் சொன்னாலும் அது நீங்கள் என்னைக் கட்டாயப்படுத்தி என்னை சொல்லச் சொன்னது என்று பிறகு சொல்லுவேன். என்னை குற்றவாளி என்று தீர்ப்பளித்து தண்டனை வழங்கத் தீர்மானித்தாலும், என்னை உயிருடன் நெருப்பிலிட உத்தரவு இட்டாலும் நான் நெருப்பில் போனாலும் சாகும்வரை நான் விசாரணையில் சொன்னவற்றைத் தவிர வேறு எதையும் சொல்லமாட்டேன். நான் இதுவரை சொன்னது எல்லாம் சரி என்பதையே திரும்பத் திரும்பச் சொல்லுவேன்'.

நீதிபதிகள் சொன்னார்கள்: 'கடினமான இவளது இதயத்தையும், இவள் பதில் சொல்லும் விதத்தையும் பார்க்கும்போது இவளைச் சித்திரவதை செய்வதனால் எந்தப் பயனும் கிடைக்காது என்று நினைக்கிறோம். அதனால் இன்னும் முழுமையான பதில் கிடைக்கும்வரை இவளை சித்திரவதை செய்வதை ஒத்திப் போடுகிறோம்'.

சனிக்கிழமை மே 12 ஆம் தேதி சித்திரவதைக்காரர்கள் தங்கள் வேலையைச் செய்யவேண்டாம் என்று தீர்மானித்தனர். ஆனால் ஜோன் மிகவும் பலவீனப்பட்டுக் கொண்டு போனாள். இரண்டு வாரங்களுக்குப் பிறகு மே 24 ஆம் தேதி நகருக்கு வெளியே இருந்த செயின்ட் வென் (St. Ouen) தேவாலயத்திற்குப் பின்பக்கமிருந்த இடுகாட்டிற்கு ஜோன் அழைத்துச் செல்லப்பட்டாள். அங்கு இரண்டு மர மேடைகள் கட்டப்பட்டிருந்தன. அவள் ஒரு சூனியக்காரி என்றும், மத நம்பிக்கைகளுக்கு எதிரானவள் என்றும் அறிவிக்கப்பட்டாள். கிறிஸ்துவ மத சம்பிரதாயங்கள், சடங்குகள் ஆகியவற்றிலிருந்து அவள் விலக்கப்படுகிறாள் என்றும் தேவாலய அதிகாரிகள் கூறினர். மதச் சார்பற்ற, உள்ளூர் அதிகாரிகளிடம் (அதாவது ஆங்கிலேய அதிகாரிகளிடம்) அவள் ஒப்படைக்கப் படுவாள் என்றும் அவர்கள் அவளை கழுமரத்தில் ஏற்றி உயிருடன் எரிப்பார்கள் என்றும் கூறினர். அவளது தலை மொட்டையடிக்கப் பட்டது. பெண் உடை அணிவிக்கப்பட்டது. தன்னை போப்பிடம் மேல்விசாரணைக்கு ஒப்படைக்குமாறு அவள் வேண்டுகோள் விடுத்தது நிராகரிக்கப்பட்டது. ஆங்கிலேய, பர்கண்டியர்கள் கையில் தான் அகப்பட்டுக்கொண்டு விட்டால் அவர்கள் தன்னை என்ன செய்வார்களோ என்ற பயம் அவளைப் பிடித்துக்கொண்டது.

இதன் காரணமாக, யாரும் எதிர்பாராத முடிவை ஜோன் எடுத்தாள். ஜோன் தன்னைக் குற்றம் சாட்டியவர்களின் தீர்ப்பிற்கு அடிபணிய

சம்மதித்தாள். அதாவது இத்தனை நாட்கள் தான் இறைவனால் அனுப்பப்பட்டவள், சில புனிதர்கள் தனக்கு அசரீரி வாக்குகள் மூலம் இடும் கட்டளைகளை தான் நிறைவேற்ற வந்தவள் என்று சொல்லி வந்ததை எல்லாம் நிராகரித்தாள். தனது அருள்வெளிப் பாடுகளையும், நோக்கத்தையும் துறக்கவும் சம்மதித்தாள். இந்தத் திடீர் திருப்பம் தேவாலய அதிகாரிகளுக்கு மகிழ்ச்சியைக் கொடுத்தாலும், அவள் இறக்கவேண்டும் என்று நினைத்த ஆங்கிலேயர்களுக்கு மிகுந்த கோபத்தைக் கொடுத்தது.

ஜோனின் இந்தப் புதிய மனமாற்றத்திற்குப் பின் அதை ஒப்புக் கொண்டு அவள் கையெழுத்துப்போட ஓர் ஆவணம் தயார் செய்யப் பட்டது. அவளது மறுதலித்தல் ஆவணம் இப்படி எழுதப் பட்டிருந்தது:

'ஜோன் என்னும் பணிப்பெண்ணாகிய நான், நான் செய்த பாவங்களை இப்போது உணருகிறேன். பல பாவங்களைச் செய்திருக்கும் நான் கடவுளின் கருணையால் மறுபடியும் புனித அன்னையின் தேவாலய சம்பிரதாயங்களுக்குத் திரும்புகிறேன். இதை நான் அரை மனதுடன் செய்யவில்லை. முழு இதயத்துடனும், நல்ல மன உறுதியுடனும் ஒப்புதல் வாக்குமூலம் கொடுக்கிறேன். எனக்கு கடவுளின் அருள்வாக்கு அவரது தேவதைகளான புனித மார்கரெட், புனித காதரீன் இவர்களின் குரல்கள் மூலம் எனக்குக் கேட்கிறது என்று நான் சொன்னதும், அதன்படி நடந்து கொண்டதும் மிகப்பெரிய பாவம் என்று உணருகிறேன். இவை யெல்லாவற்றையும் நான் மறுக்கிறேன். இப்படியெல்லாம் சொல்லி மிகப்பெரியதும் ஆழமும் ஆன பாவக்குழியில் விழுந்து விட்டேன். நான் செய்த செயல்களும், என்னுடைய வார்த்தைகளும் தேவாலயத்திற்கு எதிரானவை என்று உணருகிறேன். இவைகளி லிருந்து மீண்டு வந்து மறுபடியும் தேவாலய சம்பிரதாயங்களை கடைபிடிக்கவும், அவற்றின்படியே நடக்கவும் விரும்புகிறேன். இவைகளைவிட்டு விலக விரும்பவில்லை'.

இப்படி தான் செய்தவைகளை மறுதலிப்பதன் மூலம் தனக்கு சில நன்மைகள் கிடைக்கும் என்று நினைத்தாள் ஜோன். முதலில் தான் இறக்க நேரிடாது. தன்னை தீக்கிரையாக்க மாட்டார்கள். தன்னை ஒரு தேவாலய சிறையில் வைப்பார்கள். துன்பமும், ஆபத்தும் நிறைந்த ஆங்கிலேயர்களின் சிறையைவிட தன்னுடைய வாழ்நாளை ஒரு தேவாலய சிறையில் கழிப்பது மேல் என்று அவளுக்குத் தோன்றியது. மிகுந்த அவமானத்துடன் தனது சிறை அறைக்குத் திரும்பினாள் ஜோன்.

திங்கட்கிழமை மே மாதம் 28 ஆம் தேதி ஜோனுடைய நீதிபதிகள் அவளது அறைக்கு வந்து அவள் எப்படி இருக்கிறாள் என்று பார்க்க வந்தனர். ஜோன் மறுபடியும் ஆணுடையில் இருந்தாள். குட்டையான ஓர் உடை, தலையில் தொப்பி, இறுக்கிப் பிடிக்கும் மேல்சட்டை இவற்றை அணிந்திருந்ததாகக் குறிப்புகள் சொல்லு கின்றன. இதைக்குறித்து பலவிதமான எதிர்மறைக் கருத்துக்கள் நிலவுகின்றன. மறுபடியும் ஜோனுக்கும், அவளது நீதிபதிகளுக்கு மிடையே வாய்ச் சண்டைகள், விவாதங்கள் தொடங்கின. பெண் உடையை அணிந்துகொண்டு தனது ஆண் உடையைக் களைந்தவள் எதற்காக மறுபடியும் ஆணுடையை அணிந்துகொண்டாள் என்று கேட்டனர் நீதிபதிகள். தன்னுடைய சொந்த விருப்பத்தின் காரணமாகவே இப்படிச் செய்ததாகவும், யாரும் தன்னைக் கட்டாயப்படுத்தவில்லை என்றும் பதிலளித்தாள். மறுபடியும் ஆணுடை அணிவதில்லை என்று அவள் சத்தியம் செய்திருக்கிறாள் என்று அதிகாரிகள் நினைவுறுத்திய போது, தான் அப்படி ஒரு வாக்குறுதி கொடுத்ததாக தனக்கு நினைவில்லை என்றாள்.

அவள் பல ஆண்களுக்கு மத்தியில் இருந்ததால் பெண்ணுடை அணிவதைக் காட்டிலும் ஆணுடை அணிவதுதான் சட்டபூர்வமாகச் சரியானதாக இருக்கும் என்று பதில் கூறினாள். பெண்ணுடை அணிந்த பின் மறுபடியும் அவள் ஆணுடைக்கு மாறியதற்குக் காரணம் என்ன என்று கேட்டபோது அவள் கூறினாள்: ‘எனக்கு நீங்கள் பல வாக்குறுதிகள் கொடுத்தீர்கள். நான் ஜெபம் செய்ய அனுமதிக்கப்படுவேன் என்றும் எனக்கு ஒரு மீட்பர் கொடுக்கப் படுவார் என்றும், என்னைப் பிணித்திருந்த சங்கிலிகள் அகற்றப்படும் என்றும் எனக்கு வாக்குறுதிகள் கொடுக்கப்பட்டன. ஆனால் அந்த வாக்குறுதிகள் எதையுமே நீங்கள் காப்பாற்றவில்லை. அதனாலேயே ஆணுடைக்கு மாறினேன்’ என்று பதில் சொன்னாள்.

பாவம் அந்தப் பெண்! தன்னைக் காப்பாற்றிக்கொள்ள என்ன வெல்லாம் செய்திருக்கிறாள்! அவள், தான் இவ்வளவு நாட்கள் செய்ததை எல்லாம் மறுத்தவுடன் தன் நிலைமை சற்று மாறும் என்று நினைத்திருந்தாளோ, என்னவோ. நீதி விசாரணை என்ற பெயரில் அவளை துன்புறுத்தும் செயல்கள் நிறுத்தப்படும் என்று நினைத்திருப்பாளோ. ஆங்கில மதகுருமார்கள் விரித்த வலையில் மீளமுடியாதவாறு சிக்கிக் கொண்டு விட்டாள் ஜோன் என்றே நினைக்கத் தோன்றுகிறது.

அவள் மறுபடியும் ஆணுடைய அணிந்துகொண்டிருப்பது அவள் கொடுத்த வாக்குறுதியை மீறிய செயல் அல்லவா என்று

கேட்டதற்கு சங்கிலியால் பிணைக்கப்பட்டு இருப்பதைக் காட்டிலும் உயிரை விடுவது மேல் என்று பதிலுரைத்தாள். 'வழிபாட்டிற்குச் செல்ல என்னை அனுமதியுங்கள். என்னைப் பிணைத்திருக்கும் சங்கிலிகளை அகற்றுங்கள். ஒரு பெண் துணையை எனக்குக் கொடுங்கள். அப்போது நான் நல்லவள் ஆகவும், தேவாலயத்தின் சம்பிரதாயங்களுக்குக் கட்டுப்பட்டு நடப்பவளாகவும் இருப்பேன்' என்று கூறினாள்.

இத்தனை நடந்த பிறகு ஜோன் தான் முன்பிருந்த நிலைக்கே திரும்பினாள். முன்பு சொல்லிவந்தது போலவே அருள்வாக்கு மூலம் பல விஷயங்கள் தனக்குத் தெரிய வந்ததாக அவள் மறுபடியும் கூற ஆரம்பித்தாள். இதைக் கேள்விப்பட்ட நீதிபதிகள் அவள் தனது மாயையிலிருந்து இன்னமும் வெளியே வரவில்லை என்பதை உணர்ந்தனர். அவர்கள் இப்போது பார்க்கும் ஜோன் பழைய ஜோனாகவே இருப்பதையும் உணர்ந்தார்கள். அதனால் புனிதர்கள் மார்கரெட், காதரீன் ஆகியோரின் குரல்களைக் கேட்டாயா என்று கேட்டதற்கு ஆம் என்று பதிலுரைத்தாள்.

அவர்கள் என்ன சொன்னார்கள் என்று கேட்டதற்கு கடவுள் அவர்கள் இருவர் மூலமும் தனக்கு சில வார்த்தைகளைச் சொல்லி அனுப்பியிருப்பதாகக் கூறினாள். அவள் செய்த துரோகம் மிகவும் வருத்தத்தைக் கொடுக்கிறது என்றும், தனது உயிரைக் காப்பாற்றிக் கொள்ள அவள் தான் முதலில் கூறியவற்றை மறுதலித்ததன் மூலம் வாழ்க்கையை நாசம் செய்து கொண்டுவிட்டாள் என்றும் கூறியதாகச் சொன்னாள். பொதுமக்களின் முன் தூக்குமேடையில் அவள் இருந்தால் போதகரின் கேள்விகளுக்கு அவள் தைரியமாக பதில் கொடுக்க வேண்டும் என்று அருள்வாக்கு கூறியது என்று சொன்னாள்.

வியாழக்கிழமைக்கு முன்புவரை அவள் என்ன செய்ய வேண்டும் என்று அவர்கள் கூறியதாகவும், அவள் அப்படியே செய்ததாகவும் சொன்னாள். 'நீ செய்யாததை எல்லாம் செய்ததாகக் கூறிய போதகர் உண்மையானவர் இல்லை; அவர் ஒரு போலி என்று அறிவித்துவிடு' என்று அருள்வாக்கு சொல்லியது. தான் அப்படியே செய்ததாகக் கூறினாள். தன்னைக் கடவுள் அனுப்பவில்லை என்று சொன்னால் அவள் அழிந்து போவாள். உண்மையில் அவள் கடவுளால் அனுப்பப்பட்டவள்தான். தான் செய்ததெல்லாம் தவறு என்று சொன்னதன் மூலம் அவள் மிகப்பெரிய கொடுஞ்செயலைச் செய்திருக்கிறாள் என்று அருள்வாக்கு சொன்னதாகச் சொன்னாள்.

அவளை நெருப்பிலிட்டுக் கொன்றுவிடுவதாக அவர்கள் சொன்னவுடன் அவளுக்கு நெருப்பைக் கண்டு பயம் வந்துவிட்டது. அந்த பயத்தின் காரணமாகவே அவள் தான் இதுவரை செய்ததை எல்லாம் மறுதலித்ததாகக் கூறினாள்.

இதுவரை தான் சொன்னது, செய்தது எல்லாவற்றையும் ஜோன் தூக்குமேடையில் நீதிபதிகள், மற்றும் பொதுமக்களின் முன் பகிரங்கமாக மறுத்தது ஏன்? தனக்குக் கேட்கும் குரல்கள் புனிதர்கள் மார்கரெட் மற்றும் காதரீனின் குரல்கள் என்று தப்பாக பெருமை பேசியதாக ஒப்புக்கொண்டது ஏன்? அவைகளுக்கு அவளிடம் விளக்கம் கேட்கப்பட்டது. 'அப்படிச் செய்யவேண்டும் என்று நான் செய்யவில்லை' என்றாள் அவள். 'இதுவரை எனது இறை வெளிப்பாட்டை மறுக்கும் யோசனை எனக்கு வரவில்லை. நீங்கள் என்னை நெருப்பிலிட்டுக் கொல்லப் போகிறீர்கள் என்றவுடன் நெருப்பிற்கு பயந்து அப்படிச் சொன்னேன்' என்று சொன்னாள்.

'நான் செய்த துரோகம் அவருக்கு அளப்பரிய வருத்தத்தை ஏற்படுத்தியதாக கடவுள் அவரது தேவதைகள் மூலம் தெரிவித்தார். என்னுடைய மறுதலித்தலுக்கு கையொப்பம் இட்டதன் மூலம் மிகப்பெரிய துரோகம் செய்துவிட்டேன். என்னுடைய உயிரைக் காப்பாற்றிக் கொள்ள, நான் கடவுளை ஏமாற்றிவிட்டேன். இப்படிச் செய்ததன் மூலம் என்னையும் அழித்துக் கொண்டுவிட்டேன். நான் எத்தனை பெரிய தீச்செயலைச் செய்துவிட்டேன் என்று இப்போது எனக்குக் கிடைத்த அருள்வாக்கின் மூலம் தெரிந்துகொண்டேன். வியாழக்கிழமை நான் செய்தது, சொன்னது எல்லாமே நீங்கள் என்னை தீக்கிரையாக்குவீர்கள் என்ற பயத்தில்தான்'.

இதையெல்லாம் கேட்ட வழக்கறிஞர்கள் நீதிநெறிகளின்படி இந்த வழக்குத் தொடரட்டும் என்று கூறிவிட்டு நீதிமன்ற ஆவணத்தில் 'ஜோனின் தலைவிதியை நிர்ணயிக்கும் பதில்' என்று எழுதினார்கள்.

அடுத்தநாள் அதாவது செவ்வாய்க்கிழமை மே மாதம் 29 ஆம் தேதி தேவாலய அதிகாரிகள் ரூவன் தேவாலயத்தில் கூடினர். மருத்துவர் களும், இறையியல் நிபுணர்களும், தேவாலய சட்ட அதிகாரிகளும், உள்நாட்டு அதிகாரிகளும் குழுமி இருக்க, தேவாலயத்தின் மதிப்பிற்குரிய தந்தையின் முன் கோகன், ஜோனைப் பார்த்து 'உண்மையின் வழிக்குத் திரும்பு' என்று உபதேசித்தார்.

ஜோன் அவர் சொல்லுவதை மறுத்துப் பேசினாள். 'நான் உங்களுக்கும், உங்களினால் நான் அடையும் துன்பங்களுக்கும்

பயந்தேன். முக்கியமாக என்னை நீங்கள் நெருப்பிலிட்டுக் கொன்று விடுவீர்கள் என்பது என் பயத்தை அதிகப்படுத்தியது. அதனாலேயே வியாழன் அன்று பொதுமக்கள் முன்னிலையில் நான் அதுவரை கூறியதை மறுதலித்துப் பேசி என் வார்த்தைகளைத் திரும்பப் பெற்றுக்கொண்டேன். ஆனால் அப்படிச் செய்ததன் மூலம் இறைவனின் அருட்பார்வை என்னைவிட்டு விலகிவிட்டது. இனி நீங்கள் சொல்லும் உண்மை வழிக்கு நான் திரும்ப மாட்டேன்' என்று அவரது கூற்றை ஏற்றுக்கொள்ள மறுத்தாள்.

இதன் காரணமாக இந்த வழக்கு முடிந்ததாகவும், எதிர்வரும் வியாழனன்று தண்டனை சொல்லப்படும் என்றும் கோகன் கூறினார். அவளை விசாரித்த நீதிபதிகள் தண்டனை விஷயத்தில் தங்களது கருத்தில் வேறுபட்டனர். சில நீதிபதிகள் ஜோன் மதத்திற்கு எதிரானவள், அதனால் அவளை மதச்சார்பற்ற நீதிமன்றத்தில் ஒப்படைத்து விடவேண்டும் என்றும் அவளைக் கருணையுடன் நடத்தும்படி அவர்களிடம் வேண்டிக்கொள்ள வேண்டும் என்றும் சொன்னார்கள்.

ஜோன் மீண்டும் சீர்கெட்டுவிட்டாள்; அவளுக்கு கடவுளின் வார்த்தைகள் உபதேசிக்கப்பட வேண்டும் என்று சிலர் கூறினர். மற்றவர்கள் அவளை ஆங்கிலேயர்களிடம் ஒப்படைத்து விட வேண்டும். ஆனால் கருணை காட்டவேண்டும் என்று கேட்டுக் கொள்ளக் கூடாது என்றனர். அவள் ஒரு பிடிவாதக்காரி, கீழ்படிதல் இல்லாதவள் என்று பல தீர்ப்புகளில் எழுதப்பட்டது.

ஜோன் நீதிமன்றத்திற்கு அழைக்கப்பட்டு தீர்ப்பு அவளுக்குப் படித்துக் காட்டப்பட்டது. 'பொதுவாகப் பணிப்பெண் என்று அழைக்கப்படும் ஜோன் பகிரங்கமாக தான் செய்த பல தவறுகளை தேவாலயத்தின் முன் ஒப்புக்கொண்டுவிட்டு, இப்போது மீண்டும் அதே தவறுகளைச் செய்ய ஆரம்பித்துவிட்டாள்' என்று அறிவிக்கப் பட்டது. அடுத்தநாள் ரூவான் நகரில் உள்ள பழைய சந்தைப் பகுதிக்கு காலை 8 மணிக்கு அவர்கள் முன் அவள் ஆஜராகவேண்டும் என்று உத்தரவிட்டனர். அவர்கள் அவளை சீர்கெட்டவள், தேவாலயத்திலிருந்து விலக்கப்பட்டவள், மத நம்பிக்கைகளுக்கு எதிரானவள் என்று அறிவித்தனர். 'ஜோன் கழுமரத்தில் கட்டப்பட்டு உயிருடன் எரிக்கப்படுவாள்' என்று அறிவிக்கப்பட்டது.

புதன்கிழமை மே மாதம் *30, 1431* ஆம் வருடம் ஜோனை சிறை பிடித்தவர்கள் பல்லாயிரக்கணக்கான மக்கள் கூடியிருந்த சந்தை பகுதிக்கு அவளை அழைத்துச் சென்றனர். அவளை தூக்கு மரத்தில்

நிறுத்தினர். அவளது உடல்நலத்திற்காகவும், கூடியிருந்த மக்களுக்கு நல்லொழுக்க உபதேசம் செய்வதற்காகவும் இறையியல் மருத்துவர் மற்றும் குரு நிகோலஸ் மிடி அவர்களால் மனப்பூர்வமாக பிரசங்கம் ஒன்று நிகழ்த்தப்பட்டது. 'ஒருவர் துன்பம் அனுபவிப்பதால் எல்லோரும் அவர்களுடன்கூட துன்பத்தை அனுபவிக்கிறார்கள்' என்ற கருத்தை மையமாக வைத்து இந்த பிரசங்கம் செய்யப்பட்டது.

மிடி அவர்களின் மனிதாபிமானமிக்க, பெருந்தன்மையான எண்ணங்கள் அந்த இடத்தில் பரவி இருந்தபோதிலும் அங்கு கூடியிருந்தவர்களுக்கு அது ஆறுதல் அளிக்கவில்லை. ஒரு 19 வயதுப் பெண் உயிருடன் நெருப்பில் எரிக்கப்பட்டு இறக்கப் போகும் துன்பத்தை அவள் மட்டுமே அனுபவிக்கப் போகிறாள். துன்பம் என்பதற்கு மேல் ஒரு வார்த்தை இருக்கிறதா? இந்த நிகழ்வை அந்த வார்த்தையினால் விவரிக்கலாம். அவ்வளவுதான். இப்படி ஒரு துன்பத்தை அனுபவிப்பது இருக்கட்டும். அந்த இளம் பெண் படும் துன்பத்தை நம்மால் பார்க்கவும் முடியுமா என்று அங்கு கூடியிருந்தவர்கள் மனதில் தோன்றியிருக்க வேண்டும். அந்த இடமே பெரும் துக்கத்தில் ஆழ்ந்தது.

மிடியின் உரை முடிந்தபின் மீண்டும் ஒருமுறை ஜோனிற்கு நல்லுபதேசம் செய்தனர் அவளது நீதிபதிகள். அவளுடைய ஆன்மா முக்தி பெற அவளது தவறுகளை சிந்தித்துப் பார்த்து உண்மையில் வருந்தச் சொன்னார்கள். மதகுருமார்கள் சொன்ன ஆலோசனை களை ஏற்றுக்கொண்டு முக்தி பெறும் வழியை யோசிக்கச் சொல்லிக் கெஞ்சினார்கள். கடைசியில் 'அவள் தனக்கே உரிய பிடிவாதத்துடனும், முரட்டுத் தன்மையுடனும் தனது தவறுகளையும், அவள் செய்த அருவருக்கத்தக்க குற்றங்களையும் முற்றிலுமாக கைவிட்டுவிட மறுத்தாள்' என்று சொல்லப்பட்டது.

'கடவுளின் புனிதப் பெயரை வைத்துக் கொண்டு பொய் சத்தியம் செய்தவள்; அவரது தேவதைகளை இகழ்ந்து பேசியவள்; இப்படிச் செய்வதன் மூலம் தான் திருத்தமுடியாதவள், மத நிந்தனைவாதி, தவறுகளை மீண்டும் மீண்டும் செய்பவள் என்ற நிந்தனைக்கு ஆளானவள் இவள். இறைவனின் தூய நற்கருணைக்கு பாத்திரம் ஆக தகுதி இல்லாதவளாக இருந்தும் நாங்கள் அவளுக்கு கருணை காட்டினோம்' என்று மதகுருமார்களும், படித்தவர்களும் அவளை நிந்தித்தனர்.

அவளுக்கு விதிக்கப்பட்ட கடைசி தண்டனையை அவர்கள் மேற்கொண்டு படித்தனர். அது இப்படி ஆவணம் செய்யப்பட்டது.

‘கடவுளின் பெயரால் ஆமென். இறைநம்பிக்கைக்கு எதிரான நோய்க்கிருமி ஒன்று விஷத்தன்மையுடன் பிடிவாதமாக தேவாலயத்தின் ஓர் அங்கத்தினரை பீடித்துவிட்டது. அவளை சாத்தானின் கேடுகெட்ட புதல்வி ஆக்கிவிட்டது. இந்தத் தீய தொற்று நோய் உடலின் மற்ற பகுதிகளுக்குப் பரவாமல் மிகுந்த அக்கறையுடன் தடுக்கவேண்டும். புனித அன்னை மேரியின் தேவாலயத்தில் இப்படிப்பட்ட விஷ நோய்கள் பரவுவதை அனுமதிப்பது கூடாது. அதைவிட நல்லவர்களின் மத்தியில் இருந்து இப்படிப்பட்டவர் களை விலக்கி விடுவது இன்னும் உத்தமமான செயல் என்று புனிதத் தந்தைமார்களின் ஆணைகள் சொல்லுகின்றன. இது மற்றவர் களுக்கும் கெடுதல் விளைவிக்கும். அதனால் நாங்கள் ஒரு நியாயமான தீர்ப்பை அறிவிக்கிறோம்’.

‘ஜோன் என்னும் பணிப்பெண்ணாகிய நீ, பலதரப்பட்ட தவறுகளையும், குற்றங்களையும் செய்திருக்கிறாய். அபிப்பிராய பேதங்களை உண்டு பண்ணியிருக்கிறாய்; உருவ வழிபாட்டை செய்திருக்கிறாய்; பூதகணங்களை பிரார்த்தனை செய்து வரவழைத்திருக்கிறாய். இருந்தபோதிலும், சுற்றித் திரிந்து மறுபடியும் தன்னிடம் வருபவனுக்கு தேவாலயம் தன் கதவுகளைச் சாத்தவில்லை. புனிதமான மனத்துடனும், உண்மையாக மனம் திருந்தி உன்னுடைய தவறுகளிலிருந்தும், குற்றங்களிலிருந்தும் நீ உன்னை விடுவித்துக் கொண்டாய். ஒரு குறிப்பிட்ட நாளில் நீ அவைகளை முற்றிலுமாக துறந்துவிட்டதாகவும் இனி மீண்டும் அந்தத் தவறுகளையும், குற்றங்களையும் யாருடைய கட்டாயத்தின் பேரிலும், எந்தவிதத்திலும் செய்யமாட்டாய் என்று பகிரங்கமாக உறுதி கூறி, சபதம் எடுத்து சத்தியமும் செய்தாய். தேவாலயச் சடங்குகளிலும் சம்பிரதாயங்களிலும் இணைந்து இருப்பாய் என்றும் நீண்ட ஆவணம் ஒன்று எழுதி அதில் உன் கையெழுத்தையும் இட்டாய். இந்த நிகழ்விற்குப் பிறகு மீண்டும் உன் மனதில் அதே தவறுகளைச் செய்யும் எண்ணம் ஏற்பட்டு எந்தத் தவறுகளி லிருந்தும், குற்றங்களிலிருந்தும் விடுபட்டாயோ, அதே தவறுகளிலும், குற்றங்களிலும் மறுபடியும் விழுந்துவிட்டாய்’

‘ஓ! உனது இந்த நிலை மிகவும் வருத்தத்தைக் கொடுக்கிறது. தான் வாந்தி எடுத்ததை மறுபடியும் தானே உண்ணும் நாய்போல நீ இந்தத் தவறுகளையும் குற்றங்களையும் மீண்டும் செய்யத் தொடங்கிவிட்டாய். உன்னுடைய தவறுகளையும், குற்றங்களையும் மறுத்து நீ கொடுத்த ஒப்புதல் வாக்குமூலமும், அறிக்கைகளும் வெறும் வாய் வார்த்தைதான் என்று இப்போது மிகவும் தெளிவாகத்

தெரிகிறது. இதன் காரணமாக நீ உன்னுடைய பழைய தவறுகளிலும், குற்றங்களிலும் மறுபடியும் விழுந்துவிட்டாய். உன்னை திருச்சபை நீக்கம் செய்து, நீ மீண்டும் மீண்டும் தவறு செய்பவள்; மத நம்பிக்கைக்கு எதிராக பேசுபவள் என்று அறிவிக்கிறோம்.

நீ ஒரு திருச்சபையின் கெட்டுப்போன அங்கத்தினர். நீ மற்ற அங்கத்தினர்களை தொற்று நோய்போல பீடிக்கக்கூடாது; தேவாலயக் கூட்டுறவிலிருந்து உன்னை வெளியேற்றுகிறோம். உன்னை தள்ளி வைக்கிறோம். தனிமைப்படுத்துகிறோம்; உன்னைக் கைவிட்டு விட்டோம். உன்னை மதச்சார்பற்ற அதிகாரத்திடம் ஒப்படைக்கிறோம். உனக்கு மரண தண்டனையும், உன்னுடைய உடலின் அங்கங்களை ஊனம் செய்யவும் அவர்களுக்கு அனுமதி அளிக்கிறோம். நீ செய்த தவறுகளுக்கும், குற்றங்களுக்கும் உண்மையான வருத்தம் உன்னிடம் தெரிய வருமேயானால் உனக்கு அந்தரங்க ஒப்புதல் வாக்குமூலமும், குற்ற விடுதலை கொடுக்க அனுமதியும் அளிக்கப்படும்'.

'ஜோன் என்னும் நீ பணிப்பெண் என்று பொதுவாக எல்லோராலும் அழைக்கப்படும் உன்னுடைய கணக்கில் பல விஷத்தன்மையுடன் கூடிய குற்றங்கள் குவிந்துள்ளன. மேலும் தேவாலயத்திற்கு விசுவாசமாகவும் இல்லை என்ற குற்றச்சாட்டுக்கும் ஆளாகியிருக் கிறாய். இந்த வழக்கின் விசாரணையையும், அதன் பின் நடந்த வைகளையும் குறிப்பாக உனது பதில்களையும், உனது ஒப்புதல் வாக்குமூலம், நீ கொடுத்த உத்தரவாதங்கள் ஆகியவற்றை மிகுந்த கவனத்துடன் ஆராய்ந்து பார்த்தோம்.

'இறையியல் ஆசான்கள், பாரிஸ் பல்கலைக்கழகத்தின் ஆவணங்கள், பல்கலைக்கழகத்தின் பொதுக்குழு, பீடாதிபதிகள், மருத்துவர்கள், கிறிஸ்துவ சட்டங்களையும், உள்நாட்டு நியதிகளையும் படித்தவர்கள், கிறிஸ்துவமத நம்பிக்கைகளை தீவிரமாகக் கடைபிடிப்பவர்கள் எல்லோரும் மிகப்பெரிய அளவில் கூடி உன்னுடைய அறிக்கைகள், வார்த்தைகள், செயல்கள் ஆகியவற்றை சீர்தூக்கிப் பார்த்த பின் தெரிவிக்கும் கருத்து இதுதான்:

'இயேசுவையும், மரபு வழுவாத கோட்பாடுகளையும் கொண்டவர் களாகிய நாங்கள், உன்னுடைய அருள்வெளிப்பாடுகள், அருவமாக நீ கண்டதாகச் சொல்வது எல்லாம் போலி நடிப்பு என்றும், நீ கெடுதலைச் செய்பவள், ஆளை மயக்குபவள், முரட்டுத்தனம் வாய்ந்தவள், மூட நம்பிக்கை கொண்டவள், ஒரு சூனியக்காரி,

கடவுளையும், அவரது தேவதைகளையும், நிந்திப்பவள், இழிவாகக் கருதுபவள், தேவ வாக்குகளையும், திருச்சபையையும் பற்றிய பொய்களைச் சொல்லுபவள், கொடூரமானவள், விசுவாச துரோகி. இப்படி இருப்பதன் மூலம் இறைவனையும், புனித தேவாலயத்தையும் அவமதித்திருக்கிறாய்'.

'இதனால் நாங்கள் உன்னை தேவாலயத்திலிருந்து விலக்கி வைக்கிறோம். நீ உன்னுடைய குற்றங்களில் பிடிவாதமாகவும், எல்லை மீறுதலும் செய்திருக்கிறாய். உன்னால் மற்றவர்களுக்கும் இந்த நோய் பரவாமல் இருக்க, உன்னை நாங்கள் மதச்சார்பற்ற நீதிபதிகளிடம் சாத்தானின் உடலின் ஒருபகுதியாக ஒப்படைக்கிறோம். அவர்கள் உனக்கு மரண தண்டனை விதிக்கட்டும். ஒருவேளை நீ உன் தவறுகளை உணர்ந்து உண்மையாக மன்னிப்புக் கேட்பாயானால் உனக்கு குற்ற விடுதலை கிடைக்கட்டும்'.

இதனைக் கேட்டவுடன் ஜோன் நிலைகுலைந்து போனாள்.

'ஆ! ஐயோ! நான் இத்தனை கொடூரமாகவா தண்டிக்கப்பட வேண்டும்?' ஜோன் அரற்றினாள். 'ஐயோ! என்னுடைய தூய்மை யான, முழுமையான இந்த உடல் - ஒருமுறைகூட இழிவான செயல் செய்யாத இந்த உடல் இன்றைக்கு தீயினால் எரிக்கப்பட்டு சாம்பல் ஆக வேண்டுமா? இதற்கு பதில் என்னுடைய தலை 7 முறை சீவப்படட்டும்! என்னுடைய எதிரிகளின் சிறையில் நான் அடைக்கப்பட்டு விட்டேன். அதனால் அன்றோ இப்படி ஒரு துயரமான முடிவு எனக்கு நேர்ந்திருக்கிறது? ஒருவேளை, நான் தேவாலய சிறையில் அடைக்கப்பட்டு, மதகுருமார்களால் காக்கப் பட்டிருந்தால் இப்படிப்பட்ட ஒரு துரதிர்ஷ்டம் எனக்கு வராமல் போயிருக்கும்! ஓ! நான் கடவுளிடம் முறையிடுகிறேன்! அவரே உயர்ந்த நீதிமான்! எனக்கு இழைக்கப்பட்ட காயங்களுக்கு அவர் தீர்ப்பளிக்கட்டும்!'

பியர் கோகனைப் பார்த்து அழுதாள்: 'மதகுருவே, உங்களால்தான் நான் இறக்கிறேன். நீங்கள் மட்டும் என்னை தேவாலயச் சிறையில் வைத்திருந்து என்னை சாமர்த்தியமும் தகுதியும் வாய்ந்த தேவாலய பாதுகாப்பாளர்களிடம் ஒப்படைத்திருந்தால் இப்படி நடந்திருக்காது. உங்களுக்கு எதிராக தீர்ப்பு வழங்கும்படி கடவுளிடம் நான் முறையிடுகிறேன்!'

பிறகு ஜோன் தனக்காகப் பேசிக்கொண்டாள்: 'நான் இதுவரை சொன்னது, செய்தது எல்லாமே கடவுளின் கைகளில் இருக்கிறது.

நான் அவரிடம் என்னை ஒப்படைக்கிறேன். நான் விசாரணையில் சொன்னதை எல்லாம் நீங்கள் எனக்கு எதிராக பயன்படுத்திக் கொண்டீர்கள். எனக்காக நீங்கள் எதுவும் எழுதவில்லை. நான் ஒரு நல்ல கிறிஸ்துவப் பெண். சரியான முறையில் ஞானஸ்நானம் செய்விக்கப்பட்டவள்; நான் நல்ல கிறிஸ்துவளாகவே இறப்பேன்!'

'ரூவான் நகரமே! ரூவான் நகரமே! நான் இங்குதான் இறக்க வேண்டுமா?' ஜோன் அழுதாள். கூடியிருக்கும் மக்களைப் பார்த்துச் சொன்னாள்: 'நான் செய்த தீங்குகளை மன்னியுங்கள். நான் நீங்கள் செய்த தீங்குகளை மன்னித்ததுபோல!'

'இறைவனின் குருமார்களே! நான் உங்களைக் கேட்டுக் கொள்கிறேன். தயவு செய்து என் ஆன்மா முக்தி பெற ஒரு வழிபாட்டுரையைச் சொல்லுங்கள். எனது அருள்வாக்குகள் உண்மையில் கடவுளிடமிருந்து வந்தவை. நான் செய்தது எல்லாம் கடவுளின் ஆணைப்படிதான்!'

ஜோனின் தலையில் ஒரு காகிதத் தொப்பி வைக்கப்பட்டது. அதில் 'மத நம்பிக்கைகளுக்கு எதிரானவள், தவறுகளுக்கு மீண்டும் திரும்பியவள், விசுவாச துரோகி, உருவ வழிபாடு செய்தவள்' என்று எழுதியிருந்தது.

ஜோனின் வெற்றுக் கால்களுக்கடியில் நெருப்பு மூட்டப்பட்டது. மெல்லிய புகை அவளது முகம் நோக்கிக் கிளம்பியது. சீக்கிரமே தீ நாக்குகள் அவளது சருமத்தைத் தீண்ட ஆரம்பித்தன. அந்த தீயின் சூடு பெரும் வேதனையை உண்டு பண்ணியது. இன்னும் இன்னும் அதிகமாகியது. ஜோனின் பயம் வேதனையாக மாறியது. சுற்றிலும் இருந்த நெருப்பின் புகை மேலும் மேலும் பரவ, நீதிபதிகள், அவளை சிறைப் பிடித்தவர்கள், சித்திரவதைக்காரர்கள் எல்லோரும் அவளது பார்வையின் முன் தெளிவற்றவராக ஆயினர்.

இந்த 19 வயதுப் பெண் மத நம்பிக்கையற்றவள், தெய்வநிந்தனை செய்பவள், சூனியக்காரி என்ற பட்டங்களை இவர்களால் அநியாயமாக சூட்டிக்கொண்டாள். அவளை உயிருடன் தீ வைத்துக் கொளுத்திய போது அவள் வேண்டிக்கொண்டதெல்லாம் ஒன்றுதான்: கையில் சிலுவையை ஏந்தி, அதைப் பார்த்தபடியே தனது ஆத்மாவை கடவுளுக்கு அர்ப்பணம் செய்யவேண்டும்.

'அவளது முடிவு மிகவும் மெல்ல மெல்ல நிகழ்ந்தது' என்கிறார் அவளது கதையை எழுதிய மேரி கோர்டன். தீ நாக்குகளிடமிருந்து சற்றுத் தொலைவில் அவளை நிறுத்தச் சொன்னார்கள். இதனால் தீ

மெல்ல மெல்ல அவளை நெருங்கும். அவள் சிறுகச் சிறுகச் சாகட்டும் என்று. அவளது கடைசி நிமிடங்களை கோர்டன் இப்படி விவரிக்கிறார்:

சில படிகளை கடந்து அவள் மரமேடைக்கு அழைத்துச் செல்லப் பட்டு அதனுடன் கட்டப்பட்டாள். ஒரு சிலுவையை தன் முன் ஏந்தி நிற்குமாறு கேட்டுக்கொண்டாள். ஓர் ஆங்கில வீரன் இரண்டு மரக் குச்சிகளை சேர்த்து அவளிடம் கொடுத்தான். ஜோனின் விசுவாச முள்ள பாதிரியார் மார்டின் லாட்வேன்யூ தேவாலயத்திற்குச் சடுதியில் சென்று அங்கிருந்த தங்கச் சிலுவையை அவள் கண் முன் ஏந்திப் பிடித்தார். நெருப்பு மூட்டப்பட்டது. வெகு சீக்கிரமே தீப்பிழம்பிற்குள் ஜோன் காணாமல் போனாள். தண்டனை நிறைவேற்றுபவர் 'நெருப்பு அவளைச் சூழ்ந்தபோது ஜோன் குறைந்தபட்சம் 6 முறை 'ஜீசஸ்! ஜீசஸ்!' என்று கதறினாள்' என்றார். அங்கு கூடியிருந்த அனைவருமே அழுதனர்.

ஜோனின் மிகக் குறுகிய வாழ்க்கையில் அவள் மகத்தான சாதனை களைச் செய்தாள். தனது நாட்டு மக்களைக் கவர்ந்தாள். தன் நாட்டு அரசனது முடிசூட்டு விழாவை நடத்திக் காட்டினாள். தனது நாட்டை வெற்றிப் பாதையில் மறுபடி பயணிக்க வைத்தாள். அவளது மத நம்பிக்கைகள் அவளை பல ரத்தப் போர்க்களங்களின் பயங்கரங்களை கடந்து செல்லும்படிச் செய்தன. தனது அரசனுக்காக போர் புரிந்தாள். யாரை அரியணையில் அமர்த்த உதவினாளோ, அவனாலேயே வஞ்சிக்கப்பட்டும் உயிருடன் இருந்தாள், தான் குற்றமற்றவள் என்று நிரூபிக்க.

அவளது வாழ்வின் கடைசித் தருணத்தில் அவளது முன்னாள் எதிரி ஓர் ஆங்கில வீரன் உடைந்த குச்சியினால் அவசரமாக ஒரு சிலுவை செய்து மரணித்துக் கொண்டிருக்கும் அவளது கையில் கொடுத்தான். அவள் அதற்கு முத்தம் கொடுத்து பிரார்த்தனை செய்தபடியே அதை தன்னுடைய அங்கியின் முன்பாகத்தில் செருகிக்கொண்டாள். கடந்த இரண்டு ஆண்டுகளில் அவள் ஆண் உடை அணியாத சில தருணங்களில் இதுவும் ஒன்று.

ஆண் உடை அணியும் அவளது இந்த வழக்கம் மிகப்பெரும் பாவச்செயலாகப் பார்க்கப்பட்டது. அவளுக்கு மரணதண்டனை கொடுக்கப்பட்டதற்கு இந்த நியதி மீறலும் ஒரு காரணம். கூட்டத்தில் இருந்தவர்கள் ஜோனின் மீதுள்ள பரிதாபத்தாலும், நேரில் கண்முன் நடக்கும் பயங்கரத்தைப் பார்க்க நேர்ந்ததாலும் அழுதனர். ஆனால் ஜோன் மௌனமாகத் தன்னைக்

கொன்றவர்களை மன்னிக்குமாறு ஆண்டவனிடம் கோரிக்கை வைத்தாள். அவள் 6 முறை வலிமை மிக்க குரலில் 'ஜீசஸ்!' என்று அலறினாள்.

ஜோனின் சாம்பல் காற்றிலும் சீன் நதியிலும் தூவப்பட்டது. எதிர்காலத்தில் யாரும் அவளுடைய நினைவுச் சின்னம் என்று எதையும் சொந்தம் கொண்டாட முடியாதபடி செய்யப்பட்டது. இருந்தபோதிலும் ஜோனின் மரணத்திற்குப் பிறகு அவளது இதயம் மட்டும் எரிந்து சாம்பலாகவில்லை என்று வதந்தி பரவியது. அது எரியாது என்றும் சொல்லப்பட்டது. அவளது ஆன்மா என்னவாயிற்று? விசாரணையின்போது இருந்த மதிப்பீட்டாளர்களில் ஒருவரான ஜோன் எல்ஸ்பி அடக்கமுடியாமல் அழுது கொண்டே கூறினார்: 'இந்தப் பெண்ணின் ஆன்மா இருக்குமிடத்தில் எனது ஆன்மா இருப்பதாக நான் நம்புகிறேன்.'

10. அவள் ஓர் அப்பாவி

ஜோன் மறக்கப்படவில்லை. அவள் இந்த உலகத்தை விட்டு மறைந்தபின்னும், உலகம் முழுவதும் அவள் ஒரு வியக்கத்தக்க பெண்ணாகவே பார்க்கப்பட்டாள். உலகின் ஏதோ ஒரு மூலையில் நடந்த நிகழ்வு ஒன்று இதை நமக்குத் தெரிவிக்கிறது: அவளது மரணத்திற்கு இரண்டு ஆண்டுகளுக்குப் பின் கான்ஸ்டான்டிநோபிள் நகரில் பைசான்டைன் சக்கரவர்த்தியின் பணியாள் ஒருவன் அந்த ஊருக்கு வந்திருந்த பர்கண்டியன் பார்வையாளர் ஒருவரிடம் பணிப்பெண் ஜோன் பிடிப்பட்டது உண்மையா என்று கேட்டான். கிரேக்கர்களுக்கு இது நடக்க முடியாததாக, நம்ப முடியாததாக இருந்தது என்று அந்த பர்கண்டியன் கூறியதாகத் தகவல்கள் கூறுகின்றன. அவள் என்னவாக ஆனாள் என்று கூறியபோது அவர்கள் ஆச்சரியத்தில் மூழ்கினார்கள்.

ஆர்லியன் நகர மக்களால் அவள் நினைவு கூறப்பட்டாள். தங்களுடைய விடுதலைக்காக அவர்கள் அவளுக்கு மிகவும் கடமைப்பட்டிருந்தனர். ஆங்கிலேயர்களை அவள் மிகவும் இழிவான தோல்விக்கு உள்ளாக்கிய அந்த நாள் - மே மாதம் 8, 1429 - ஒவ்வொரு வருடமும் கொண்டாடப்பட்டது. அந்த வெற்றித் திருநாளன்று ஜோனை நினைவு கூறும்வகையில் பல நிகழ்ச்சிகள் நடந்தன. ஜோனுடன் கூட ஆயுதம் ஏந்திய சகோதரர்களுள் ஒருவராக இருந்த ஜாயில்ஸ் டி ரேய் என்ற உயர்குடிமகன் 1435 ஆம் ஆண்டு 'ஆர்லியன் முற்றுகையின் மர்மம்' என்ற பெயரில் மலைப் பூட்டும் வகையில் ஒரு நாடகம் நடத்தினார்.

மர்மம் என்ற வார்த்தை பைபிளில் கூறப்படும் கதைகளிலும், புனிதர்களின் வாழ்விலும் மட்டும் புழங்கக்கூடிய ஒரு சொல். இந்த

வார்த்தையை பயன்படுத்தியதன் மூலம் நாடகத்தைப் பற்றிய எதிர்பார்ப்பு பல மடங்காகப் பெருகியது. நூற்றுக்கணக்கானவர்கள் தோன்றி 20,000 வரிகளைப் பேசி நடித்தனர். மிகச் சிறப்பாகக் கற்பனை செய்து அமைக்கப்பட்ட புனைத்திறன் மிகுந்த மேடைக் காட்சிகளில் பணிப்பெண் சுவர்க்கலோகத்தால் அவளுக்கு அளிக்கப்பட்ட வெற்றியை மறுபடியும் வாழ்ந்து காட்டினாள்.

அந்தச் சமயத்தில் கறுத்த கூந்தலை உடைய பெண் ஒருத்தி பிரான்ஸ் நாட்டின் வடமேற்கு எல்லைக்கு வெளியே தொம்ரேமியிலிருந்து 50 மைல் தொலைவிலிருந்த மெட்ஸ் நகரில் தோன்றினாள். அவள் ஜோன்போலவே இருந்தாள். அல்லது ஜோன் தன்னைச் சுற்றி மூட்டப்பட்ட நெருப்பிலிருந்து எப்படியே தப்பித்துவிட்டாள் என்று நம்ப ஆசைப்பட்ட மக்களுக்கு இவள் ஜோன்போலவே காட்சி அளித்தாள் என்றும் சொல்லலாம். ஜோனின் இரண்டு சகோதரர்கள் உட்பட பலரும் அவளை அடையாளம் தெரிந்துகொண்டதாகக் கூறினர். அவள் ஆண்களின் உடையை அணிந்திருந்தாள். மிக லாகவமாக, திறம்படக் குதிரை சவாரி செய்தாள்.

அவள் பிரபலமான அந்தக் கொஞ்ச காலத்தில் அவளுக்கு மெட்ஸ் நகரின் சிறந்த வீரரான ராபர்ட் டெஸ் ஆர்மொய்செஸ் கணவராகக் கிடைத்தார். அவர் அந்த ஊரின் மிகப் பெரிய செல்வந்தரும்கூட. இந்த ஜோனின் நகல் இரண்டு ஆண் குழந்தைகளுக்குத் தாயும் ஆனாள். 1439 ஆம் வருடம் அவள் ஆர்லியன் நகரின் மேற்குப் பகுதிக்குச் சென்றபோது, அவள் அந்த நகருக்குச் செய்த நன்மைக்காக அவளுக்கு தங்க பணப்பைகளும் அளிக்கப்பட்டன. ஆனால் 1440 ஆம் வருடம் திரும்பவும் அவள் பாரிஸ் நகருக்கு வந்தபோது, அவள் ஜோன் இல்லை, ஏமாற்றுக்காரி என்று பகிரங்கமாக அறிவிக்கப்பட்டாள். இந்த மோசடியால் எந்தவிதப் பயனும் இல்லை என்று அறிந்து அந்தப் பெண் மெல்ல மறைந்து போனாள்.

பொதுமக்களின் நடுவில் ஜோனின் நினைவு இப்படிப்பட்ட நிகழ்வுகளால் மறுபடியும் உயிர்பிக்கப்பட்டது. அரசியல் வட்டாரத்தில் என்ன நடந்தது?

ஆண்டுகள் செல்லச்செல்ல யுத்தம் பற்றிய நினைவுகளின் ஊடே இறந்துபோன ஜோன் ஆவியுருவில் பிரான்ஸ் நாட்டை சுற்றிச்சுற்றி வருவதாகச் சொல்லப்பட்டது. ஆனால் அவளால் மன்னனாகப் பட்ட சார்ல்ஸ் அரசன் மௌனம் காத்தான். அவனது வாழ்க்கையில் முக்கியப் பங்காற்றியவள் ஜோன். வரலாற்றில் ஆர்மன்யாக் மற்றும்

பர்கண்டி முதலிய பெயர்கள் எழுதப்பட்டால் கூடவே ஜோனின் பெயரும் இணைத்து எழுதப்பட வேண்டும். ஆர்மன்யாக்காரர்கள் மட்டுமே பிரெஞ்சுக்காரர்கள், பர்கண்டியர்கள் துரோகிகள் என்பது சுவர்க்கத்தின் ஆணை என்று அவள்தான் கூறினாள்.

பிரான்ஸ் நாட்டின் அரசுரிமை அவனுக்கில்லை என்று அவனது தாயாராலேயே விலக்கிவைக்கப்பட்டிருந்த சார்ல்ஸ் அரசனை முடிசூட்டுவிழாவரை அழைத்துப் போனாள். சார்ல்ஸ் மன்னனுக்கே பிரான்ஸ் நாட்டின் அரசராகும் உரிமையைக் கடவுள் கொடுத்திருப்பதாகச் சொன்னாள். ஆங்கிலேயர்களின் பிடியிலிருந்த பிரான்ஸ் நாட்டை மீட்டுக் கொடுத்தாள். கடைசியில் ஆங்கிலேயர் களிடம் பிடிபட்டு விசுவாச துரோகி என்று தீர்ப்பு வழங்கப்பட்டு இறந்தும் போனாள். இந்த நிலையில் அவளைப் பற்றிய விஷயத்தில் அரசனின் மௌனம் சரி என்றே தோன்றியது.

ஜோனின் மரணம் ஆங்கிலேயர்களின் யுத்த முயற்சிகளுக்கு ஒரு புதிய உத்வேகத்தைக் கொடுத்தது. பிரெஞ்சுக்காரர்கள் மனம் உடைந்து போயிருந்தார்கள். ஆனால் ஒரு வருடத்திற்குப் பிறகு பிரெஞ்சுக்காரர்கள் பணிப்பெண்ணின் தோழர்களின் தலைமையின் கீழ் படையெடுத்து பலப்பல போர்களை செய்து வெற்றி பெற்றார்கள் பர்கண்டியின் பிலிப்புடன் 1435 ஆம் வருடம் டிசம்பர் மாதம் ஓர் ஒப்பந்தம் செய்துகொள்ளப்பட்டது. ஏழாம் சார்லஸின் படைகள் அடுத்த வருடம் பாரிஸ் நகரைப் பிடித்தன. 1438 ஆம் வருடம் பிரான்ஸின் தேவாலயம் சார்ல்ஸ் அதிகாரத்தின் கீழ் வந்தது.

பத்துவருடங்கள் கழித்து 1449 ஆம் வருடம் அந்த அதிகாரத்தைப் பயன்படுத்தி போப் ஐந்தாம் நிகோலஸிடம் பணிப்பெண் ஜோன் பற்றிய ஒரு புதிய விசாரணைக்கு (அவளது மரணத்திற்குப் பின்) அனுமதிக்குமாறு கேட்டுக்கொண்டான். அவனது இந்தச் செய்கையானது எத்தனை மனிதாபிமானத்துடன் ஜோனுக்கு கிரயத் தொகை கொடுக்க மறுத்தானோ அதே மனிதாபிமானத்துடன் இருப்பதாகப் பலர் நினைத்தனர். அப்போது அவள் ஆங்கிலேயர் களின் கையில் அகப்பட்டிருந்தாள். அவனால் அவளைக் காப்பாற்ற முடியாமல் போயிற்று. அவளை கைவிட்டது தவறாகவே இருந்தாலும், அந்தச் சூழ்நிலைக்கு அவனது அந்த முடிவு சரியே.

இப்போது அதிகாரம் அவன் கையில் இருக்கிறது. செய்த தவற்றைத் திருத்திக் கொள்ள இது ஒரு வாய்ப்பு. அவனுக்கு ஜோனின் பெயரை நிலைநாட்டுவதில் என்ன லாபம்? அவளது பெயர் அரசியலில் இவனது பெயருடன் சம்பந்தப்பட்டிருந்தது ஒன்றே என்று

தெளிவாகத் தெரிந்தது. அதாவது ஜோன் அவளை கொன்றவர் களால் மதநம்பிக்கைக்கு எதிரானவள், சூனியக்காரி என்று அழைக்கப்பட்டிருக்கும்போது அவளது பதாகையின் கீழ் அவளது வாளின் நுனியில், அரசன் என்ற அதிகாரத்தைப் பெற்ற அவன் யார்? அவளது பெயரை சரி செய்வதன் மூலம் தனக்கும் நல்ல பெயர் சம்பாதித்துக்கொண்டான் என்று சொல்லவேண்டும்.

ஜோன் மதநம்பிக்கைகளுக்கு எதிரானவள் என்றால், ஆர்லியனில் கிடைத்த வெற்றி அரசனுக்கு சுவர்க்கத்திலிருந்து கிடைத்த ஆசீர்வாதம் என்றாளே அதற்கு என்ன அர்த்தம்? அவளது விசாரணை நடந்த ரூவான் நகரம் ஆங்கிலேயர் பிடித்திருந்த பிரெஞ்சு நகரம். அங்கு தீர்ப்பளிக்கப்பட்டது பற்றி எதுவும் பேசாமல் இருப்பதே உத்தமம். ஆனால் 1450 பிப்ரவரி மாதம் சார்ல்ஸ் அரசன் ஜோன் பற்றிப் பேசினான். கடைசியாக ஆங்கிலேயர்கள் பிரான்ஸ் நாட்டிலிருந்து விரட்டியடிக்கப்பட்டு நான்கு மாதங்கள் ஆகியிருந்தது. அரசன் கம்பீரமாக நகருக்குள் நுழைந்து 3 மாதங்கள் ஆகியிருந்தது. அரசன் சொன்னான்:

'நீண்ட நாட்களுக்கு முன், ஜோன் என்னும் பணிப்பெண் நமது பழைய எதிரிகளால் பிடிக்கப்பட்டு, ரூவான் நகருக்குக் கொண்டு வரப்பட்டாள். அவளை சில குறிப்பிட்ட நபர்கள் விசாரித்தனர். அந்த விசாரணையில் பல தவறுகளும், பழி தூற்றல்களும் இருந்தன. அவள் மேல் இருந்த பகைமை காரணமாக நடத்தப்பட்ட இந்த விசாரணையின் முடிவில் அவள் மிகவும் கொடூரமான முறையில் காரணமே இல்லாமல் கொல்லப்பட்டாள். பகைமையினால் மனது வக்கிரமாக்கப்பட்ட வர்களால் மட்டுமே பணிப்பெண்ணை கண்டனம் செய்திருக்க முடியும்.' சொன்னதுடன் நில்லாமல், இறையியல் நிபுணர் கியாம் பிலியோவிற்கு ஓர் அரச கடிதம் அனுப்பினான்.

'இந்த அரச கடிதத்தின் நோக்கம் இறையியல் நிபுணர் கியாம் பிலியோ இந்த விசாரணையின் உண்மையைக் கண்டுபிடித்துத் தரவேண்டும். எந்த முறையில் நடத்தப்பட்டது, என்ன சொல்லப் பட்டது என்று மிகுந்த கவனத்துடன் விசாரித்து எல்லா விவரங் களையும் எங்களுக்கும் எங்கள் அரசவையைச் சேர்ந்தவர்களுக்கும் சொல்லவேண்டும். அல்லது உறையிலிடப்பட்ட கடிதத்தில் இந்த வழக்கு சம்பந்தப்பட்ட நீங்கள் கண்டுபிடித்த விஷயங்களை எழுதி அனுப்பவேண்டும்.' என்று பிலியோவிற்கு ஒரு கடிதம் அனுப்பப் பட்டது.

பிலியோவும் ஜோனின் மற்ற நீதிபதிகள்போல பாரிஸ் பல்கலைக் கழகத்தின் ஆசிரியர். ஆனால் 19 வருடங்களுக்கு முன் ஜோன் விசாரிக்கப்பட்டபோது அவர் தனது ஆசிரியப் பணியின் ஆரம்பநிலையில் இருந்தார். சார்ல்ஸ் அரசனுக்கு விசுவாசி அவர் என்பதில் சந்தேகமே இல்லை. கோகன் பாதிரியார் செய்த விசாரணையின் நடைமுறைகளை மறுபரிசீலனை செய்யுமாறு அவரிடம் கேட்டுக்கொள்ளப்பட்டது. நேரத்தை வீணடிக்காமல் உடனடியாக தனது வேலையை ஆரம்பித்தார் பிலியோ.

மார்ச் மாத ஆரம்பத்தில் விசாரணையில் பங்குகொண்ட 7 சாட்சிகளை விசாரித்தார். இந்த சாட்சிகளில் ஆவண எழுத்துப் பதிவாளர் கியல் மான்சன், தண்டனையை நிறைவேற்றிய ஜோன் மாஸியே மற்றும் ஜோனின் கடைசித் தருணங்களில் அவள் பக்கத்தில் இருந்த சகோதரர் மார்டின் லாவென்யே ஆகியோர் அடங்குவர். அவளது கூற்றுக்களை எல்லாம் மறுப்பது மட்டுமே கடவுளின் கட்டளை என்று ரீதியில் செய்யப்பட்ட விசாரணையின் போது இந்த மூவரும் அங்கிருந்தனர். அன்றிலிருந்து ஜோன் கூறியதுபோல சார்லஸ்தான் பிரான்ஸ் நாட்டின் உண்மையான வாரிசு என்று தெளிவாகத் தெரிந்திருந்தது.

இந்த இரண்டாவது விசாரணையின்போது புதிய விஷயங்கள் வெளி வந்தன. எல்லா சாட்சிகளும் நிறைய விஷயங்களை நினைவு கூர்ந்தனர். சார்ல்ஸ் அரசனின் விரோதிகளான ஆங்கிலேயர்களின் அரண்மனையில் செய்யப்பட்ட ஜோனின் விசாரணை ஒருதலைப் பட்சமானது என்ற அரசனின் கூற்றை மேற்சொன்ன மூவரும் ஒப்புக்கொண்டிருந்தனர். அரசன் ஹென்றியின் ஆளுநரும், ரூவான் நகரிலிருந்த ஆங்கில ராணுவத்தின் அதிகாரியும் ஆன வார்விக் பிரபு, கைதியான ஜோனுக்கு உதவி செய்தால் டி லா பியரை ஸீன் நதியில் தள்ளிவிடுவதாக பயமுறுத்தியதாக சாட்சிகளில் இருவர் கூறினார்கள். விசாரணையின் போது கோகன் முழுக்க முழுக்க ஆங்கிலேயரின் கைப்பாவையாக இருந்தார் என்று எல்லா சாட்சிகளும் சொன்னார்கள்.

மதகுருமார்களிடம் மேல் முறையீடு செய்வதைத் தடை செய்த ஆங்கிலேயர்கள் திருச்சபையின் பாதுகாப்பில் ஜோனை வைப்பதையும் தடுத்தனர். ஆங்கிலேயரின் மாளிகையில் சிறை வைக்கவேண்டும் என்றனர். ஓர் ஒற்றன் ஜோனிடம் அனுப்பப்பட்டு அவளிடமிருந்து விஷயங்களை தந்திரமாக அறிந்து வரவும் ஏற்பாடு செய்யப்பட்டது என்று கியல் மான்சன் விளக்கினார்.

நிகோலா லோயிஸஸுலர் என்ற ரூவான் அதிகாரி ஜோனின் பாவமன்னிப்பு கேட்கும் பாதிரியாராகவும், ஆலோசகராகவும் வருகை தந்தார். உண்மையில் அவர் அவளது நம்பிக்கையைப் பெறவும், அவளிடமிருந்து விஷயங்களை அறியவும் செய்தார். அதேவேளையில் மான்சன் ஆங்கிலேயர்களிடமிருந்து பணத்தைப் பெற்றுக் கொண்டு, பக்கத்து அறையில் இருந்துகொண்டு ரகசியமாகச் செய்யப்பட்டிருந்த ஓர் ஓட்டையின் வழியே ஜோன் கூறியதைக் கேட்டபடி இருந்தார். ஜோன் மதநிந்தனை செய்பவள் என்று மீண்டும் கூறிய அன்று, கோகன் அவளது அறையிலிருந்து வெளியே வந்தபோது வார்விக் பிரபுவும் அவனது சகாக்களும் அறைக்கு வெளியே நின்றுகொண்டு அவரைப் பாராட்டினார்கள். 'அவளுக்கு பிரியாவிடை கொடுக்க வேண்டியதுதான். காரியம் முடிந்தது' என்று பாதிரியார் கூறினார் என்று மார்டின் லாவென்யே நினைவு கூர்ந்தார்.

பல சாட்சிகளுக்கு ஜோன் மறுபடியும் ஆண் உடையைத் தரித்தது குறித்து பலமான சந்தேகங்கள் இருந்தன. அவள் நீதிமன்றத்தின் தீர்ப்பிற்கு கட்டுப்பட்டு கௌரவமான பெண் உடையை அணிந்து கொண்டபின் மறுபடியும் எதற்காக, எப்படி தன் மனதை மாற்றிக்கொண்டாள்? டி லா பியர் மற்றும் ஜோன் டௌமோயே (இவர் ஜோனுடைய கடைசி நாளன்று சகோதரர் மார்டின் உடன் அவளைப் போய் பார்த்தவர். அப்போது இளம் வயது இவருக்கு) இருவரும் அன்று ஜோன் மிகவும் துன்பத்தில் இருந்தாள் என்று கூறினார்கள்.

ஆண்களின் உடையைக் களைந்துவிட்டு, பெண்களுக்கான உடையை அவள் அணிந்தபின் அவளது காவலாளிகளால் தான் கடுமையாகத் தாக்கப்பட்டதாக ஜோன் கூறினாள். ஓர் ஆங்கிலப் பிரபு அவளைக் கற்பழிக்கவும் முயன்றதாக லாவென்யே கூறினார். அவளை பாதுகாவலர்கள் துன்புறுத்தினர். இருப்பினும், ஆண்களின் உடைக்கு அவள் மறுபடியும் மாறியது அவள் விரும்பிச் செய்தது இல்லை என்று கூறிய ஜோன் மாஸியே மேலும் சொன்னார்: 'ஒவ்வொரு நாள் இரவும் அவளது கால்கள் இரும்புச் சங்கிலிகளால் ஒரு பெரிய மரத்துண்டுடன் பிணைக்கப்பட்டன. அப்படியேதான் அவள் உறங்கினாள்.

அவளது அறைக்கு வெளியே மூன்று ஆங்கிலக் காவலர்கள் அவளை கவனித்தபடியே இருந்தனர். ஜோன் சரணடைந்த மூன்றாம் நாள் காலை அவள் கண் விழித்தபோது அவளது பெண்

உடைகள் இருந்த பெட்டியை பாதுகாவலர்கள் காலி செய்துவிட்டு அதற்கு பதில் அவள் முன்பு அணிந்திருந்த ஆண் உடையை அவளது அறையின் ஒரு மூலையில் வைத்திருந்ததாக ஜோன் கூறினாள்'.

அவள் இந்த உடைகளை (ஆண் உடைகளை) அணியமுடியாது என்றும் அவற்றை அணிய அவளுக்குத் தடை விதிக்கப்பட்டுள்ளதாகவும் பல மணிநேரம் அவர்களுடன் வாதிட்டாள். ஆயினும் அவர்கள் அவளுக்கு பெண் உடைகளைக் கொடுக்கவில்லை. மதியப் பொழுது அவள் மிகவும் சோர்வடைந்துபோய் இந்தத் தடை செய்யப்பட்ட ஆண் உடைகளையே அணிந்துகொண்டாள்.

ஒரு பெண் கைதியாக அவள் ஆண்கள் சூழ்ந்த சிறையில் தனித்து இருந்திருக்கிறாள். உடல்ரீதியாக எத்தனை ஆபத்துக்கள் அவளை சூழ்ந்திருந்தன! இந்த ஆபத்தான சூழ்நிலை, அதுபற்றிய மன உளைச்சலின் பின்விளைவாகவே விசாரணையின்போது ஜோன் பேசிய முன்னுக்குப் பின் முரணான பேச்சுகள் என்று இப்போது சொல்லப்பட்ட பல்வேறு கதைகளில் மூலம் தெரிய வந்தது. ஜோன் சிறுகச்சிறுக இறந்துபோவதைப் பார்த்துக்கொண்டிருந்த அனுபவத்தின் விளைவாக இவை இப்போது வெளியே வருகின்றன என்பதும் தெளிவாகத் தெரிந்தது.

எரியும் நெருப்புக் கொழுந்துகளுக்கிடையே ஜோன் கிறிஸ்துவையும், அவரது கருணைக்குப் பாத்திரமான புனிதர்களையும் மிகுந்த பக்தியுடன் தொழுதுகொண்டிருந்ததாக டி லா பியர், மான்சன், மாஸியே ஆகிய மூவரும் சொன்னார்கள். அதன் காரணமாக அங்கு குழுமியிருந்த பிரெஞ்சுக்காரர்கள், ஆங்கிலேயர்கள் ஏன், கார்டினல் பியூபோர்ட் (Beaufort) உட்பட எல்லோரும் கண்ணீர்விட்டனர். தன் உயிர் பிரியும்போது தான் சிலுவையைப் பார்த்தபடியே மரணத்தைத் தழுவ வேண்டும் என்ற ஜோனின் கடைசி வேண்டுகோள் டி லா பியர் மற்றும் மாஸியே இருவரையும் மனம் கலங்க வைத்தது. அவர்களில் ஒருவர் பக்கத்திலிருந்த தேவாலயத்திற்குச் சென்று ஒரு சிலுவையை எடுத்து வந்தார். புகை எழுந்து அவள் கண்களை மறைக்கும்வரை அவள் கண்களின் முன் காட்டியபடி நின்றார்.

தண்டனையை நிறைவேற்றியவரின் துன்பம் சாதரணமானதல்ல என்று லாவென்யே கூறினார். ஜோனை மிகவும் உயரத்தில் கட்டியிருந்ததால், அவரால் அவளது மரணத்தைத் துரிதப்படுத்த முடியவில்லை. இப்படிப்பட்ட புனிதமான ஒரு பெண்ணின் மரணத்தைப் பார்க்க நேர்ந்ததை டி லா பியர் அளவில்லாத துக்கத்துடன் சொன்னார். மறுபடி மறுபடி நெருப்பில் அவர்

விறகுகளை அடுக்கினாலும் ஜோனின் இதயம் மட்டும் அந்த நெருப்பிற்கு இரையாகவில்லை. அதைக் கண்டு அவர் வாயடைத்துப் போனார். நிச்சயம் இது ஓர் அற்புதம்தான் என்று சொன்னார்.

எல்லா சாட்சிகளும் இப்படிச் சொன்னபோது, நடந்து முடிந்த விசாரணையின் ஆரம்ப கட்டத்தில் மிகவும் முக்கியப் பங்காற்றிய ஜோன் போபேர் மட்டும் ஜோனைப் பற்றி சற்று மரியாதை குறைவாகவே பேசினார். அவள் பெண்களுக்கே உரிய கபடத்துடன் நடந்துகொண்டாள் என்றார். அவளது கூற்றெல்லாம் மனிதக் கண்டுபிடிப்புகள்; இயற்கைக்கு அப்பாற்பட்டதல்ல என்று தான் நம்புவதாகச் சொன்னார். இதுவரை எந்த சாட்சியுமே ஜோனுக்குக் கேட்பதாகச் சொன்ன அசரீரி வாக்குகள் பற்றிப் பேசவில்லை. ஆனால் பிலியோ இதற்கான ஆவணங்களை மிகவும் கஷ்டப்பட்டு தேடி எடுத்திருந்தார். அவற்றை வைத்துக்கொண்டு ஜோனின் நீதிபதிகள் கூறியவற்றை மறுக்க அவரால் முடியும்.

ஜோனின் மேல் பாதிரியார் கோகனால் சுமத்தப்பட்ட குற்றங்களை அகற்றுவதற்கு உதவி புரிபவர்கள் ஊக்குவிக்கப்பட்டனர். அரசனின் கடிதத்தில் சொல்லியிருந்ததுபோல நடந்து முடிந்த விசாரணை நிறைய தவறுகள் நிறைந்தது; ஜோனைப்பற்றிய அவதூறுகள் நிறைந்தது; ஜோனின் மேல் கொண்ட பகைமையினால் உந்தப்பட்டது என்று சொல்ல நிறைய விஷயங்கள் கிடைத்தன. ஆனால் இப்போதைக்கு இந்த முயற்சிகள் எல்லாமே வீணாகின. இதற்குப் பல காரணங்கள் இருந்தன. முதலாவதாக ஆங்கிலேயர் களை நார்மண்டியிலிருந்து விரட்ட போர் நடத்தவேண்டிய கட்டாயம் ஏற்பட்டது. ஒவ்வொரு சாட்சியிடமிருந்தும் வந்த எதிர்பாராத தகவல்கள் அதிர்ச்சியைக் கொடுத்தன என்றால் அந்தத் தகவல்களால் பெரிய தலைகள் ஆட்டம் கண்டது அதிர்ச்சியை இரட்டிப்பாக்கின. இக்காரணங்களோ அல்லது வேறு ஏதாவது காரணமோ, இரண்டு நாட்கள் சாட்சியங்களை விசாரணை செய்தபிறகு இந்த விசாரணை திடீரென்று நிறுத்தி வைக்கப்பட்டது.

1452 ஆம் ஆண்டு மே மாதம் புதிதாக நியமிக்கப்பட்ட மதிப்பீட்டாளர் ஜோன் ப்ரெயல் புதிய விசாரணைக்குத் தலைமை தாங்கி நடத்த ஆரம்பித்தார். 21 ஆண்டுகளுக்கு முன் இதே நகரில் குற்றவாளிக் கூண்டில் நிறுத்தப்பட்டு விசாரிக்கப்பட்டாள் ஜோன். இப்போது அந்த விசாரணையே குற்றவாளிக் கூண்டில் நின்று கொண்டிருந்தது.

ஆங்கிலேயர்களுக்கும், பிரெஞ்சுக்காரர்களுக்கும் இடையே அமைதியை நிலைநிறுத்த இன்னும் இரண்டு பக்கங்களிலும் இருந்த வீரர்கள் சண்டையிட்டுக்கொண்டிருந்தனர். நடுவில் பிரெஞ்சு தேவாலயத்தின் போப், கியல் டெஸ்டாவில் என்ற தூதுவரை அனுப்பினார். இவரது முக்கியமான வேலை இரண்டு நாடுகளுக் கிடையே அமைதியை நிலை நாட்டுவது என்றபோதிலும் அவரது மனதில் - அவருக்கு மிகவும் நெருக்கமான மனதிற்குப் பிடித்த ஒரு விஷயத்தையும் செய்ய நினைத்தார். அதுதான் ஜோனின் முதல் விசாரணை. ஏற்கெனவே நடந்து முடிந்த ஜோனின் விசாரணையை மறுபடியும் ஆராய எண்ணினார். சார்ல்ஸ் அரசனிடம் 'இது உன்னுடைய மரியாதையையும், அரசையும் பொறுத்த மிகப்பெரிய விஷயம்' என்றார்.

இரண்டு வருடங்களுக்கு முன் திடீரென்று நிறுத்தப்பட்ட விசாரணை மீண்டும் தொடங்கப் போவது சார்ல்ஸ் அரசனுக்கு மிகுந்த மகிழ்ச்சியைக் கொடுத்தது. கியல் டெஸ்டாவில் மற்றும் ப்ரெயல் இருவரும் முன்பு நடந்த விசாரணை அறிக்கைகளைப் படித்து எந்தெந்தப் பொதுவிதிகளை கண்டனம் செய்தால் அந்த விசாரணையை தவறு என்று நிரூபிக்க முடியும் என்று பட்டியலிட்டனர். பட்டியலை கேள்விகளாக மாற்றினர்.

விசாரணை முழுவதும் ஜோனின் மரணம் ஒன்றையே நோக்கி நகர்த்தியது தவறில்லையா? எப்படியாவது அவளை சாகடிப்பதே தங்கள் நோக்கம் போல ஆங்கிலேயர்கள் செயல்பட்டிருப்பது விசாரணையை அவர்கள் நடத்திச் சென்ற விதத்திலேயே தெரிய வில்லையா? விசாரணை செய்த நீதிபதிகள், மதிப்பீட்டாளர்கள், எழுத்துப் பதிவாளர் ஆகியோர் ஆங்கிலேயர்களால் அச்சுறுத்தப் பட்டதன் காரணமாக விசாரணை நியாயமாகவும், சுதந்திரமாகவும் நடத்தப்படவில்லை என்பது வெளிப்படையாகத் தெரிய வில்லையா? இந்த அச்சுறுத்தலுக்கு உட்பட்டே அதை பதிவு செய்தனர் என்பதும் உண்மைதானே?

ஜோன் போன்ற ஓர் எளிமையான அப்பாவிப்பெண் அறிவுரையோ, உதவியோ வழங்கப்படாமல், நீண்ட நேரத்திற்குக் கடுமையான விசாரணைக்கு உட்படுத்தப்பட்டதை மறுக்க முடியுமா? தேவாலயத்தின் தீர்ப்பிற்கும், புனிதத் தந்தை போப்பிற்கும் தான் அடிபணிவதாக ஜோன் அடிக்கடி சொல்லவில்லையா? ஒருவேளை எப்போதாவது அவள் தேவாலயத்திற்கு அடிபணிய மாட்டேன் என்று சொல்லியிருந்தால் அது தன் முன் நிற்கும் ஆங்கிலேயர்களின்

விசுவாசிகளான தேவாலய மனிதர்களை அல்லவா குறிக்கும்? அவள் எத்தனை புனிதமான, கடவுள் பற்று மிகுந்த மரணத்தைத் தழுவினாள். அதனால் அல்லவோ அவளது மரணத்தைக் கண்டவர்கள் அத்தனை பேரும் அழுதனர். இந்த விஷயங்கள் எல்லாம் பொதுவில் பேசப்பட்டு உண்மை எனவும் அறியப் பட்டிருக்கிறதே?

அடுத்து வந்த வாரங்களில் இந்தக் கேள்விகள் ஜோனின் விசாரணையில் பங்குகொண்ட சில எழுத்தர்களிடம் கேட்கப் பட்டன. மான்சன், மார்டின், மாஸியே, டி லா பியர் போன்றவர் களிடமும் கேட்கப்பட்டன. டி லா பியரின் பதில்கள் இந்த இடைப்பட்ட இரண்டு வருடங்களில் இன்னும் அதிகமான அதிர்ச்சி தரும் வகையில் மாறியிருந்தன.

ஓர் ஆங்கில வீரன், ஜோனை அடங்கா கோபத்துடன் எதிர்ப்பவன் அவளது மரணத்தைப் பார்த்து மிகுந்த உணர்ச்சி வசப்பட்டுப் போனான். ஜோனின் கடைசி மூச்சு பிரியும் வேளையில் அவளைச் சுற்றியிருந்த நெருப்பிலிருந்து ஒரு வெண்ணிறப் புறா பறந்து சென்றதை தான் பார்த்ததாகச் சொன்னான் என்று டி லா பியர் கூறினார். இவர்களைத் தவிர இன்னும் 13 பேர்கள் சாட்சி கூறினர். சிலர் முதல் விசாரணை சரியே என்றும், சிலர் மறு விசாரணை வேண்டும் என்றும் கூறினார்கள். வழக்கின் உண்மைத்தன்மை சரியாகவே இருப்பதாகவும், பொதுவிதிகள் சரியாகவே பயன்படுத்தப்பட்டிருப்பதாகவும் கூறினார்கள்.

ஜோன் சாதாரணப் பெண்ணாக இருந்தபோதும் படித்தவர்களின் நடுவில் அவளது பதில்கள் நன்றாகவே இருந்தன என்றனர். சிலர் பாதிரியார் கோகன் ஆங்கில அடிவருடி என்று ஆணித்தரமாகச் சொன்னார்கள். ஓர் எழுத்தர் கோகன் ஜோனின் மறுதலித்தலை புனித வேன் கல்லறைக்கு அருகே பெற்றுக்கொண்டது சரியல்ல என்று அவரிடமே கண்டித்துச் சொன்னபோது கோகனுக்கு மிகுந்த கோபம் உண்டாயிற்று என்றும், கைதியின் ஆத்மா சாந்தி அடைவதே தன் நோக்கம்; அவளது மரணம் அல்ல என்று சீற்றத்துடன் அவர் பதில் சொன்னதாகவும் சிலர் சொன்னார்கள். சில சாட்சிகள் ஜோனை ஆங்கிலேயர்களுக்குப் பிடிக்கவில்லை என்றும், அவள் உயிருடன் எரிக்கப்பட்டது நீதிமன்றத்தைச் சேர்ந்த விஷயம்; அது நியாயமா, அநியாயமா என்பதுபற்றி தாங்கள் எதுவும் சொல்ல விரும்பவில்லை என்றும் சொன்னார்கள்.

முதல் விசாரணையின்போது உடனிருந்த பலர் மறுமுறை தங்களுக்குத் தெரிந்ததைச் சொல்ல முன் வரவில்லை. ஆயினும், ஜோன் ப்ரெயல் இறையியல் நிபுணர்களிடம் கொடுக்கும் அளவிற்கு நிறைய விஷயங்களை சேகரித்து வைத்திருந்தார். அடுத்து வந்த சில மாதங்களில் இருபது வருடங்களுக்கு முன் ஜோனை விசாரணை செய்யும்படி கோகனுக்கு உத்தரவிட்டது தவறு என்று விலாவாரியாக, படித்த அறிஞர்களால் சொல்லப்பட்டது.

இதற்கிடையில் தேவாலயத்தால் அனுப்பப்பட்ட தூதுவர் கார்டினல் கியல் டெஸ்டாவில் ரோம் திரும்பினார். அவரால் ஆங்கிலேயர்களுக்கும், பிரெஞ்சுக்காரர்களுக்கும் இடையே அமைதியைக் கொண்டு வர முடியவில்லை.

மாறாக, தொடர்ந்து நடந்த போரில் ஆங்கில ராணுவ தளபதி டால்பாட் மற்றும் அவனது ஆயிரக்கணக்கான வீரர்கள் சார்ல்ஸ் அரசனின் வீரர்களால் வெட்டி வீழ்த்தப்பட்டனர். அந்த வருடக் கடைசியில் நார்மண்டி, காஸ்கனி ஆகியவை பிரெஞ்சுக்காரர்களின் வசம் வந்தன. பணிப்பெண் ஜோன் கூறியதுபோல ஆங்கிலேயர்கள் பிரான்ஸ் மண்ணிலிருந்து ஒருவழியாக விரட்டப்பட்டனர். இறுதியில், சார்ல்ஸ் அரசன்தான் பிரான்ஸ் நாட்டின் உண்மையான வாரிசு என்று ஜோன் சொன்னது உண்மை என்பதை நிரூபிப்பது போல இந்த நிகழ்வு அமைந்தது.

பாதிரியார் கோகன் ஜோனுக்கு அளித்த தண்டனையை மாற்ற வேண்டும் என்று சொன்னவர்களுக்கும் இது இனிப்பான செய்தியாக இருந்தது. கார்டினல் கியல் டெஸ்டாவில் ,ரூவான் நகர ஆர்ச்பிஷப்பாக பதவியேற்றார். ஆயினும் விஷயங்கள் மெல்லவே நகர்ந்தன. 1455 ஆம் வருடம் அப்போதைய ரோம் நகர போப்பிட மிருந்து ஜோனின் வழக்கு மறுவிசாரணை செய்யவேண்டும் என்ற அதிகாரத்தைத் தரும் கடிதத்தைப் பெற்றுவந்தார் டெஸ்டாவில். ஜோனின் இப்போதைய குடும்பம் அவளது தாய் மற்றும் சகோதரர்களே வாதிகளாக இருக்கவேண்டும் என்ற நிபந்தனையுடன் அனுமதி கிடைத்தது. மூன்று தேவாலய அதிகாரிகள் விசாரணையை மேற்பார்வையிட்டனர். மூவருமே பிரான்ஸ் நாட்டின் விசுவாசிகள்.

ஆக, 7 நவம்பர் 1455 ஆம் வருடம் பாரிஸ் நகரத்தின் இதயப்பகுதியில் இருக்கும் நோட்ரெடாம் தேவாலயத்தில் ஒரு மிக ஆடம்பரமான விழா தொடங்கியது. ஜோன் உயிருடன் இருந்திருந்தால் இப்போது 40 வயதை எட்டியிருப்பாள்.

கிட்டத்தட்ட 25 வருடங்களாக தனது மகள் மறைந்த துக்கத்தை மனதிற்குள் பூட்டி வைத்திருந்த ஜோனின் அம்மா இஸபெல் அந்த விழாவிற்கு வந்திருந்தார். ரீம்ஸ் நகரின் பாதிரியார், பாரிஸின் பாதிரியார், விசாரணை அதிகாரி ப்ரெயல் ஆகியோரின் முன் வந்து நின்றார் அவர். அவருக்குப் பக்கத்தில் அவரது மகன்களில் ஒருவரான பியர் மற்றும் ஆர்லியன் ஆதரவாளர்கள் நின்றிருந்தனர். அதிகாரிகள் முன் மண்டியிட்டிருந்த அவரது சார்பாக ஒரு மனு கொடுக்கப்பட்டது.

அதில் எழுதியிருந்ததாவது: தான் உண்மையான நம்பிக்கையுடன் வளர்த்த, பக்தியும், நல்லொழுக்கமும் நிறைந்த மகளை மதநிந்தனை செய்பவள் என்று தவறாக அவதூறு கூறினார்கள். இதில் அவளது தவறு எதுவுமில்லை. அவள்மீது இருந்த பகையும், வெறுப்பும் மட்டுமே இதற்குக் காரணம். அவள் ஓர் அப்பாவி பெண்ணாக இருந்தும் அவதூறு சுமத்தப்பட்டு மிகக் கொடூரமாக உயிருடன் கொளுத்தப்பட்டாள். அவளது நீதி விசாரணை அநியாயமும் தவறுகளும் நிறைந்தது. அவளது குடும்பத்தாரால் இந்தத் தவற்றை சரி செய்யமுடியவில்லை ஏனெனில் நாடு போர்களால் சிதைந்து போயிருந்தது. இப்பொது கடவுளின் கருணையால் ரூவான், நார்மண்டி இரண்டும் பிரான்ஸுடன் மறுபடி சேர்க்கப்பட்டுவிட்டன. ஜோனின் காலத்தில் ஆர்லியன் மற்றும் ரீம்ஸ் ஆகிய இடங்களில் ஆரம்பிக்கப்பட்ட இந்தக் காரியம் இப்போது நல்லபடியாக நிறைவடைந்தது.

இந்த நீளமான வார்த்தைகளில் அவளது நோக்கம் பற்றியோ, அவளுக்குக் கேட்ட அசரீரி வாக்குகள் பற்றியோ அவளது வெற்றிகள் பற்றியோ குறிப்பிடப்படவில்லை. பதிலாக உயர் அதிகாரியின் விளக்கம் ஒரு வழக்கறிஞருக்கே உரிய வகையில் சுருக்கமாகக் கூறப்பட்டிருந்தது: அந்தப் பெண் ஒரு மதநிந்தனை செய்பவள் என்று தீர்ப்பளிக்கப்பட்ட செய்கை பிழையானது. அதை பொதுக் குறிப்பிலிருந்து நீக்கவேண்டும் என்பதற்காக இந்தப் புதிய விசாரணை நடத்தப்பட்டது.

ஆர்வத்துடன் அந்த தேவாலயத்தில் குழுமியிருந்த மக்கள் பேச முன்வந்தனர். ஜோன் அவளது சிறைப் பாதுகாவலர்களாலும், நீதிபதிகளாலும் பாரபட்சத்தாலும் பகைமையாலும் அடக்கப் பட்டாள். சரியாகச் சொல்லவேண்டுமானால், அவளது எளிமை, தெய்வ பக்தி, நாட்டிற்காகச் செய்த நன்மை இவையெல்லாம் உயர்ந்தவை; குற்றங்கள் அல்ல; பொல்லாங்கு அல்ல என்றனர்.

மிகுந்த அக்கறையுடனும், கவனத்துடனும் இஸபெல்லின் மனு பரிசீலிக்கப்படும்; ஆனால் அது மிகவும் சிக்கலானது, நீண்ட நாட்கள் பிடிக்கும் செயல்; அதன் முடிவு என்னவாக இருக்கும் என்று இப்போது சொல்லமுடியாது என்றும் தேவாலய அதிகாரிகள் கூறினார்கள். ஜோனின் அம்மாவும் அவளது தோழர்களும் படித்தவர்களின் ஆலோசனையைக் கேட்க வேண்டும் என்றும், பத்து நாட்களுக்குப் பிறகு ஆயர்களின் நீதிமன்றத்திற்கு மறுபடியும் வரவேண்டும் என்று சொல்லப்பட்டது. நிறைய வேலைகள் நடக்கவேண்டியிருந்தது என்றாலும் இரண்டாவது வழக்கு ஆரம்பித்துவிட்டது.

கோகன் பாதிரியார் எப்படி படிப்படியாக ஜோனின் விசாரணையை நடத்திக்கொண்டு போனார் என்று ப்ரெயல் விளக்கினார். புகழ்பெற்ற இறையியல் நிபுணர்களும், உள்ளூர் மற்றும் தேவாலய வழக்கறிஞர்கள் கூடி ஜோனின் விசாரணை எந்த அடிப்படையில் இப்போது கேள்விக்குறி ஆகியிருக்கிறது என்று ஆராய்ந்தார்கள். அப்பாவி என்று பொதுமக்களால் அழைக்கப்படும் அந்தப் பெண் சம்பந்தப்பட்ட முதல் விசாரணையின் அபகீர்த்தியின் பலனாக இந்தப் புதிய விசாரணை தொடர வேண்டும்.

கியல் மான்சன் பிரெஞ்சு மொழியில் எழுதிய அசல் விசாரணையின் அறிக்கைகள் அதிகாரபூர்வமாக எழுதப்பட்ட லத்தீன் மொழி அறிக்கைகளுடன் ஒப்பிட்டுப் பார்க்கப்பட்டது. 1452 ஆம் ஆண்டு கியல் டெஸ்டோவில் செய்த ஆய்வு அறிக்கைகளும் நீதிமன்றத்தால் பரிசீலனை செய்யப்பட்டன. ஜோனின் தாய் மற்றும் அவளது சகோதரர்களுக்காக ஏற்பாடு செய்யப்பட்டிருந்த ஆலோசகர் ஜோனின் நல்லொழுக்கம் பண்புகள் பற்றி மிக விரிவாக விளக்கங்களை அளித்திருந்தார். கூடவே அவளை விசாரித்தமுறை, அவளுக்கு எதிராக நடப்பட்ட அநியாயங்கள் குறித்தும் சொன்னார். எல்லாம் சேர்ந்து 101 அறிக்கைகளாக தொகுக்கப்பட்டன. 1456 ஆம் ஆண்டு நீதிபதிகள் எல்லாவிடங்களுக்கும் தகவல்களை சேகரிக்கத் தங்களது ஆட்களை அனுப்பினார்கள்.

25 வருடங்களுக்கு முன் ஒரே ஒரு பெண்ணை பலவிதங்களில் விசாரித்தனர். இப்போதோ சாட்சியங்கள் பலர்; அன்று விசாரித்த அதே பெண்ணைப்பற்றி குறிப்பிட்ட சில விஷயங்களை மட்டுமே விசாரித்தனர். ஜோனின் பிறந்த இடத்தில் அவளது குழந்தைப் பருவம், அவளது நடத்தை, அவளது நோக்கம் பற்றி; ஆர்லியன் மற்றும் பாரிஸ் நகரங்களில் அவள் புரிந்த போர்களைப் பற்றி;

பாரிஸ் மற்றும் ரூவான் நகரங்களில் ஜோனின் விசாரணை மற்றும் அவளது இறப்பு பற்றி என்று விசாரணை பலவிதங்களில் பல இடங்களில் நடந்தது.

தொம்ரேமி கிராமத்தில் அந்தக் கிராம மக்கள் ஜோனைப் பற்றி தங்களால் சொல்ல முடிந்ததைச் சொன்னார்கள். மிகத் தொலைவில் இருந்த மிகவும் சின்ன ஊர் அது. ஜோன் விசாரணையில் தவறாகச் சித்தரிக்கப்பட்ட நிகழ்வுகள் என்பதைப் பற்றிய எந்த ஒரு சுவடும் அந்த ஊரில் காணக் கிடைக்கவில்லை. காலப்போக்கில் அவளைப் பற்றிய உயர்ந்த நினைவுகள் மட்டுமே இருந்தன. ஊரில் அவள் 'ஜேனேட்' என்று அழைக்கப்பட்டாள். கிராமத்தில் இருந்த அவளது ஞானத் தந்தையும், மற்ற முதியவர்களும் கூறியது:

அவளது குடும்பம் மதிப்புக்குரிய குடும்பம்; அவள் ஒரு கடமையுணர்வு நிறைந்த பெண்; நன்னடத்தை, பக்தி, ஆகியவற்றுடன் தனது தாய்க்கும் தந்தைக்கும் உதவுபவள்; ஆடுமாடுகளை கவனத்துடன் பராமரிப்பவள்; தவறாமல் தேவாலயத்திற்குச் செல்பவள்; கிறிஸ்துவ நம்பிக்கைகளை நன்றாகக் கற்பிக்கப்பட்டவள்.

அவளது தோழி ஒருத்தி அவள் அந்தக் கிராமத்தை விட்டுச் செல்லும்போது மிகவும் அழுததாகச் சொன்னாள். மிகவும் நல்லவளாகவும், இரக்கம் உடையவளாகவும் இருந்த தன் தோழி அவள் என்றாள். தேவாலய மணியோசை கேட்டவுடன் எங்கிருந்தாலும் அங்கேயே மண்டியிட்டு தனது தொழுகையை ஆரம்பிப்பாள் என்பதற்காக உள்ளூர் சிறுவர்கள் அவளை கேலி செய்வார்களாம்; இன்றைக்கும் தேவாலய மணியோசை கேட்டவுடன் அவளைப்பற்றிய சிற்சில நினைவுகள் அவர்களுக்கு வருகின்றனவாம். அந்த மணியோசையில் அவள் வாழ்வது போலவும், மூச்சுவிடுவதுபோலவும் அவர்கள் உணர்கிறார்களாம். தேவாலய பாதுகாவலர் சில சமயங்களில் மாலை நேரத் தொழுகைக்கு மணியடிக்க மறந்துவிட்டால் ஜோன் அவரை கோபித்துக் கொள்வாளாம்; அவர் தன் வேலையை மிகக் கவனமாகச் செய்தால் அவருக்கு கேக் வாங்கிக் கொடுப்பதாக ஜோன் உறுதி கொடுப்பாளாம்.

அவளது கிராம மக்கள் அவளைப் பற்றிக் கூறியது மிக மிகக் கொஞ்சம் எனினும், அவளது குழந்தைப்பருவம் குற்றமற்றதாக இருந்தது என்பதை நிரூபிக்க அவர்களின் கூற்று உதவியது.

விசாரணையாளர்கள் வோகுலர்ஸ் நகருக்குச் சென்றபோது ஜோன் பிரதான இடத்தை ஆக்கிரமித்துக்கொண்டாள். இந்த நகரில் தான்

அவள் ராணுவ தலைமை அதிகாரி ரோபே டி போத்ரிகூரை சந்தித்து சார்ல்ஸ் அரசனைப் பார்க்க ஷினான் போக அனுமதி பெற்றது. அங்கிருந்தவர்கள் ஜோனின் ஒன்றுவிட்ட சகோதரியின் கணவனான துராந்த் லக்ஸா தான் அவளை வோகுலர்ஸ் அழைத்துச் சென்றதாக புகழ்ந்தார்கள். ஜோனின் வேண்டுகோளுக்கிணங்க அவர் ஜோனின் தந்தையிடம் அப்போதுதான் பிரசவம் ஆகியிருந்த தனது மனைவிக்கு உதவ ஜோன் தன்னுடன் சில நாட்கள் வந்து இருக்கப்போவதாகச் சொன்னதையும் நினைவு கூர்ந்தனர். லக்ஸா இதைப்பற்றி ஒன்றும் பேசவில்லை. அவரது கவனம் ஜோனின் மிகத் தெளிவான நோக்கத்தைப் பற்றியும் அவளது அசையாத மன உறுதியைப் பற்றியும் இருந்தது.

அவள் சார்ல்ஸ் அரசனைப் பார்க்கப் போகவேண்டும்; அங்கிருந்து அவனை முடிசூட்டு விழாவிற்கு அழைத்துப் போகவேண்டும் என்று சொன்னாள்; 'ஒரு பெண்ணால் பிரான்ஸ் நாடு அழியும் என்றும் ஒரு கன்னிப்பெண் வந்து அதை மறுசீரமைப்பாள் என்றும் ஓர் இறைவாக்கு இருக்கிறதே?' என்று ஜோன் தன்னைக் கேட்டதாகக் கூறினார் லக்ஸா. அதன் படி முதல் பெண் யாரென்று தெளிவாகத் தெரியாவிட்டாலும் அது மனநிலை சரியில்லாத அரசனின் கெட்ட மனைவியாக இருக்கக்கூடும். இந்த இரண்டு பெண்களும் பைபிளில் சொல்லும் ஈவ் மற்றும் மேரி இருவரையும் ஒத்திருந்ததாக எடுத்துக் கொள்ளலாம். எப்படியிருந்தாலும் ஜோன் மிக உயர்ந்த கிறிஸ்துவ அரசில் தனக்கு விதிக்கப்பட்ட பங்கை ஆற்ற தயாராக இருந்தாள்.

வோகுலர்ஸில் அவள் தங்கியிருந்த வீட்டில் இருந்த தம்பதியரும் ஜோனின் தைரியமான அறிவிப்புகளை நினைவு கூர்ந்தனர். சுவர்க்கத்திலிருந்து பிரான்ஸின் உண்மை வாரிசான சார்ல்ஸ் அரசரை சந்திக்க அவள் அனுப்பப்பட்டிருக்கிறாள். தேவைப் பட்டால் அவள் தனது முழங்கால்களாலேயே அத்தனை தூரம் பிரயாணிக்கவும் தயாராகவும் இருந்தாள். கடவுள் அவளுக்கு வழியைத் திறந்துவிடுவார் அதனால் அவள் பிரயாணத்தைக் கண்டு அஞ்சவில்லை. அவள் இதற்காகவே பிறந்திருக்கிறாள். அவள் பொறுமையின்றி இருந்தாள். எப்படி ஒரு கர்ப்பிணி தன் குழந்தையைப் பெறுவதற்கு நேரத்தை எதிர்பார்த்துக் காத்திருப்பாளோ அதேபோல ஜோனும் காத்திருந்தாள் என்றனர் இந்த தம்பதியர்.

அவளுடன் ஷினான் சென்ற ஜோன் டி மெட்ஸ் மற்றும் பெர்ட்ராண்ட் டி போலேஞ்ஜி இருவரும் ராணுவ வீரர்கள். இவர்களின் வேலையாட்கள் ஜுலியன் மற்றும் ஜோன். அரச

தூதுவர் கொலேட் டி வியன்ன மற்றும் ரிச்சர்ட் லா சியர் ஆகியோருக்கு ஜோனின் இந்த நிச்சயத்தன்மை தான் மிகவும் பிடித்திருந்தது. இவர்கள் எல்லோரும் ஜோனை 7 நாட்கள் எதிரி நாட்டின் வழியே அரசவைக்கு வழி நடத்திச் சென்றனர். 25 வருடங்கள் ஆன பின்னும் பணிப்பெண்ணைப்பற்றிய நினைவுகளை இன்னும் ஆச்சரியத்துடன் சொல்லிக் கொண்டிருந்தனர்.

ஏனெனில் அவள் இறைவனால் அனுப்பப்பட்டவள் என்பதை அவர்கள் நம்பினார்கள். அதனாலேயே அவளுக்குப் பாதுகாப்பாளர் களாகப் பயணிக்க சம்மதித்தனர். ஆபத்துக்கள் நிறைந்த அந்தப் பயணத்தின்போது அவள் அவர்களுக்கு தைரியம் சொல்லியபடியே வந்தாள். அவளும் இளம் வயதுப் பெண். இவர்களும் இளம் வயதினர்கள். இருந்தும் அவளுடன்கூட படுத்துறங்கியபோதும் அவர்கள் மனதில் எந்தவிதமான விபரீத ஆசைகளும் அந்தப் புனிதவதியின் மேல் தோன்றவில்லை என்று மனம் திறந்து கூறினர்.

இதேவிதமான எண்ணங்களையே அவளுடன் ஆர்லியன் மற்றும் பாரிஸ் நகரங்களில் போர் புரிந்த ஆண்களும் எதிரொலித்தனர். பாஸ்டர்ட் ஆஃப் ஆர்லியன் 'ஜோனுடன் இருந்தபோது அவள் குறித்தோ, மற்ற பெண்கள் குறித்தோ எந்தவிதமான பாலியல் இச்சைகள் என் மனதில் உருவாகவில்லை' என்றான். போர்க்களத்தில் இருக்கும் சமயங்களில் அந்தரங்கம் என்பது கிடையாது. அலென்கன் பிரபுவும், ஜோனின் கூட இருந்த இன்னொரு வீரன் ஜோன் டிஓலன் இருவரும் ஜோன் உடை மாற்றும் போது அவளது அழகிய மார்பகங்களையும், அவளது நீண்ட கால்களையும் பலமுறை பார்த்திருந்தும் அவர்கள் உணர்ச்சி வயப்பட்டதில்லை. அப்படியே உணர்ச்சி வசப்பட்டிருந்தாலும் அதை வெளியே சொல்ல அவர்கள் தயாராக இல்லை.

ஜோன் போர்ஷில் தங்கியிருந்த வீட்டின் சொந்தக்காரி மார்கரிட் லா டுரோல்டா பணிப்பெண்ணின் புனிதத்தன்மை பற்றி மிகவும் பெருமையாகப் பேசினாள். ஆரம்பத்தில் ஜோன் டி மெட்ஸ் மற்றும் பெர்ட்ராண்ட் இருவரும் ஜோன் பின்னாலேயே அலைந்ததாகவும், அவளது புனிதத்தைக் கண்டு தங்கள் காதலை அவளிடம் சொல்லவே அவர்களுக்குத் தைரியம் வரவில்லை என்றும் இந்தப் பெண்மணி சொன்னாள்.

அவளது உடல் தூய்மை, கற்பு இவை வார்த்தைகளுக்கு அப்பாற் பட்டது. அவள் மாதவிலக்கு என்னும் பெண்களின் ரகசியப் பிணிக்கு ஆளானதேயில்லை என்று டிஓலன் சொன்னான். அரசப்

பணியாள் சைமன் சார்ல்ஸ் சொன்னார்: இயற்கையின் அழைப்பிற்குக் கூட ஒதுங்காமல் வெகு நேரம் குதிரையின் மேல் உட்கார்ந்திருப்பாள் பணிப்பெண்' என்று.

ஒவ்வொரு சாட்சிகளும் அவள் மிகவும் நல்லவள்; பக்தி நிறைந்தவள்; எளிமையும், தன்னடக்கமும் உடையவள் என்றனர். போர் புரிவதைத் தவிர வேறெதுவும் அறியாத அப்பாவிப் பெண் அவள் என்று மார்கரிட் சொன்னார். போர்க்களத்தில் இருபது, முப்பது வருடங்களாக போருக்கு தலைமை ஏற்று நடத்தும் திறமை வாய்ந்த ஒரு தலைமை அதிகாரி போல அவள் நடந்துகொள்வாள். அங்கும் அவள் இறைத்தன்மை வாய்ந்த நடத்தையையே எதிர்பார்த்தாள். யாரும் கீழ்த்தரமாக சூளுரைப்பதைச் செய்வதை அவள் விரும்பவில்லை. அப்படி சூளுரைப்பதையே தங்கள் வாடிக்கையாகக் கொண்ட லா ஹையர், மற்றும் அலென்கன் இருவரும் அவள் முன்னிலையில் தங்கள் நாவை அடக்கிக்கொள்ள வேண்டியதாயிற்று.

தன்னுடைய வீரர்களுக்கு மத்தியில் விபச்சாரிகள் இருப்பதையும் ஜோன் விரும்பவில்லை. ராணுவ முகாமில் ஒரு பெண் இருப்பதைப் பார்த்துவிட்டால் கோபத்துடன் அவளை ஓட ஓட விரட்டி அடித்துவிட்டு மறுவேலை பார்ப்பாள். ஒரு ராணுவ வீரன் முன்வந்து அவர்களை மணந்துகொண்டால் மிகவும் சந்தோஷப் படுவாள். தங்களுக்கு அடிபணிந்த ஊரில் கொள்ளையடிப்பது, சூறையாடுவது போன்றவற்றை செய்யத் தடை விதித்தாள். அங்குள்ள தேவாலயங்களுக்கு சிறப்புப் பாதுகாப்பை வழங்கினாள். ஒவ்வொருவரும் பாவமன்னிப்புக் கேட்கவேண்டும் என்றாள். பாவமன்னிப்புக் கேட்டு குற்ற மன்னிப்புப் பெறாமல் இறந்து போன வீரர்களுக்காக அவர்கள் பிரெஞ்சு வீரர்களோ, எதிரிகளான ஆங்கில வீரர்களோ அவள் அழுதாள். சைமன் சார்ல்ஸ் சொன்னது போல 'அவள் இறைவனின் பணியைச் செய்தாள்'.

ஆனால் அவளது நோக்கம் சரியானதா? அரசனையும், அவனது ராஜ்யத்தையும் காப்பாற்ற கடவுளால் அனுப்பப்பட்டவள் அவள் என்பதை எப்படி உறுதிப்படுத்த முடியும்? அவளுக்குக் கிடைத்த வெற்றிகள்தாம் இந்தக் கேள்விக்கான பதில் என்று எல்லோரும் ஒருமுகமாகச் சொன்னார்கள். அவள் வெற்றி அடைவோம் என்பதை முன்கூட்டியே சொன்னாள். அந்த வெற்றிகள் இறையருளால் கிடைத்தவை என்பதை பாரிஸ், ஆர்லியன், பாடாய் வெற்றிகள் பறைசாற்றின.

பாஸ்டர்ட் ஒரு விஷயத்தை நினைவு கூர்ந்தான்: முதன்முதலில் ஜோன் முற்றுகையிலிருந்த நகருக்கு நதியைக் கடந்து படகுகளில் உணவுப் பொருட்களைக் கொண்டுவந்தபோது காற்று எதிர்பக்கமாக வீசியது. தான் சுவர்க்கத்திலிருந்து உதவியைக் கொண்டுவந்திருப்பதாக ஜோன் சொன்னவுடன் பொருள்களை பத்திரமாக நகருக்குள் எடுத்துச் செல்லத் தோதாக ஒரே நொடியில் காற்றின் திசை மாறியது.

ஜோன் பாஸ்கிரில் வேறு ஒரு விஷயத்தை நினைவுகூர்ந்தார். அந்தப் பக்கங்களில் படகுகளை ஓட்டிச் செல்லும் அளவிற்கு நதி அத்தனை ஆழமானதாக இல்லை. ஆனால் அங்கு ஜோன் வந்திறங்கிய உடனேயே நதியின் நீர் மட்டம் உயர்ந்து அவர்களது படகுத் தொடரணி மிதக்க ஆரம்பித்தது.

அலென்கன் பிரபு தனது தனிப்பட்ட அனுபவத்தைப் பகிர்ந்து கொண்டான். அவனது தந்தை அஜின்கூர் யுத்தத்தில் மரணமெய்தினார். இவனோ இன்னொரு யுத்தத்தில் தனது 17 வது வயதில் சிறைப்பிடிக்கப்பட்டான். அதனால் அவனுக்கு ஆங்கில எதிரிகளிடம் பயம் இருந்ததுபோலவே போர் புரிவதிலும் மிகுந்த பயம் இருந்தது. ஜோன் அவனை ஊக்குவித்தபடியே இருந்தாள். 'உயர்ந்த பிரபுவே! போர் புரிய அஞ்சுகிறாயா? நான் உன் மனைவியிடம் உன்னை பத்திரமாகவும், ஆரோக்கியமாகவும் திரும்ப அழைத்து வருவேன் என்று சத்தியம் செய்திருப்பதை நீ அறிய மாட்டாயா?' என்றாள். போரின் நடுவே அலென்கன் பிரபுவிற்கு நகரின் சுவற்றிலிருந்த ஒரு பீரங்கியைச் சுட்டிக்காட்டி அது அவனைக் கொல்வதற்கு முன் நகர்ந்து நிற்குமாறு கூறினாள். சில நிமிடங்களுக்குப் பிறகு வேறு ஒருவர் அதே இடத்தில் பீரங்கியிலிருந்து வந்த குண்டு தாக்கி இறந்து போனதைக் கண்டான்.

இப்போது அலென்கன் பிரபுவிற்கு ஐம்பது வயது. சிறுநீரகக் கோளாறால் எப்போதும் வலியால் அவதிப்பட்டுக்கொண்டிருந்தான். ஆனால் அவனது இளம்பிராயத்தில் பணிப்பெண்ணுடன் அவனுக்கு ஏற்பட்ட கூட்டு ஒரு பொன்னான தருணத்தில் இறைவன் தந்த வரம்; எல்லாமே சாத்தியம் என்று தோன்றிய தருணம். அந்தத் தருணத்தில் சுவர்க்கத்திலிருந்து வந்த சத்திய வாக்கை நிறைவேற்ற வந்த பெண்ணாகவே ஜோனை எல்லோரும் பார்த்தனர்.

பதினான்காம் நூற்றாண்டின் இறுதி நாட்களில், மேரி ராபின் என்ற ஒரு விவசாயப் பெண்ணிற்கு அவின்யோனில் பிரான்ஸ் நாட்டிற்கு

வரப்போகும் அழிவுகள் பற்றி பல அருள்வெளிப்பாடுகள் வந்தது. அந்த அருள்வெளிப்பாடுகளில் நிறைய நிறைய ஆயுதங்கள் தோன்றின. அந்தப்பெண் தான் அவற்றை அணிந்துகொண்டு போர் செய்ய வேண்டி வருமோ என்று அஞ்சிக் கொண்டிருந்தவேளையில், அவை அவளுக்காக இல்லை என்றும், மாறாக ஒரு கன்னிப்பெண் வந்து இந்த ஆயுதங்களைத் தரித்து பிரான்ஸ் நாட்டை எதிரிகளிட மிருந்து மீட்பாள் என்றும் அவளுக்குச் சொல்லப்பட்டது. அந்தக் கன்னிப்பெண் ஜோன் தான் என்பதில் ஐயம் ஏதுமில்லை என்று இந்த நிகழ்வைச் சொன்ன ஜோன் எரால்ட் கூறினார்.

பணிப்பெண்ணின் வருகை முன்னமேயே சொல்லப்பட்டிருந்தால், ஜோனின் பங்கு என்ன? அவளது சொந்த முயற்சி எதுவும் இல்லையா? பாஸ்டர்ட் நினைவு கூர்ந்தான்: 'ஜோன் அடிக்கடி தொழுகை செய்வாள். விடியற்காலையில் தேவாலயத்திற்குப் போவாள். அரைமணி நேரம் தேவாலய மணிகளை ஒலிக்கச் செய்வாள். ஒருமுறை அரச குருமார் ஒருவர் அவளிடம் சுவர்க்கத்திலிருக்கும் ஆலோசகர்கள் அவளிடம் எப்படிப் பேசுவார்கள் என்று கேட்டபோது அவள் சொன்னாள்: 'நான் சொல்லும் செய்திகள் இறைவனிடமிருந்து வருகின்றன என்பதை மக்கள் நம்பாத போது நான் மிகவும் வருத்தப் பட்டு அங்கிருந்து நகர்ந்து தொழுவதற்காகப் போய்விடுவேன். அப்போது எனக்கு ஒரு குரல் கேட்டது. 'இறைவனின் மகளே! போ, போ, நான் உனக்கு உதவுகிறேன், போ!' என்று. அப்போது எனக்குள் ஓர் ஆச்சரியமான மகிழ்ச்சி நிறையும். அந்தப் பரவச நிலையிலேயே இருந்து விட மாட்டோமா என்று தோன்றும்'.

அவளது அருள்வெளிப்பாடுகளைப் பற்றி அவளுடன் இருந்த ஜோன் டிஔலன் கேட்டபோது அவள் சொன்னாள்: 'எனக்கு மூன்று ஆலோசகர்கள் இருக்கிறார்கள். ஒருவர் என்னுடன் கூடவே எப்போதும் இருப்பார். இன்னொருவர் வருவார்; போவார். மூன்றாமவரிடம் முதல் இரண்டு பேர்களும் ஆலோசனைக் கேட்பார்கள்' என்று. தான் அவர்களை பார்க்க முடியுமா என்று அவர் அவளிடம் கேட்டபோது அவருக்கு அந்தத் தகுதியோ, நற்குணங்களோ இல்லை என்றாள். டிஔலன் அதற்குப் பிறகு அவளிடம் மறுபடி கேட்கவில்லை. இதை டிஔலன் நினைவு கூர்ந்தார்.

பாய்டியேவிலிருந்த இறையியல் நிபுணர்களுள் ஒருவர் சகோதரர் செகீன் இப்போது தனது சாட்சியத்தைச் சொல்ல முன்வந்தார். பணிப்பெண் அவர்களிடம் சொன்னதாக அவர் சொன்னார்: 'நான் ஆடுமாடுகளை மேய்த்துக்கொண்டிருந்த போது ஒரு குரல்

கேட்டது. அது சொல்லிற்று: பிரான்ஸ் நாட்டு மக்களின் மேல் இறைவன் அளவில்லாத கருணையை வைத்திருக்கிறார். அவள் அரசனைச் சென்று பார்க்கவேண்டும்'. அதைக்கேட்டு அவள் அழ ஆரம்பித்தாள். அந்தக் குரல் சொல்லிற்று: 'உன்னுடைய கடமையைப் பற்றி நீ சந்தேகம் கொள்ளக் கூடாது' என்று.

அவளை கேள்விகள் கேட்டவர்களில் ஒரு மெத்தப் படித்தவர் 'இறைவன் பிரெஞ்சு நாட்டு மக்களைக் காப்பாற்றவேண்டும் என்று நினைத்தால் அவருக்கு ராணுவ வீரர்கள் தேவையில்லை' என்று தன் எதிர்ப்பைத் தெரிவித்தார். 'கடவுளின் திருநாமத்தால் சொல்லுகிறேன்: வீரர்கள் போர் புரிவார்கள். இறைவன் அவர்களுக்கு வெற்றியைத் தருவார்' என்றாள் ஜோன். அவள் சொன்ன பதில் சரியே என்று அவர்கள் நினைத்தார்கள்.

அவளுக்குக் கேட்ட குரல் என்ன மொழியில் பேசிற்று என்று சகோதரர் செகீன் கேட்டபோது 'நீங்கள் பேசுவதை விடச் சிறந்த மொழி அது' என்று பணிப்பெண் சொன்னாள். சகோதரர் செகீன் பேசுவது பிரான்ஸ் நாட்டின் தென்மேற்குப் பகுதிகளில் பேசப்படும் ஆக்சிடன் என்னும் ஒரு கிளைமொழி என்று அவரே விளக்கம் அளித்தார் அப்போது. அவள் கடவுளை நம்புகிறாளா என்று அவர் கேட்டதற்கு அவரைவிட அதிகமாக என்று பதிலளித்தாள். அவள் கொண்டுவரும் செய்திகள் இறைவனிடமிருந்து வந்தவை என்பதற்கு எந்தவிதமான அறிகுறிகளையும் அவள் காட்டாமல் இருக்கும்போது அவள் சொல்வதை ஏன் அவர்கள் நம்பவேண்டும் என்று கேட்டதற்கு, பொறுமையிழந்து ஜோன் சொன்னாள்: ''கடவுளின் திருநாமத்தால் சொல்லுகிறேன். நான் பாய்டியே வந்ததற்குக் காரணம் உங்களுக்கு அடையாளங்களைக் காட்ட அல்ல. என்னை ஆர்லியனுக்குக் கூட்டிப் போங்கள். அங்கு நான் எந்தக் காரணங் களுக்காக வந்தேன் என்பதை அடையாளங்களுடன் காட்டுகிறேன்'

அவளது இந்தப் பொறுமையின்மையும், 'பட்பட்டென்று' பதிலளிக்கும் அதீதமான தன்னம்பிக்கையும் தான் இறையியல் நிபுணர்கள், கடவுள் உண்மையிலேயே ஆர்மன்யாக்காரர்களுக்கு உதவ எண்ணியிருக்கக்கூடும் என்று எண்ணக் காரணம். ஆனால் இந்த அடிப்படையையே தவறு என்று எண்ணினர் ரூவான் நகரிலிருந்த இறையியல் நிபுணர்கள். 25 வருடங்களுக்குப் பின் இப்போது அவர்களின் கூற்றை அவர்களே திரும்பப் பெற்றுக் கொள்ளுமாறு ஆகியிருக்கிறது. அந்த நிபுணர்களுக்கு - அவர்களில் இப்போது உயிருடன் இருப்பவர்களுக்கு - வெற்றி பெற்ற சார்ல்ஸ்

அரசனின் தற்போதைய பிரான்ஸ் நாட்டில் நடைபெறும் ஜோனின் வழக்கு மிகவும் சங்கடமாகவும், சவாலாகவும் அமைந்துவிட்டது.

பணிப்பெண்ணின் வாழ்க்கையில் நடந்த சில விஷயங்கள் விவாதத்திற்கு அப்பாற்பட்டு அமைந்துவிட்டது. அது பழைய சந்தை சதுக்கத்தில் நடந்த வருந்தத்தக்கதும், புனிதம் நிறைந்தது மான பணிப்பெண்ணின் மரணம். அவள் உயிருடன் எரிக்கப்பட்ட சம்பவமும், அதை நேரில் கண்டவர்கள் இதயம் நெகிழும்படி விவரித்த விதமும்... அவள் ஓர் எளிய பெண். நீதிபதிகள் அவளை குழப்ப முயற்சித்தனர். சங்கடத்துக்கு உள்ளாக்கினர். அவளை அயர்வுறச் செய்தனர். ஆனாலும் அவள் அவர்களது கேள்விகளுக்கு அயராமலும், உண்மையாகவும், வயதுக்கு மீறிய பக்குவத்துடனும் பதிலளித்தாள்.

ஆங்கிலேயர்கள் அவள் மேல் இருந்த பகையாலும், பயத்தாலும், பாதிரியார் கோகனின் முழு ஆதரவோடும் அந்த வழக்கை நடத்தினார்கள். கோகன் காசு வாங்கிக்கொண்டு, அந்த வழக்கை தன் வசம் வைத்துக்கொண்டு துக்ககரமாகவே முடிய வேண்டும் என்கிற ஒரே நோக்கத்தில் நடத்தில் முடித்தார்.

ஆனால் சில விஷயங்கள் நிரூபிப்பதற்கு மிகவும் கடினமாக இருந்தன. சில சாட்சிகள் வழக்கு விசாரணையின் போது தாங்கள் என்ன செய்துகொண்டிருந்தோம் என்பதை நினைவிற்குக் கொண்டுவர மிகவும் கஷ்டப்பட்டனர். சிலருக்கு எதையுமே நினைவிற்குக் கொண்டு வரமுடியவில்லை. ஒருவர் சொன்னார்: ஏதாவது தவறு நடந்திருந்தால் அது ஜோனின் தவறே தவிர அரசனுடைய தவறு அல்ல என்று. இன்னொருவர் சொன்னார்: அவள் ஏற்கெனவே மதநிந்தனை செய்பவள் என்றால் இப்போதும் அப்படியே என்றார். அவரால் முழுக்கவும் அவளை மதநிந்தனை செய்பவள் என்று உறுதியாகக் கூற முடியவில்லை.

கியல் மான்சன் அன்று தான் அளித்த ஒழுங்கற்ற, திரிக்கப்பட்ட அறிக்கையைப் பார்த்து சங்கடப்பட்டார். அவர் அந்த வழக்கு விசாரணையில் அரச ஆலோசகர் கட்டாயப்படுத்தியதன் பேரிலேயே பணி செய்ததாகச் சொன்னார். ஆங்கிலேயர்களும், பாதிரியார் கோகனும் தனக்குக் கொடுத்த அழுத்தத்தை இப்போது மனக்கசப்புடன் நினைவு கூர்ந்தார். ஜோனிடமிருந்து செய்திகளை தெரிந்து கொள்ள ஆங்கிலேயர்கள் கையாண்ட முறைகளை இவர் நினைவு கூர்ந்தார்.

அதாவது நிகோலஸ் லோயிஸ்லர் என்பவரை ஜோனின் அறைக்கு ஒற்றர் ஆக அனுப்பி வைத்தனர். அவர் அவளிடம் ஜோனின் சொந்த

ஊரான டச்சி ஆஃப் லோரைனிலிருந்து தான் வருவதாகவும் தானும் ஓர் ஆர்மன்யாக் அபிமானி என்றும் சொல்லி அவளது நம்பிக்கையைப் பெற்றார் என்பதை மான்சன் கூறினார். இன்னொரு சாட்சி லோயிஸ்லர், ஜோனிடம் தானே புனித காதரீன் என்று சொல்லி அவளைத் தாங்கள் சொல்லும்படி கேட்க வைத்தார் என்று கூறினார்.

ஜோனின் உயிரைக் காப்பாற்றவே லோயிஸ்லர் இந்த ஏமாற்று வேலையை செய்தார்; செயின்ட் வேனில் இருந்த அவளது நீதிபதி களிடம் அவளைச் சரணடையைச் செய்வதற்காகவே லோயிஸ்லர் இப்படிச் செய்ததாக மான்சன் கூறினார்.

தங்களுக்கு இடப்பட்ட கட்டளையை தாங்கள் அப்போது செய்ததாக இப்போது சாட்சிகள் சொன்னார்கள். பணிப்பெண்ணிடம் சென்று 'நீ மதநிந்தனை செய்பவள் என்று உன் வாயாலேயே ஒப்புக்கொள். அதுவே உன் ஆன்மாவிற்கு நல்லது' என்று தேவாலயத்தின் ஆலோசகர்கள் சொல்லியதை ஏற்றுக்கொள்ளச் சொன்னது 25 வருடங்களுக்கு முன் சரி என்று சொன்னவர்கள் தான் இவர்கள். அப்போதைய நிலைமை வேறு. இப்போதைய நிலைமை வேறு. இப்போது பிரான்ஸ் ஒரு சுதந்திர நாடு. கடவுளால் எதிரிகள் ஓட ஓட விரட்டியடிக்கப்பட்ட விட்டார்கள். அன்று தாங்கள் ஆங்கிலேயர் களின் கட்டளைக்கு அடிபணிந்து செய்தது இன்று தவறு என்றார்கள்.

விசாரணை அதிகாரி ப்ரெயில் சொல்வதுபோல 'இந்த விஷயங்களில் தீர்மானமான முடிவிற்கு வருவது மிகவும் கடினம்'. ஆனால் எந்த உண்மைகள் கடவுளுடைய திட்டத்திற்கு ஒத்துப் போயிருந்தன என்பதை பார்க்கும் திறமை இப்போது அவர்களுக்கு வந்திருந்தது'.

இந்த இடத்தில் தான் கோகனும் அவரது சக நீதிபதிகளும் முன்பே எடுத்த முடிவுகளின்படி நடந்து கொண்டனர். அதுவே அவர்களைப் பெரும் தவறிழைக்க வைத்தது. இதன் காரணமாக 7 ஆம் தேதி ஜுலை 1456 ஆம் ஆண்டு ரூவானின் ஆயர்கள் சபையின் மிகப் பெரிய கூடத்தில் கோகனின் விசாரணையை மறுபரிசீலனை செய்ய நீதிபதிகள் கூடியிருந்தனர். பணிப்பெண்ணை கண்டனம் செய்து எழுதப்பட்ட 12 சட்ட கட்டுரைகளும் ஊழல் நிறைந்தவை; கபடமுள்ளவை; அவதூறு நிறைந்தவை; மோசடியானவை; ஜோனிற்கு தீங்கிழைக்க வேண்டும் என்றே எழுதப்பட்டவை என்று அங்கு அவர்கள் அறிவித்தனர்.

உண்மையை ஊமையாக்கி, பொய்யை வெளியே உலவ விட்டிருக்கின்றனர். பணிப்பெண்ணின் மீதான குற்றச்சாட்டுக்கள் எந்தவிதக் காரணமும் இன்றி இட்டுக்கட்டப்பட்டு, அவள் சொன்ன

வைகள் செய்தவைகள் உண்மையே என்று நிரூபிக்கத் தேவையான சூழ்நிலைகளை அவர்கள் கணக்கில் எடுத்துக்கொள்ளப் படாமல் புறக்கணித்து விட்டனர். இதன் காரணமாக வழக்கு விசாரணைப் பதிவு, அவளுக்குக் கொடுக்கப்பட்ட தண்டனை இரண்டும் செல்லாதவை; மதிப்பற்றவை. ஜோன் அப்பாவி. அவளது செய்கைகள் உண்மையானவை. அவளை கொடூரமான முறையில் கொன்ற பழைய சந்தை சதுக்கத்தில் ஒரு சிலுவை அவளது நினைவைக் குறிக்கும் வகையில் கட்டப்பட வேண்டும் என்று நீதிபதிகள் தீர்ப்பு சொன்னார்கள்.

அப்படியே செய்யப்பட்டது. வெற்றி வாகைசூடிய அரசன் சார்ல்ஸ் தனது கோடை மாதங்களை லாவோவின் தெற்குப் பகுதியில் கழித்துக் கொண்டிருந்த போது இந்தச் செய்தி அவனுக்குக் கிடைத்தது. பணிப்பெண் மத நிந்தனை செய்பவள் அல்லள்; விசுவாச துரோகி அல்லள்; உருவ வழிபாடு செய்பவள் அல்லள். அவளது மாசுபடாத பெயர் அரசனது பெருமை மிக்க வெற்றிகள் பேசப்படும்போதெல்லாம் நினைவு கூறப்படும்.

இந்தச் செய்தி சார்ல்ஸ் அரசனுக்கு மிகுந்த ஆறுதலைக் கொடுத்தது. செய்த தவற்றைத் திருத்திக்கொண்ட மகிழ்ச்சி அவனுக்குக் கிடைத்தது. இப்போது அவன் எதிர்கொள்ள வேண்டிய சவால்கள் நிறைய இருந்தன: அவனது ஆரோக்கியம் அத்தனை சீராக இல்லை. அவனது மகன் அரசின் வாரிசு நன்றி இல்லாதவனாக தந்தைக்கு எதிராக இருந்தான். அரசனின் அதிகாரத்தை அவ்வப்போது எதிர்த்துக் கொண்டிருந்தான். இன்னொருவனையும் அடக்க வேண்டியதாயிற்று. அதாவது கடந்த சில வாரங்களாக ஆங்கிலேயர்களுடன் சேர்ந்து இவனுக்கு எதிராக சதி செய்துகொண்டிருந்த அலென்கன் பிரபுவை சிறைபிடிக்க தனது நண்பன் ஆர்லியன் பாஸ்டார்டை அனுப்ப வேண்டியது அவசியமாயிற்று. இத்தனை தடங்கலுக்கு நடுவிலும், கடவுள் கொடுத்த ராஜ்ஜியத்தை தனது தந்தை முன்பு ஆட்சி செய்ததைப் போலவே ஆண்டு கொண்டிருந்தான். ஒருவிதத் திருப்தியுடனும், மகிழ்வுடனும் தன் ராஜ்ஜியத்தை சுற்றிப் பார்க்க முடிந்தது அவனால். வலுவில்லாத இங்கிலாந்து அரசன் ஆறாவது ஹென்றியின் பிள்ளைகள் தங்களுக்குள் சண்டையிட்டுக் கொண்டு இங்கிலாந்து நாட்டை சுக்குநூறாகக் கிழித்துக் கொண்டிருந்தனர்.

11. அவள் ஒரு புனிதர்

மே மாதம் *16* ஆம் தேதி *1920* ஆம் ஆண்டு ரோமன் கத்தோலிக்க தேவாலயத்தால் புனிதர் ஜோன் ஆக ஜோன் ஆஃப் ஆர்க் அங்கீகாரம் பெற்றாள். இதைச் செய்வதற்கு *25* ஆண்டுகள் பிடித்தன. *1869* ஆம் ஆண்டு ஆர்லியன் மதகுரு பெலிக்ஸ் ட்யூபான்லோப் முதன்முதலில் திருச்சபையின் அதிகார வரம்பிற்கு உட்பட்ட, தனி இராஜ்ஜியமான ரோம் நகரில் ஜோன் புனிதர் பட்டம் பெறவேண்டும் என்று விண்ணப்பித்தார். ஆர்லியன் நகரம் ஜோனை மறக்கவில்லை. ஆனால், இப்போது அவள் கதை நினைவு என்ற நிலையிலிருந்து மாறி சரித்திரம் ஆகியிருந்தது. பெலிக்ஸ் அவளது வழக்கு விசாரணையின் எழுத்துப் படிகளைப் படித்தார். அவர் தீர்மானமாகச் சொன்னார்: 'அவள் ஒரு புனிதர்; கடவுள் அவளுள் இருந்தார்'.

பலவிதங்களில் ஜோன் புனிதர் பட்டம் பெற முடியாதபடி செய்யப் பட்டிருந்தாள். அவளை புனிதர் பட்டம் பெற தகுதியானவளா என்று பரிசீலிக்கவென்று அமர்த்தப்பட்டவர் அவளுக்கு எதிரான பல விஷயங்களைச் சொன்னார்: அவள் தனது உண்மைத் தன்மைக்காக தியாகியாக அறியப்படவில்லை; யாரை போரில் தோற்கடித்தாளோ அவர்களால் பகைமை, மற்றும் அரசியல் காரணங்களுக்காகக் கொல்லப்பட்டாள். அவளது போர்த் திறமை களுக்காக அவள் விரும்பப்பட்டாள். ஆனால் அவளது தலைசிறந்த ஆன்மிக நற்செயல்கள் சரியானபடி நிரூபிக்கப்படவில்லை. அவளது வாழ்க்கையில் அவள் தனது கோபத்தைக் காட்டியிருக்கிறாள். முரட்டுப் பிடிவாதக்காரியாக இருந்திருக்கிறாள். உலக ஆடம்பரங்களில் ஆசை வைத்திருந்திருக்கிறாள். அவளது வேதனைகளை அவள் பொறுமையுடன், ஒரு வீரனுக்கு உரிய குணங்களுடன்

ஏற்றுக்கொள்ளவில்லை. தனது நல்ல நோக்கங்களை பயத்தின் காரணமாக மறுத்திருக்கிறாள். மரணத்தை வேதனையுடன் வாய்விட்டுப் புலம்பியபடியே ஏற்றுக்கொண்டிருக்கிறாள் என்று இப்படி அடுக்கிக்கொண்டே போனார்.

1892, 1901, 1903 ஆகிய ஆண்டுகளில் ஜோனிற்கு புனிதர் பட்டம் கொடுக்கவேண்டும் என்ற வாதம் மேற்சொன்ன பலவிதமான எதிர்கருத்துக்களைச் சந்தித்தது. ஜோனிற்காக வாதாடியவர்கள் அவளுக்குக் கிடைத்த அருள்வெளிப்பாடுகளையும், அவள் எல்லா சந்தர்ப்பங்களிலும் வீராங்கனையாகவே செயல்பட்டிருப்பதையும் காட்டி வாதிட்டனர்.

எந்த தேவாலயத்தால் அவள் மரண தண்டனைக்கு உள்ளானாளோ அதே தேவாலயம் அவளது புனிதத் தன்மைக்கு அங்கீகாரம் கொடுக்கும்படிக் கேட்டுக்கொள்ளப்பட்டது. வேறு எந்த புனிதருக்குமே இப்படி ஆனதில்லை.

கடைசியில் ஜனவரி 6 ஆம் தேதி, 1904 ஆம் ஆண்டு போப் பத்தாவது பயஸ் இந்த வாதங்களை ஆமோதித்து ஏற்றுக்கொண்டார். நான்கு வருடங்களுக்குப் பின் அவர் ஜோன் நிகழ்த்திய மூன்று அற்புதங்களை ஏற்றுக்கொண்டார். மூன்று பெண் துறவிகள் அவளை உதவிக்கு அழைத்ததன் மூலம் தங்களது தீராத நோயிலிருந்து குணமடைந்தனர். இந்த மூன்று நிகழ்வுகளையும் மூன்று அற்புதங்களாக ஏற்றுக்கொண்டார். அவள் வாழ்ந்த காலத்திலேயே பிரான்ஸ் நாட்டிற்கு அவள் அளித்த அற்புதமான இரட்சிப்பு புனிதத் தந்தையால் நான்காவது அற்புதமாக ஏற்றுக்கொள்ளப்பட்டது. ‘ஜோன் ஆஃப் ஆர்க் பிரான்ஸ் நாட்டின் பெருமையை மட்டுமின்றி உலகம் முழுவதும் உள்ள தேவாலயங்களின் பெருமையையும் உயர்த்தியபடி ஒரு புதிய நட்சத்திரமாகப் பிரகாசிக்கிறாள்’ என்று அவர் அறிவித்தார். ஏப்ரல் 18 ஆம் தேதி 1909 ஆம் ஆண்டு அவளுக்கு அருளாளர் பட்டம் வழங்கப்பட்டது.

உலக மகாயுத்தத்திற்குப் பிறகு 1920 ஆம் ஆண்டு, ஒரு கன்னிப் பெண்ணாக அவள் ஒரு புனித வாழ்க்கையை வாழ்ந்திருக்கிறாள் என்பதற்காக ஜோனிற்கு புனிதர் பட்டம் கிடைத்தது. ஆர்லியனின் பணிப்பெண்ணாக இருந்து புனிதர் ஜோன் ஆக மாறியவளின் நினைவு தினம் ஆண்டு தோறும் மே மாதம் 30 ஆம் நாள் அனுசரிக்கப்படவேண்டும் என்று தேவாலய நாட்காட்டியில் குறிக்கப்பட்டது. அன்றுதான் 500 வருடங்களுக்கு முன் உயிருடன் எரிக்கப்பட்டாள்.

500 வருடங்களாக - 1431, 1456 ஆண்டுகளில் நடந்த வழக்கு விசாரணைகளிலிருந்து இருபதாம் நூற்றாண்டில் ரோம் நகரில் நடந்த புனிதர் பட்டம் கொடுக்கக் கோரிய விசாரணைவரை ஒரு விஷயம் தெளிவாகத் தெரிகிறது: அவள் மத நம்பிக்கைகளுக்கு எதிரானவளா அல்லது துறவியா? இந்த இரண்டில் ஏதாவது ஒரு பிரிவில் அவளைச் சேர்த்துவிடவேண்டும் என்ற நோக்கத்துடனேயே சட்டம் சார்ந்த நிகழ்வுகள் நடைபெற்றன. அல்லது அப்படி வடிவமைக்கப்பட்டன என்றும் சொல்லலாம். ஜோன் குறுகிய காலமே வாழ்ந்திருந்தாலும், ஓர் அசாதாரணமான வாழ்க்கையை வாழ்ந்திருக்கிறாள் என்பது மட்டும் தெள்ளத்தெளிவாகத் தெரிகிறது.

ஒவ்வொரு வழக்கு விசாரணையிலும் ஆதாரங்கள் சலிக்கப்பட்டன; பறிமுதல் செய்யப்பட்டன; அகற்றப்பட்டன. இருந்தும் ஜோனின் வழக்கு விசாரணையின்போது கிடைத்த பதில்கள், கேட்கப்பட்ட கேள்விகள், ஒப்புக்கொண்ட உண்மைகள் இவைகளினால் ஜோனின் சரித்திரம் உருப்பெற்றது. அதுபோலவே அன்றைய காலகட்டத்தில் மக்கள் நம்பிக்கை வைத்திருந்த இறையியலும் ஜோனின் சரித்திரத்தினால் வடிவம் பெற்றது என்று சொல்ல வேண்டும். சரித்திர அறிஞர்களும், இறையியல் வல்லுனர்களும் கடவுளின் கை இந்தச் செயல்களில் இருந்தது என்பதை ஒப்புக் கொண்டனர். எது சரி, எது தவறு என்பதைப் புரிந்துகொள்வதில் தான் சிக்கல். இதில்தான் உண்மையின் சாரம் இருக்கிறது. ஜோனின் அரசன் போரில் வெற்றி பெற்றது அவள் கடவுளிடமிருந்து வந்தவள் என்பதாலா? அல்லது அவனது வெற்றி அவளைக் கடவுளிட மிருந்து வந்தவளாகக் காட்டியதா?

ஜோனை முழுமையாக அறிய முயலுபவர்களுக்கு இந்தத் தீர்ப்பாயங்கள் கொடுக்கும் அறிக்கைகள் இரண்டுவிதமான சவால்களை முன் வைக்கின்றன. விசாரணையின் மூலம் ஜோன் உண்மையில் கடவுளால் அனுப்பி வைக்கப்பட்டவள்தானா என்று அறிவதுதான் அவர்களின் நோக்கம். இது தெளிவாக இருந்தது. ஆனால் அவர்கள் வழக்கை நடத்திய விதம், பயன்படுத்திய விதிகள் அவர்களது நோக்கத்தின் மேல் சந்தேகம்கொள்ள வைக்கின்றன. விசாரணைக் கட்டுரைகள் எழுதப்பட்டன. ஆனால் விசாரணையின் போது ஜோனிடமிருந்து அவர்களுக்குக் கிடைக்கும் பதில்களைக் கொண்டே அவர்கள் வழக்கை நடத்திச் சென்றனர். இவை எல்லாமே மழுப்பலாகத் தோன்றுகிறது. இரண்டாவது ஜோனைப் பற்றி அவர்களுக்குக் கிடைத்த விவரங்களை விளங்கிக்கொள்வது பெரிய சவால். அதுவும் தனது முரட்டுத்தனமான நம்பிக்கையாலும்,

எதிர்பாராத முயற்சியாலும் ஒரு பெண் சாதித்ததை விளங்கிக் கொள்வது மிகப்பெரிய சவாலாக இருந்தது.

ஜோனின் வயது, அவள் பிறந்த குடும்பம் இவற்றை வைத்துப் பார்த்தால் அவளது சாதனை வேறு யாராலும் செய்யமுடியாத ஒன்று என்று புரியும். முதல் வழக்கின் எழுத்துப்படிகளைப் படிக்கும்போது ஜோனின் ஆற்றல், ஊக்கம் மிக்க ஈர்ப்பு இவற்றை நம்மால் தெளிவாக அறியமுடிகிறது. முதலில் கூறப்பட்ட தீர்ப்பு பின்னாளில் பாரபட்சம் இல்லாமல், எந்தவித வித்தியாசமும் இல்லாமல் பார்க்கப்பட்டபோது அது ஜோன் என்னும் கன்னிப் பெண்ணை, பணிப்பெண் என்று தன்னை அழைத்துக்கொண்டவளை ஒரு சரித்திரமாக, ஒரு புனிதராக, ஒரு குறியீடாக மாற்றியது.

'அவள் புனிதராக மாறியதால் நாம் ஒரு மனுஷியை இழந்து விட்டோம். இந்த வீரம் மிக்க பெண் மிகவும் சிக்கலான, ரத்தக்களரியான போர்க்களத்தில் தன் திறமையைக் காட்டியவள். தனது உயர்ந்த நோக்கத்தையும், கர்ஜிக்கும் தனது குரலையும் இந்தப் புனிதர் பட்டம் பெற்றதன் மூலம் இழந்துவிட்டாள்' என்கிறார் ஜோனின் கதையை எழுதிய எழுத்தாளர்களுள் ஒருவரான ஹெலன் காஸ்டர்.

2011 ஆம் ஆண்டு போப் பெனெடிக்ட் சொல்வதுபோல 'அவளது நோக்கம் ஆங்கில-பிரெஞ்சு நாடுகளிடையே அமைதியை நிலைநிறுத்தவேண்டும் என்பது. அதாவது ஆங்கில மற்றும் பிரெஞ்சு அரசுகளிடையே கிறிஸ்து பரப்ப விரும்பிய நியாயமான அமைதியை'. பிரெஞ்சு ராணுவ வீரர்களிடையே அவள் நிலைநாட்ட விரும்பியது ஒழுக்கத்தை. போப் சொன்னதைத்தான் ஜோன் தனது வார்த்தைகளில் சற்று வேறுவிதமாகச் சொன்னாள் ஆங்கில அரசனிடம்:

'உன் ஆட்களை பிரான்ஸ் நாட்டில் எங்கு கண்டாலும் அவர்களை வெளியேற்றுவேன் அவர்கள் விரும்பினாலும், விரும்பாவிட்டாலும். அவர்கள் என் ஆணைக்குக் கட்டுப்படவில்லை என்றால் அவர்கள் கொல்லப்படுவார்கள்'. பணிப்பெண்ணைப் பற்றி எழுதிய வரலாற்று ஆசிரியர்களுள் ஒருவர் சொல்வதுபோல, புனிதர் களுக்குள் மிக உயர்ந்த இடத்தை 'முதலில் அமைதியை நிலைநாட்ட முயலுகிறேன். முடியாவிட்டால் போர்' என்று சமரசம் பேச விரும்பியதன் மூலம் ஜோன் அடைந்திருக்கிறாள்.

ஜோனின் சரித்திரத்தைப் படிக்கும்போது நமக்குள் எத்தனையோ விதமான கேள்விகள் எழுகின்றன. சிலவற்றைக் கண்டனங்களும்

செய்கிறோம். ஆனால் இந்த எல்லாவகையான கருத்து வேறுபாடு களையும் கடந்து ஜோனை விரும்புவதற்கு நம் ஒவ்வொருவருக்கும் பல காரணங்கள் இருக்கின்றன.

இன்றும் நாம் ஜோனைக் காணக்கூடும். ஜோனைப் புரிந்துகொள்ள முயலுபவர்கள் செய்யவேண்டியது இவைதான்: முதலாவதாக அவளது தனிச்சிறப்பு வாய்ந்த வாழ்க்கையைப்பற்றித் தெரிந்து கொள்ள வேண்டும். அவளது வாழ்க்கை பற்றிச் சிறப்பான வகையில் அமைந்த பதிவுகளை அவைகள் எந்த மாதிரியான சூழ்நிலையில் பதியப்பட்டன என்ற தெளிவுடன் படிக்கவேண்டும். இரண்டாவதாக, அவளது பண்பட்ட வாழ்க்கையில் மூழ்கவேண்டும். மூன்றாவதாக இரக்கமற்ற, கொடூரமான, நிலையில்லாத இந்த உலகில் கடவுளின் மிக உயர்ந்த விருப்பம் என்ற ஒன்றை மட்டுமே துணையாகக்கொண்டு அவள் செய்த செயல்களைப் பார்க்க வேண்டும். அப்போதுதான் ஜோனைப் புரிந்துகொள்ள முடியும். ஜோனைப் புரிந்துகொண்டால்தான் அவள் தான் நினைத்ததைச் செய்தபோது அவளைச் சுற்றியிருந்தவர்கள் ஏன் அப்படி நடந்து கொண்டார்கள்? தனக்குக் கிடைத்த வாய்ப்பை அவள் எப்படி அற்புதமாக மாற்றினாள்; பிறகு என்ன நடந்தது? அற்புதங்கள் நடந்து முடிந்தவுடன் என்னவாயிற்று போன்ற விவரங்கள் அடங்கிய ஜோனின் சரித்திரம் நமக்குப் புரியும்.

12. முடிவுரை

ஜோனை விசாரணை செய்து அவளை சமய பேதம் பேசுபவள் என்று சொல்லி அவளுக்கு மரண தண்டனை விதித்த நீதிபதிகள் பலரும் பலவிதமான துன்பங்களுக்கு ஆளாகி இறந்தனர் என்று சரித்திரம் சொல்லுகிறது.

ஜோன் தனது நீதிபதியான மதகுருவைப் பார்த்துச் சொல்கிறாள்: 'நீங்கள் எனது நீதிபதி என்று சொல்லுகிறீர்கள். ஆனால் எனக்கு அப்படித் தோன்றவில்லை. நீதிபதி என்னை தவறாகக் கணிக்கலாமா? வேண்டாம். இப்படிச் செய்யாதீர்கள். என்னைப்பற்றிய தவறான கணிப்பு உங்களை பெரும் அழிவிற்கு அழைத்துச் செல்லும். நீங்களே உங்களை ஆபத்திற்கு ஆளாக்கிக்கொள்கிறீர்கள். உங்களை எச்சரிக்கிறேன். இதற்காக கடவுள் உங்களை தண்டிப்பாரானால், இதை உங்களுக்குச் சொல்லுவதன் மூலம் என் கடமையைச் செய்தவள் ஆவேன்'.

ஜோனின் சரித்திரம் பழிவாங்கும் படலம் இல்லை. அதே சமயம் அது ஒரு மகிழ்ச்சியான கதையும் இல்லை. இருந்தபோதிலும் 600 வருடங்களாக அவளது கதை பொதுமக்களைக் கவர்ந்திருக்கிறது. பலவிதமான வாதப் பிரதிவாதங்களுக்குப் பிறகு 1920 ஆம் ஆண்டு கத்தோலிக்க தேவாலயம் ஜோனை புனிதராக ஏற்றுக்கொண்டுள்ளது. பல விஷயங்களில் முன்னுதாரணமான வாழ்க்கையை வாழ்ந்த அவள் புனிதராவதற்கு உரிய எல்லாத் தகுதிகளையும் பெற்றுள்ளதாக அறிவித்தது. இப்போது அவள் புனிதர் ஜோன் ஆஃப் ஆர்க்.

கடந்த 500 வருடங்களாக ஜோன் பல்வேறு ஆராய்ச்சிகளுக்கும், புத்தகங்களுக்கும், நாடகங்களுக்கும் முக்கிய கருவாக

இருந்திருக்கிறாள். இன்றும் இருக்கிறாள் என்றே சொல்ல வேண்டும். நாட்கள் செல்லச் செல்ல அவளது சரித்திரம் அழிவேயில்லாமல் சாகாவரம் பெற்றுவிட்டது.

அமெரிக்காவின் அங்கதக் கவிஞர் மார்க் ட்வைன்.இந்த பிரான்ஸ் நாட்டு கதாநாயகிபற்றி இரண்டு கருத்தாழமுள்ள நாவல்களை எழுதியுள்ளார். 1923 ஆம் ஆண்டு ஜோனிற்கு புனிதர் பட்டம் கிடைத்தவுடனே ஜியார்ஜ் பெர்னார்ட் ஷா ஒரு நாடகம் எழுதி அரங்கேற்றினார். ஆனால் 1435 ஆம் ஆண்டே அவளது மரணத்திற்கு நான்கு ஆண்டுகளுக்குப் பிறகு ஆர்லியன் நகரில் ஜோனைப் பற்றிய நாடகங்கள் நடந்ததாக ஏற்கெனவே பார்த்தோம். பிரான்ஸ் நாடு ஒன்று சேர்வதற்கு முன், ஜோனின் முதல் வழக்கு விசாரணை செல்லாது என்ற அறிவிப்பிற்கு முன் இது நடந்தது என்பதை நினைவில்கொள்ளவேண்டும்.

ஜோனின் கதை 1898 ஆம் ஆண்டு முதல்முறையாக திரைப்பட மாக்கப்பட்டது. 1928, 1948 ஆகிய இரண்டு ஆண்டுகளிலும் ஜோன் ஆஃப் ஆர்க் திரைப்படமாக வெளிவந்தது. 1999 ஆம் ஆண்டு இரண்டு பெரிய படங்கள் வெளியாகின. ஒன்று 'ஜோன் ஆஃப் ஆர்க் என்றும் இன்னொன்று 'தி மெசெஞ்ஜர்: தி ஸ்டோரி ஆஃப் ஜோன் ஆஃப் ஆர்க்' என்றும் பெயரிடப்பட்டன.

கடைசியாக ஜோன் சொல்லும் செய்தி என்ன?

ஜோனின் செய்தி ஆயிரக்கணக்கான வகையில் பகுக்கப்பட்டுள்ளது. சில செய்திகள் அவளை ஒப்புக்கொண்டும், சில முரண்பாடு களுடனும், எதிர்மறைக் கருத்துக்களுடனும் காணப்படுகின்றன. எழுத்தாளர் மேரி கோர்டன் ஜோன் பற்றி 20,000 நூல்கள் பாரிஸ் நகரின் பொது நூலகத்தில் இருப்பதாகச் சொல்லுகிறார். இந்த எண்ணிக்கையைப் பார்க்கும்போது அவளைப்பற்றிய தகவல்களில் நம்மால் ஒரு சிறிய பகுதியைக்கூடப் படிக்க இயலாது என்று தோன்றுகிறது.

இத்தனை புத்தகங்களிலும், பல்வேறுவகைப்பட்ட கருத்துக்கள், சான்றுகள் ஜோனை ஆதரித்தும், எதிராகவும் நமக்குக் கிடைக்கின்றன. சிலர் அவளது ராணுவத் திறமை சரித்திரப் புகழ் வாய்ந்தது என்று சொல்லும் அதேவேளையில் வேறு சிலர் அவள் கவசம் தரித்து குதிரையின் மேல் சவாரி செய்தாள், அவ்வளவே. போர் சம்பந்தப் பட்ட மற்ற விஷயங்களை அவளுடன் கூட இருந்த தளபதிகளும், சிற்றரசர்களும் வடிவமைத்தனர் என்று சொல்லுகிறார்கள். அவள்

தனது கன்னித்தன்மையை விடாமல் பாதுகாத்துக்கொண்டாள் என்று சிலரும், சிலர் அந்த மாதிரி சூழ்நிலைகளில் இது மிகவும் கடினமான விஷயம் என்றும் கூறுகிறார்கள்.

சில எழுத்தாளர்கள் அவளது வழக்கு விசாரணையின்போது அவள் ஒரு தேர்ந்த நடிகைபோல தன்னைச் சிறை பிடித்தவர்களை தனது அபாரமான பதில்களால் அசர வைத்து, அந்த நிகழ்வுகளை மிகவும் மகிழ்ச்சியுடன் ரசித்துக்கொண்டிருந்தாள் என்றும், சிலர் அவள் மிகவும் பயந்துபோய் தனக்குக் கேட்கும் அசரீரிக் குரல்களை தனக்கு உதவுமாறு இறைஞ்சிக் கொண்டிருந்தாள் என்றும் கூறுகின்றனர்.

இதையெல்லாம் புரிந்துகொள்ள நமக்கு வழியே இல்லை. யார் சரி, யார் தவறு என்று நம்மால் தீர்மானிக்க முடியாது. நமக்குக் கிடைத்திருக்கும் தகவல்களை நன்றாக அலசி ஆராய்ந்து நம்முடைய சொந்த முடிவிற்கு வருவது ஒன்றுதான் சிறந்த வழி.

ஜோன் ஒரு துணிகரமான பெண். அவளது தாய்நாட்டில் நடந்த நிகழ்வுகளில் அகப்பட்டுக்கொண்டு அவற்றால் பாதிக்கப்படும் சூழ்நிலைக்கு ஆளானவள் என்று சொல்லலாமா? தன்னுடைய தாய்நாட்டை எப்படியேனும் ஒன்றுபடுத்தவேண்டும் என்கிற விருப்பத்தினால் உந்தப்பட்டு தன்னைத்தானே மனமுவந்து தியாகம் செய்தவள் என்று சொல்லலாமா? ஊழல் நிறைந்த ஒரு ராஜ்ஜியத்தில் அப்படி ஒரு செயலைச் செய்து அவளால் உயிருடன் இருக்கமுடியும் என்று அவள் எப்படி நம்பினாள்? ஜோன் உண்மையிலேயே இந்தப் பணிக்காக இறைவனால் தேர்ந்தெடுக்கப்பட்டவளா?

பணிப்பெண் எப்படி இருந்திருப்பாள்? அவள் எதற்காக இத்தனை கஷ்டப்பட்டாள்? அவளது நோக்கம் என்ன? அவளது குணாதிசயங்கள் மூலம் நாம் கற்பது என்ன? நமது வாழ்க்கையில் நமக்குக் கேட்கும், நம்மை வழிநடத்தும் குரல்களை நாம் செவிமடுப்பதன் மூலம் நாம் இவற்றைத் தெரிந்துகொள்ளலாம்.

பிரான்ஸ் நாட்டில் இருக்கும் தொம்ரேமி என்கிற சிறிய கிராமத்திலிருந்து பிறந்த 19 வயது பெண் ஜோன் ஆஃப் ஆர்க் செய்தது இதுதான்: சாதாரணப் பெண்ணாகப் பிறந்து அசாதாரண வாழ்க்கையை வாழ்ந்து அன்றும் இன்றும் தன்னைப் பற்றிய விவாதங்களை தொடர வைத்திருக்கிறாள் என்பதுதான் அவள் செய்த சாதனை. அவளைப் பற்றி வியக்கவும் முடிகிறது. பரிதாபப் படவும் முடிகிறது. நாம் இன்னும் அவளை சரியாகப் புரிந்து கொள்ளவில்லையோ என்று சந்தேகப்படவும் முடிகிறது. எல்லா

உணர்வுகளும் கலந்த ஒரு சரித்திரமாக மாறியிருக்கிறாள் ஜோன் ஆஃப் ஆர்க் என்று சொல்லலாம்.

நவீன காலத்தில் ஜோன் எவ்விதம் பார்க்கப்படுகிறாள்? அவள் மகத்தான செயலைச் செய்திருக்கிறாள் என்பதில் இப்போதும் இரண்டாவது கருத்து இல்லை. ஆனால் அவளது செயல்கள் சிலவற்றிற்கு வேறுவிதமான பொருள் சொல்லுகிறார்கள்.

அசரீரிக் குரல்கள்:

ஜோனுக்கு 12, 13 வயது இருக்கும்போது அவளுக்கு சில 'குரல்கள்' கேட்க ஆரம்பித்தன. சில காட்சிகளும் தோன்றியதாகச் சொன்னாள். அந்தக் குரல்கள் மூலம் கடவுள் தனக்குச் சில செய்திகளை அனுப்புகிறார் என்று நம்பினாள். தனது விசாரணையின்போது தான் பார்த்த தேவதைகளும், புனிதர்களும் முதலில் தன்னை நல்ல பெண்ணாக இரு என்று கூறியதாகச் சொன்னவள், வெகு சீக்கிரத்தில் ஆங்கிலேயர்களின் பிடியில் இருந்த பிரான்ஸ் நாட்டை விடுவிக்கத் தன்னை இறைவன் பணித்ததாகச் சொல்ல ஆரம்பித்தாள். அதன் படியே செய்து, 7 ஆம் சார்ல்ஸ் மன்னனுக்கு முடிசூட்டுவிழா நடத்தவும் செய்தாள்.

ஒரு பிரகாசமான ஒளி அந்தக் குரல்களுடன் வந்ததாகவும், மணியோசை கேட்கும்போது அவளுக்கு அந்தக் குரல்கள் இன்னும் அதிகத் தெளிவுடன் கேட்டதாகவும் சொன்னாள். இந்த அறிகுறிகளை வைத்து சில நவீனகால மருத்துவர்கள் ஜோனுக்கு நரம்பு மண்டல பாதிப்போ அல்லது மனநிலை பிறழ்வோ ஏற்பட்டிருக்கக்கூடும் என்று சொல்கிறார்கள். இந்த நோயினால் பாதிக்கப்பட்டவர்களுக்கு கண்முன்னே சில மாயத் தோற்றங்கள் தோன்றும். கூடவே காதுகளில் யாரோ பேசுவதுபோலவும் உணர்வார்கள். இன்னும் சில மருத்துவர்கள் சிறுவயதில் அவள் கால்நடைகளுடன் அதிக நேரம் கழித்ததாலும், காய்ச்சாத பச்சைப் பாலை குடித்ததாலும் அவளுக்கு வலிப்பு நோய் மற்றும் மறதி நோய் வந்திருக்கக்கூடும் என்கிறார்கள்.

நவீன நாகரிகங்களில் ஜோனின் தலையலங்காரம் இடம் பிடிக்கிறது

ஜோனை ஆண் உடை அணியச் சொன்ன குரல்கள் அவளது கூந்தலையும் குட்டையாக வெட்டிக்கொள்ளச் சொல்லின. அன்று அவளது அந்தச் செய்கை அவள்மீது பெரும் பழியை சுமத்தக் காரணம் ஆயிற்று. ஆனால் 19ஆம் நூற்றாண்டில் அந்த வகைக் கூந்தல் அலங்காரம் நவீன காலத்தின் புது வகை கூந்தல்

அலங்காரமாக பாப் என்று பெயர் பெற்றது. போலந்து நாட்டு பிரபலக் கூந்தல் அலங்கார நிபுணர் திரு ஆன்டாயின் என்பவரை ஜோனின் கூந்தல் அலங்காரம் மிகவும் ஈர்த்துவிட்டதாம். 1909 ஆம் ஆண்டு தன்னிடம் வரும் வாடிக்கையாளர்களுக்கு ஜோனின் கூந்தல் அலங்காரத்தைக் காண்பித்து அதைப்போல வெட்டி விடுவாராம். இந்த நாகரிகம் 1920 களில் மௌனப்படங்களின் நடிகர்களால் மேலும் பிரபலப்படுத்தப்பட்டது.

ஜோனைப் பற்றி அடிக்கடி கேட்கப்படும் கேள்வி, 'அவள் ஆணுடை அணியக் காரணம் என்ன?'

அதற்கான பதில்:

ஜோனின் ஆணுடை அவள் காலத்தில் மட்டுமல்ல; அடுத்தடுத்து வந்த நூற்றாண்டுகளிலும் சர்ச்சையை எழுப்பிய வண்ணம் இருந்தது. அந்த உடையை அவள் மனமறிந்து அணிந்து கொண்டாளோ இல்லையோ அறிஞர்களுக்கு அவளைப்பற்றி சர்ச்சை செய்ய உதவும் விவாதப் பொருள்களில் ஒன்றாக இருந்தது.

ஆணுடை அணிந்து கொண்டதன் மூலம் ஆணாதிக்கம் நிறைந்த சமுதாயத்தில் அவளுக்கு ஓர் இடம் கிடைத்தது. யாருக்கு உதவி செய்ய வேண்டும் என்று நினைத்தாளோ அவர்கள் இவளை அங்கீகரித்தனர். மிக முக்கியமாக அவள் சிறு பெண்; ஏதோ வேடிக்கையாகப் பேசுகிறாள் என்று நினைக்காமல், தனது நோக்கத்தில் அவள் உறுதியுடன் இருக்கிறாள் என்பதை அந்த உடையின் மூலம் புரிய வைத்தாள். தனது நோக்கம் நிறைவேற அந்த உடையை ஒரு கருவியாகவும், அடையாளமாகவும் பயன்படுத்தினாள். கடவுள் தன்னிடம் பணித்த வேலையை அதாவது ஓர் ஆண் செய்யவேண்டிய வேலையைச் செய்து முடிக்க அவள் அந்த ஆணுடையைக் கருவியாகப் பயன்படுத்தினாள்.

நீதி விசாரணையின்போது மறுபடி மறுபடி அவளது ஆணுடையைக் களைந்துவிடுமாறு நீதிபதிகள் கூறியபோதுதான் ஓர் உண்மையை உணர்ந்தாள் ஜோன். அந்த உடையை அவளது நீதிபதிகள் அவள் இறைவனுக்குக் காட்டும் விசுவாசத்திற்கும் தான் மேற்கொண்ட நோக்கத்திற்கும் அடையாளமாகப் பார்க்கிறார்கள் என்பதுதான் அந்த உண்மை. ஆணுடையைத் தான் அணிந்திருக்கும் சமயங்களில் தன்னைக் கண்டு அவர்கள் பயப்படுகிறார்கள் என்பதையும் உணர்ந்தாள்.

ஆண் உடையை அணிந்துகொண்டு தான் ஓர் பெண் என்பதை மறுத்தாளா? அவளது பெண்மை குறைந்துவிட்டதா? இல்லை என்றே சொல்லவேண்டும். ஆண் உடையை அணிந்துகொண்டதால் அவள் தான் பெண் என்பதையோ, கன்னி என்பதையோ மறைக்கவில்லை. மாறாக அவள் தன்னை பணிப்பெண் என்றும் கன்னிப்பெண் என்றும் அழைத்துக்கொண்டாள். தன்னைச் சுற்றி ஆண்கள் நிறைந்திருந்த போதும் அவள் யாருடனும் பாலியல் உறவு கொள்ளவில்லை. தன்னுடைய நோக்கத்தில் மட்டுமே அவள் கவனம் செலுத்தினாள். அதனால் வேறு எதிலும் தன் கவனம் போவதை அவள் விரும்பவில்லை.

ஆணுடையை அவளுக்கு யார் கொடுத்தது?

ஜோன் தனது விசாரணையின்போது அசரீரி தன்னை ஆணுடை அணியும்படி கூறியதாகச் சொன்னாள். யார் கொடுத்தார்கள் என்பதைப் பற்றி அவளுடன் கூட ஷினானுக்குச் சென்ற மெட்ஸ் இப்படிக் கூறுகிறார்: 'ஜோன் வோகுலர்ஸ் வந்தபோது அவள் விவசாயப் பெண்கள் அணியும் உடையையே அணிந்திருந்தாள். இந்த உடையிலேயே நீ ஷினானுக்குப் பயணப்படப் போகிறாயா என்று நான் கேட்டதற்கு ஆணுடையை அணிவதில் தனக்கு எந்தவித ஆட்சேபணையும் இல்லை என்றாள். அதனால் என்னுடைய சக அதிகாரி ஒருவரின் உடைகளையும் அவரது காலணிகளையும் கொடுத்தேன். அதற்குப் பிறகு வோகுலர்ஸ் மக்கள் அவளுக்காக ஓர் ஆணுடையை தயார் செய்து கொடுத்தனர்'. வோகுலர்ஸிலிருந்து ஷினானுக்கு போகும் வழியில் அவளுக்கு எந்தவித ஆபத்தும் வராமல் அந்த உடை காப்பாற்றியது. அதேபோல அவளை சிறையில் காவல் காத்த ஆங்கில வீரர்களிடமிருந்தும் அந்த உடை அவளைக் காத்தது. யாரும் அவளது உடையைப் பற்றி இழுக்க முடியாத வகையில் அந்த உடையை அவள் அணிந்திருந்தாள்.

போர் முடிந்த பிறகு அல்லது போர் நடக்காத சமயத்தில் அவள் பெண்களுக்கான உடையை அணிந்திருந்ததாகத் தெரிகிறது. அவளது இரண்டாவது விசாரணையின்போது 'தனது கற்பு நெறியைக் காப்பாற்றிக் கொள்ளவே அவள் ஆணுடையை அணிந்திருந்தாள்; அதில் தவறேதும் இல்லை; கத்தோலிக்க தேவாலயம் இதை அனுமதிக்கிறது' என்று சொல்லப்பட்டது.

இருபதாம் நூற்றாண்டின் ஆரம்பகால எழுத்தாளர் வீட்டா சாக்வில் தனது செயின்ட் ஜோன் ஆஃப் ஆர்க் புத்தகத்தில் ஜோனை ஓர்

ஓரினச்சேர்க்கையாளர் என்று குறிப்பிடுகிறார். இத்தனை தூரம் ஜோனைப் பற்றிய தகவல்களைப் படித்த பின் இதை ஒப்புக் கொள்வது மிகவும் கடினம். எத்தனை நல்லவர்கள் ஆனாலும் அவர்கள் மேல் சேற்றை வாரியடிக்க சிலர் காத்திருப்பார்கள். அதுபோலத்தான் இதுவும் என்று சொல்லி இதை ஒதுக்கிவிடலாம்.

இணையத்தில் கிடைக்கும் ஜோன் பற்றிய சில முரண்பட்ட தகவல்கள்:

தி கார்டியன் இணையப் பத்திரிக்கையில் 2006 ஆம் ஆண்டு அலெக்ஸ் டுவல் ஸ்மித், ஜோன் பற்றிய சில தகவல்களைச் சொல்லியிருக்கிறார்:

ஜோன் ஆஃப் ஆர்க் பிரெஞ்சுக்காரர்களுக்கு சுமார் 600 ஆண்டுகளாக மனம் கவர்ந்த நாயகியாக இருந்து வருகிறாள். இன்றைக்கும் கல்வியாளர்கள் அவளது கதையில் தென்படும் முரண்பாடுகளை நிரூபிக்க முயன்றுகொண்டிருக்கிறார்கள் என்று சொல்ல வேண்டும். அவளது மரணத்தில் இருக்கும் புதிர் விடுபட்டுவிட்டது என்று சிலர் சொல்கிறார்கள். ஆங்கிலேயர்களால் ஜோன் எரிக்கப் பட்டு அவளது சாம்பல் ஸீன் நதியில் தூவப்பட்டது என்றும் பார்த்தோம். ஏற்கெனவே சொன்னதுபோல ஜோனின் கதையில் நிஜங்களும் கற்பனைகளும் கலந்து காணப்படுகின்றன. பொதுவாக ஜோனின் உடல் ஆங்கிலேயர்களால் மூன்று முறை எரிக்கப்பட்டது என்ற ஒரு கருத்து நிலவுகிறது. ஜோன் தன்னைச் சுற்றி எழுந்த புகையினால் மரணம் அடைந்துவிட்டாள். ஆங்கிலேயர்கள் அவள் உடலை இரண்டாவது முறையாக எரிக்கச் சொன்னார்கள். அப்படியும் அவளது சில உறுப்புகள் எரிந்து போகாமலிருந்தன. மூன்றாவது முறையாக உடலை முழுவதுமாக எரித்தார்கள்.

1867 ஆம் ஆண்டு ஜோனின் காலடியில் எரிக்கப்பட்ட விறகுகளின் நடுவிலிருந்து எடுக்கப்பட்ட சாம்பல் இப்போது பாரிஸ் நகரில் ஒரு பரணில் ஒளித்து வைக்கப்பட்டிருக்கிறது என்றும் ஒரு கருத்து நிலவுகிறது. அந்த சாம்பலின் நடுவே ஒரு துண்டுத் துணி அகப்பட்டது. அது ஜோனின் உடையிலிருந்து கிடைத்திருக்கலாம். அதை கார்பன் டேடிங் முறையில் ஆராய்ந்தபோது அது தரத்தில் மிக உயர்ந்த லினன் துணி என்றும் 15 ஆம் நூற்றாண்டைச் சேர்ந்தது என்றும் தெரிய வந்துள்ளது. அது ஓர் உடையின் அல்லது பையின் துண்டாக இருக்கலாம் என்கிறார்கள்.

அதில் கிடைத்த எலும்புகளும் திசுக்களும் ஒரு பெண்ணுடையது என்றும் சொல்லுகிறார்கள். வெகு சீக்கிரத்தில் இவை நிரூபிக்கப் பட்டு விடும் என்றும் சொல்லுகிறார்கள்.

உக்ரைன் நாட்டு மானுடவியலாளர் செர்ஜி கோர்பெங்கோ ஜோன் நெருப்பில் எரிக்கப்படவில்லை; அவள் 57 வயது வரை வாழ்ந்தாள் என்ற கருத்தை முன்வைக்கிறார்.

மழை விட்டும் தூவானம் விடவில்லை என்பதுபோல ஜோன் இதுபோன்ற விவாதங்களால் மீண்டும் மீண்டும் உயிர்த்தெழுகிறாள் என்று சொல்லலாம்.

காலவரிசைப் பட்டியல்

1412 ஜனவரி 6 ஆம் தேதி ஜோன், தொம்ரேமியில் பிறந்தாள்.

1415 ஐந்தாம் ஹென்றி பிரான்ஸ் நாட்டுக்குள் படையெடுத்து வந்தான்.

1422 ஐந்தாம் ஹென்றியும், ஆறாம் சார்லஸும் இறந்தனர். ஆறாம் ஹென்றிக்கும், 7 ஆம் சார்லஸுக்கும் இடையில் அரசு உரிமைப் போர் தொடர்ந்தது.

1424 கோடைக்காலத்தின் நடுப்பகுதியில் ஜோனுக்கு 'அசரீரி வாக்குகள்' கேட்க ஆரம்பித்தன.

1428 ஜோன் வோகுலர்ஸ் நகருக்குப் போய் ரோபே டி போத்ரிகூரை மே மாதத்தில் சந்திக்கிறாள். ஜூலை மாதம் நப்சதுவில் தங்குகிறாள். தொம்ரேமி சூறையாடப்படுகிறது. ஆர்லியன் நகர் ஆங்கிலேயர்களால் முற்றுகையிடப் படுகிறது.

1429 ஜோன் மறுபடியும் வோகுலர்ஸ் வருகிறாள். மார்ச் மாதம் ஷினான் வந்து அரசன் சார்லஸை சந்திக்கிறாள். இறையியலாலர்களால் பரிசோதிக்கப்படுகிறாள். ஆங்கிலேயர் களுக்கு தனது முதல் கடிதத்தை எழுதுகிறாள்.

1429 ஏப்ரல் மாதம் ஆர்லியன் நகரை அடைகிறாள். மே மாதம் ஆர்லியன் முற்றுகையிலிருந்து விடுபடுகிறது. 7 ஆம் சார்லஸின் முடிசூட்டு விழாவில் ஜோன் பங்கு பெறுகிறாள். சார்லஸ் பர்கண்டியர்களுடன் அமைதி ஒப்பந்தம் செய்து கொள்கிறான்.

1429 செப்டம்பர் மாதம் பாரிஸ் நகரில் நடந்த தாக்குதலில் ஜோன் காயமடைகிறாள். ஜோனின் குடும்பத்தவர்கள் அரசனால் கௌரவிக்கப்படுகிறார்கள்.

1430 ஜோன் மே 23 ஆம் தேதி காம்பியனில் சிறைபிடிக்கப் படுகிறாள். கைதியாக போவைஸில் வைக்கப்பட்டு பிறகு நவம்பர் மாதத்தில் ஆங்கிலேயர்களிடம் ஒப்படைக்கப் படுகிறாள்.

1431 ஜோன், கோகன் பாதிரியாரின் பாதுகாவலில் வைக்கப் படுகிறாள். கோகன் தனது விசாரணையைத் தொடங்குகிறார். தான் சொல்லியவற்றை அவளே மறுத்துப் பேசும்படி கட்டாயப்படுத்தப்படுகிறாள். அவள் இவர்களது தொந்திரவு பொறுக்கமாட்டாமல் உடன்பட அவளுக்கு ஆயுள் தண்டனை வழங்கப்படுகிறது. ஆனால் தனது மறுதலிப்பை அவள் திரும்பப்பெற்று மரணதண்டனையை ஏற்கிறாள்.

1431 மே மாதம் 30 ஆம் தேதி உயிருடன் கொளுத்தப் படுகிறாள்.

1455-56 பாரிஸ் நகரில் மறு விசாரணை தொடங்குகிறது. அசல் தீர்ப்பு தூக்கியெறியப்பட்டு ஜோன் அப்பாவி என்று அறிவிக்கப்படுகிறது.

1904 போப் பத்தாம் பயஸ் ஜோனை 'அருளாளர்' என்று பட்டமளித்து சிறப்பிக்கிறார்.

1920 போப் பதினைந்தாம் பெனெடிக்ட் ஜோனுக்கு மே மாதம் 16 ஆம் தேதி 'புனிதர்' பட்டம் அளிக்கிறார்.

உதவிய நூல்கள்

1. *Joan of Arc : A History,* Helen Castor
2. *Joan of Arc,* Dwayne E. Pickels
3. *Joan of Arc and the Hundred Year War,* Deborah Fraioli

இணையத்திலிருந்து தகவல்கள் சேகரித்த தளங்கள்:

4. http://www.history.com/news/history-lists/7-surprising-facts-about-joan-of-arc
5. http://www.sparknotes.com/biography/joanofarc/study.html
6. http://www.history.com/news/9-things-you-may-not-know-about-the-battle-of-agincourt
7. http://www.telegraph.co.uk/news/uknews/8648068/Battle-of-Agincourt-ten-reasons-why-the-French-lost.html
8. https://royaumefrance.us/2016/10/15/joan-of-arc-and-the-ladies-tree/
9. http://www.stjoan-center.com/FAQ/question5.html
10. https://www.theguardian.com/world/2006/dec/17/france.alexduvalsmith
11. https://www.theguardian.com/world/2006/dec/17/france.alexduvalsmith

www.ingramcontent.com/pod-product-compliance
Lightning Source LLC
LaVergne TN
LVHW060619051026
849519LV00002B/682